நாலேணி

நூலேணி

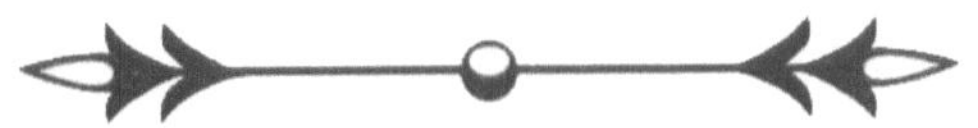

சிவசங்கரி

முதற்பதிப்பு: 2023

First Edition: 2023

Nooleni

நூலேணி

Sivasankari

சிவசங்கரி

ISBN: 978-93-5695-681-0

காப்புரிமை @ ஆசிரியர்

Pustaka Digital Media Pvt. Ltd.
#7-002, Mantri Residency,
Bannerghatta Main Road, Bengaluru - 560 076
Karnataka, India
+91 7418555884

பொருளடக்கம்

அத்தியாயம் 1..7

அத்தியாயம் 2..22

அத்தியாயம் 3..39

அத்தியாயம் 4..55

அத்தியாயம் 5..69

அத்தியாயம் 6..88

அத்தியாயம் 7..105

அத்தியாயம் 8..121

அத்தியாயம் 9..139

அத்தியாயம் 10..155

அத்தியாயம் 11..171

அத்தியாயம் 12..190

அத்தியாயம் 13..207

அத்தியாயம் 14..224

அத்தியாயம் 

ஈர விறகு கக்கிய புகை, கண்களில் காரமாய்ப் படர்ந்தது.

கைக்காரியத்தை நிறுத்தாமலேயே, இடது ஆள்காட்டி கட்டை விரல்களால் கண்களை ஒரு தரம் அழுத்தமாய்க் கசக்கியும் பலனில்லாமல் நாசியிலிருந்தும், கண்களிலிருந்தும் நீர் வடிய முற்பட, அருகில் வைத்திருந்த துண்டினால் கிச்சாமி முகத்தைப் பொத்திக்கொண்டார்.

எழுந்துப் போய் ஒரு சொம்பு குளிர்ந்த ஜலத்தை விட்டு கண்களைக் கழுவிக்கொண்டால் எரிச்சலுக்கு இதமாக இருக்கும்.

ஆனால் எங்கே?

மைசூர்பாகு பதமாக இறுகும் சமயம், அப்படி இப்படி அரை நிமிஷம் நகர்ந்தாலும் பக்குவம் மாறிப்போய், வாயில் வைக்க வழங்காமல் கல்லாகிவிடும்.

இந்த சேது இருந்துத் தொலைத்தாலும், 'அடேய் துண்டை நனச்சுண்டு வந்து குடு' என்று விரட்டலாம் என்று பார்த்தால், ஆசாமியின் நிழலைக்கூட காணோமே?

படித்துப்படித்து ஐம்பது தரம் சொல்லியாகி விட்டது. "அடேய் மத்தியானம் ரெண்டு மணி அடிக்கிறப்போ, டாண்ணு வக்கீல் ராமநாத்துல நிக்கணும்... 'ஆறு மணிக்கெல்லாம் உருளைக்கிழங்கு போண்டாவும், மைசூர்பாகும் கமகமனு அத்தனை பேர் கையிலேயும் இருக்கணும்'னு வக்கீல் சார் அடிச்சு சொல்லியிருக்கார். ஏதோ கஷ்டமான கேஸை ஜெயிச்சதுக்கு ஸ்னேகிதாள்ளாம் பார்ட்டி வேணும்னு சொன்னாளாம்.... அதான் கூப்பிட்டிருக்காராம். நம்பளால 'லேட்'டுனு பேர் வரக்கூடாது.

ரெண்டு அடிக்கறச்சே அங்க நீ இருக்கணும். 'இங்க போனேன் அத்திம்பேர், அங்க போனேன் அத்திம்பேர்'னு சால்ஜாப்பு சொல்றதுன்னா, இப்ப வெளில எங்கயுமே போவாண்டாம். தேமேனு ஆத்துல இருந்துட்டு என்னோடயே வந்துரு... என்ன மனசுல ஆச்சா?" என்று சின்னக் குழந்தைக்குச் சொல்கிற மாதிரி கூறியும், "எதுக்கும் கவலைப்படாதீங்கோ, அத்திம்பேர். நீங்க வர்றத்துக்குள்ளயே வக்கீலாத்துல நா இருப்பேன்!" என்று வாக்குறுதி கொடுத்து, காலையில் ஒன்பது மணிக்கே அவசரம் அவசரமாய் மோர்சாதத்தைச் சாப்பிட்டுவிட்டு எங்கோ போனவனை, மூன்றாகப் போகிறது, இன்னமும் காணோம்!

அப்படி எங்குதான் போவான், தலைவெடிக்கிற காரியமா என்றால் ஒன்றுமில்லை.

சேது ஒரு சினிமாப் பைத்தியம்.

காலைக் காட்சி எதற்காவது போவான். இல்லாவிட்டால், 'மாம்பலத்துல ஷூட்டிங் நடந்தது, அத்திம்பேர். ஒரு நிமிஷம் நிப்பமேனு நின்னேனா, மணி போனது தெரியல. ஆமா, சினிமாக்காரிக்கெல்லாம் நினைச்சப்ப பொலபொலனு கண்ணுல ஜலம் கொட்டறதே, இது எப்படி அத்திம்பேர்?' என்று ஊரின் எந்த வட்டாரத்தில் படப்பிடிப்பு நடந்தாலும் கழுகுக்கு மூக்கில் வியர்க்கும் தினுசில் தெரிந்து போய்ப் பார்த்து வந்து, கேள்வி மேல் கேள்வியாய்க் கேட்பான். அதுவும் இல்லாவிட்டால், அடுத்த தெருவில் இருக்கும் க்ளப்பில் போய் உட்கார்ந்துக் கொண்டு அங்கு வாரி இறையும் பழைய சினிமா புஸ்தகங்களைப் புரட்டிப் புரட்டிப் பார்ப்பதோடு, 'சேது, இங்க வாயேன்... கமலஹாஸன் விஷயம் தெரியுமா உனக்கு?' என்று அருகில் அழைத்து, 'சொல்றேன் முதல்ல நீ போய் ஜர்தா பீடாவும் ஒரு பாக்கெட் சிகரெட்டும் வாங்கி வா' என்றோ, 'நாயர் கடைக்குப் போய் நாலு சமுசா வாங்கிட்டு வாயேன்' என்றோ இவன் பலவீனம் புரிந்து அடுத்தவர்கள் நைச்சியமாக வேலை வாங்குவது விளங்காமல், கமல்ஹாஸனைப்பற்றி இல்லாத ஒரு விஷயத்தை அவர்கள்

கற்பனை பண்ணிச் சொல்வதைக் கேட்கவென, லொங்கு லொங்கென ஓடி, அத்தனை வேலைகளையும் செய்துவிட்டு வருவான்.

இன்றைக்கு எங்கு போனானோ! நேரம் ஆகிவிட்டது தெரியாமல் எங்கு யார் என்ன 'அளப்பதை' வாய் மூடாமல் கேட்டுக்கொண்டு நிற்கிறானோ!

மேற்கொண்டு கிச்சாமியை யோசிக்க விடாமல் மைசூர்பாகு நுரைக்க ஆரம்பித்துவிட்டது.

பக்கத்தில் காய்ச்சி வைத்துக் கொண்டிருந்த நெய்யிலிருந்து ஒரு டம்ளர் எடுத்துச் சுற்றிவிட, அது புஸ்ஸென்று பொங்கி, நுரைத்தது.

இன்னும் இரண்டு நிமிஷத்துக்குக் குறைவாகக் கிளறினால் போதும்... பக்குவம் சரியாக இருக்கும்.

கிச்சாமி கண்களை அழுந்தத் துடைத்துக்கொண்டு துண்டைத் தோள்மேல் போட்டார்.

கிளற உட்காரும் முன்னரே நெய் தடவித் தயாராக வைத்துவிட்ட தாம்பாளத்தை அருகில் இழுத்துக் கொண்டார்.

வலக்கையால் கலவையை விடாமல் கிளறிக் கொண்டே, வாணலியை இறக்கத் தோதாக எழுந்து நின்றார்.

குழிகுழியாய் மலர்ந்து ஓரக்கட்டில் நுரைத்த கலவை இது நாழிகை குடித்த நெய்யைக் கக்கத் தொடங்க, சட்டுவத்தைக் கீழே போட்டார்.

பரபரவென இயங்கினார்.

துண்டை நீளமாய்க் கொசுவி வாணலியின் இரண்டு காதுகளையும் பற்றிக்கொண்டு, தூக்கி ஒரு தரம் குலுக்கி, கலவை ஒட்டாமல் திரண்டு வருகிறதா என்று சோதித்து, நெய் தடவின தாம்பாளத்தின் மேல் சட்டென்று கவிழ்த்தார்.

துளி ஒட்டாமல் அத்தனையும் விழுந்த பின்னர், வாணலியை ஒரு பக்கமாய் வைத்து, விளிம்பில் கையால் தட்ட, விழுது நிதானமாய் ஒத்தாற் போல தட்டு பூராவும் பரவியது.

மூன்று விரல் தடிமனுக்குப் பரவியிருந்த கலவை குழியிட்டுக்கொண்டு பார்க்க திருப்தியைத் தர, டப்பாவிலிருந்து இரண்டு கை சர்க்கரை எடுத்து மேலாகத் தூவினவர், கையோடு கத்தியை எடுத்து, அழுக்கு இல்லாமல் துடைத்து, வெங்காயம், கிங்காயம் ஏதும் நறுக்கின வாசனை வருகிறதா என்று ஒரு தரம் முகர்ந்து பார்த்துவிட்டு, மைசூர்பாகு சூட்டோடு இருக்கும்போதே குறுக்கும் நெடுக்கும் கோடுகளை இழுத்தார்.

வரிசைக்குப் பத்து என பதினோரு வரிசைகள், ஆக நூற்றுப்பத்து, உதிர்ந்துபோகும் கணக்கில் பத்தைத் தள்ளினாலும் உருப்படியாய் நூறு தேறும். வக்கீல் சார் கேட்ட கணக்கும் நூறுதான்.

தாம்பாளத்தைக் காற்றாட ஒரு பக்கமாய் வைத்துவிட்டு கிச்சாமி வெளித் தாழ்வாரத்துக்கு வந்தார்.

குழாயைத் திறந்து முகத்தையும் கண்களையும் நன்றாக எரிச்சல் போக அலம்பி, துண்டால் துடைத்துக்கொண்டு பத்தடி நடந்து கூடத்துக்குள் நுழைந்து சுவர்க் கடிகாரத்தைப் பார்த்தபோது, அது மூன்றடித்து பத்து நிமிஷங்கள் என்றது.

சேதுவை எதிர்பார்த்துக் கொண்டு வீட்டிலேயே அசடுபோல உட்கார்ந்திராமல், ஒன்றரைக்கே கொஞ்சம் முன்னால் போனாலும் பரவாயில்லை, தாமதம் கூடாது என்ற முன்ஜாக்கிரதையுடன் வந்தாரோ, ஒத்தாசைக்கு ஆள் இல்லாவிட்டாலும் நேரத்துக்கு அதது நடக்கிறதோ!

வக்கீல் சம்சாரம் வாங்கி வைத்திருந்த உருளைக் கிழங்குகளை மண்வாசனை போகத் தேய்த்து அலம்பி, வாணலியில் ஜலத்தைக் கொதிக்க வைத்து, போட்டு மூடின கையோடு, கடலைமாவை சலித்து, நெய்யையும் டால்டாவையும் கலந்து பொங்கக் காய்ச்சிக்

கொண்டு, சர்க்கரையை இன்னோர் அடுப்பில் கரைய விட்டு, இளம் கம்பிப்பாகு வைத்த பின்னர் மடமடவென்று காரியங்களைக் கவனித்ததில்... மைசூர் பாகு ரெடி.

ஆனால் இதோடு ஆயிற்றா?

இன்னும் தலைக்குமேல் எத்தனை வேலைகள் கிடக்கின்றன அடுக்கடுக்காய்...

உருளைக்கிழங்கை உரித்து, உதிர்க்க வேண்டும். வெங்காயத்தைப் பொடியாக நறுக்கி, போண்டா காரியத்தைக் கவனிக்க வேண்டும். சட்னி அரைக்க வேண்டும். இலைக்கட்டைப் பிரித்து திட்டமான அளவில் நறுக்கி, துடைக்க வேண்டும். அண்டா ஜலத்தில் இரண்டு ஏலக்காயைத் தட்டிப்போட்டு, துளி பச்சைக் கற்பூரத்தையும் கலக்க வேண்டும். காப்பிக்கு....

நீளமாகப் பட்டியல் தொடர்ந்ததும், ஒண்டியாய் தன்னால் இத்தனையும் சமாளிக்க முடியாது என்று புரிய, கிச்சாமி கால்களை அகலமாய் வைத்து மீண்டும் கொல்லைக்கட்டுக்கு வந்தார்.

"ஆருடா அங்க?"

காம்பௌண்ட் சுவர்மேல் ஏறி உட்கார்ந்து, மல்லிகைப் பந்தலிலிருந்து பூக்களை எட்டிப் பறித்துக் கொண்டிருந்த பையன் திரும்பினான். 'என்னையா?' என்று கேட்கும் விதத்தில் புருவங்களை உயர்த்தினான்.

"ஆருடா அங்க?"

"நான்தாங்க..."

"நான்தான்னா? இவாத்துல வேல பாக்கற பையன்தானேடா நீ?"

"ஆமாங்க..."

"இங்க வா.... உன் பேரென்ன?"

"ஆறுமுகங்க..."

பதில் கூறினவன் கைக்காரியத்தைத் தொடர, கிச்சாமி லேசாகக் குரலை உயர்த்தி அதட்டினார்.

"இங்க வாடாங்கறேன்... குரங்காட்டம் அங்கேயே உக்காந்துண்டு பதில் பேசறியே.... காதில விழலியா?"

இப்போது ஆறுமுகம் என்ற அந்தப் பையன் கீழே குதித்தான். குதித்த வேகத்தில் சட்டைப்பையில் பறித்துப் போட்டிருந்த அரும்புகளில் சில வெளியில் வந்து விழுந்தன.

"அத அப்பறமா பொறுக்கிக்கலாம்... இங்க வா... உனக்கு,. மூணாவது தெருவுல 'க்ளப்' இருக்கே, தெரியுமாடா?"

"எங்க அய்யா ஞாயித்துக்கிழமைன்னா சீட்டு விளையாடப் போவாரே, அந்தக் க்ளப்பா?"

"அதேதான்... நீ மகராஜனா இருக்கணும்... ஒரே ஒட்டமா அங்கே போயி, எங்கூட சேது சேதுனு ஒரு ஆள் வருவானே, அவன் அங்க இருந்தான்னா, 'நாழியாச்சாம். உங்க அத்திம்பேர் உடனே வரச் சொல்றார்'னு கையோட அழைச்சிண்டு வரியாடா?"

ஆறுமுகம் விழித்தான்!

"யாரைங்க அழைச்சிட்டு வரணும்?"

"சேதுடா... சேது... கறுப்பா அம்மைத் தழும்பு மூஞ்சியும் முன்நெத்தி வழுக்கையுமா இருப்பானே, அவன்தான்..."

"ரெண்டு நாள் மிந்திகூட இங்க வந்து அம்மாகிட்ட ஜாமான் லிஸ்ட் குடுத்திட்டுப் போனாரே, அவரா?"

"அவனேதாண்டா... நீ மகராஜனா இருக்கணும்..."

"யார் கூப்பிடறதா சொல்லச் சொல்றீங்க?"

"அத்திம்பேர்டா... புரியலையா? சரி, வேண்டாம் விடு... சமையல்கார ஐயர் கூப்பிடறதா சொல்லி கையோடு கூட்டிண்டு வா... புரியறதா?"

ஆறுமுகம் தயங்கினான்.

"பூப்பறிக்கணுங்க.... அம்மா வந்தா, ஏண்டா இன்னுமா பறிக்கலைன்னு திட்டுவாங்களே..."

"ஒண்ணும் திட்டமாட்டா... இன்னிக்கு விருந்தாளி வரா இல்லியா? அதனால் இந்த வீட்டம்மா உள்ளறைல ஏதோ காரியமா இருக்கா... நீ ஓடு..... கேட்டா நா சமாளிச்சுக்கறேன்..... போடா..... போனேன்னா அப்பறமா உனக்குத் தனியா ஸ்வீட்டும் போண்டாவும் எடுத்து வைச்சிருந்து தருவேன்..."

கிச்சாமியின் கடைசி வார்த்தைகள் வாயில் எச்சிலை ஊற வைக்க, ஆறுமுகம் வாசலைப் பார்க்க ஓடினான்.

ஆறுமுகம் போய் ஐந்து நிமிஷங்கள்கூட ஆகியிருக்காது. கிச்சாமி உருளைக்கிழங்கை உரித்துக் கொண்டிருக்கையில், "நாழியாயிடுத்தா அத்திம்பேர்?" என்று கேட்டபடி சேது அரக்கப்பரக்க வந்து நின்றான்.

"என்ன ஆச்சு தெரியுமா, அத்திம்பேர்? ரெண்டு மணிக்கெல்லாம் இங்க இருக்கணும்னு வேக வேகமா வந்திண்டு இருந்தேனா, அந்த ஹூசேன் இல்ல, ஹூசேன்.... அவாத்து வழியா வர்றப்போ, அவனோட வயசான அம்மா வாசல்ல நின்னுண்டு, 'தம்பீ, கொஞ்சம் நில்லு. ஹூசேன் பீவிக்குப் பிரசவவலி கண்டிருக்கு... வீட்டுல வேற ஆம்பிளைத் தொணயே இல்ல. ஓடிப்போய் ஒரு டாக்ஸி கூட்டிண்டு வா, தம்பினு கெஞ்சினா... வயசானவ கெஞ்சறப்ப, எப்படி அத்திம்பேர் போடி போன்னு வர்றது? சரின்னு போனேன். ஒரு டாக்ஸிக்காரனைக் கெஞ்சிக் கூத்தாடி கூட்டிண்டு வந்தா, 'நீயும் வா தம்பி... தனியா போகப் பயமா இருக்கு'னு மறுபடி கிழவி கெஞ்சினா... என்ன பண்றது? சரினு அவள ராயப்பேட்டை ஆஸ்பத்திரியில கொண்டுவிட்டுட்டு, ஹூசேனோட துணிக்கடைக்குப் போயி இப்படி சேதி'னு சொல்லிட்டு, ஓடி வா..."

அவன் முடிக்கும் முன்னர் கிச்சாமி குறுக்கிட்டார்.

"வளவளனு பேசிண்டு நிக்காம, ஆக வேண்டியதைப் பாரு... கை கால் அலம்பிண்டு வெங்காயத்தை நறுக்க உக்காரு.. ரெண்டு கை பச்சமிளகா, ஒரு துண்டு இஞ்சியும் நறுக்கிக்கோ... ம்...ம்..."

காலை அலம்பிக்கொண்டு வந்தவன் வெங்காயக் கூடை, அரிவாள்மனை சகிதம் உட்கார்ந்து, "அந்தக் கிழவி இருக்காளே..." என்று மறுபடி ஆரம்பிக்க, கிச்சாமி அவனை விழித்துப் பார்த்தார்.

"வாயத் திறந்து மேற்கொண்டு ஒரு வார்த்தை பேசினயோ, இந்த விறகுக்கட்டையாலியே போட்டுடுவேன்! ஹுசேன் பெண்டாட்டியாம்... பிரசவ வலியாம்... கெஞ்சினாளாம். பெரிய்ய கருணைப் பிரபு இவன்... உபகாரம் பண்ணப் போயிட்டான்! வாய மூடிண்டு காரியத்தைக் கவனிடா.... இன்னும் ஒரு மணி நேரத்துல போண்டாவும் சட்னியும் ரெடியாகலைனா வக்கீல் வந்து ருத்ரதாண்டவம்தான் ஆடப் போறார்... கிடைக்கற நாலு காசுக்கும் வழி இல்லாம பண்ணிட்டா உனக்கு நிம்மதியாயிடுமாடா? கிருஹசாரம்.... அபஸ்மாரம்..... எங்கேருந்துதான் எனக்குனு வந்து வாச்சியோ!"

அத்திம்பேர் நிஜமான கோபத்துடன் இருப்பது புரிய, வாயைத் திறக்காமல் சேது வெங்காயம், பச்சை மிளகாய், இஞ்சியைப் பொடியாக நறுக்கி ஒரு தட்டில் வைத்தான்.

இலைக்கட்டைப் பிரித்து வைத்துக்கொண்டு அவன் உட்கார்ந்த நிமிஷத்தில், "க்ளப்புல அந்த அசட்டு அய்யரு இங்கே வரலேனு சொல்றாங்களே..." என்றவாறு வந்து நின்ற ஆறுமுகம், "அட, இங்க இருக்காரில்ல..." என்றதும், "சரி, சரி... நீ போய் பூவப் பறி. நா அப்புறமா உன்னக் கூப்பிட்டுப் பலகாரம் தரேன்..." என்று அவனை அனுப்பிவிட்டு, விழிகளை உயர்த்தி ஓர் ஓரமாய் அமர்ந்து இலைகளை நறுக்கிக் கொண்டிருந்த சேதுவைப் பார்த்தபோது, கிச்சாமியின் அடி மனசில் 'ஐயோ பாவம்' என்கிற பரிதாபம் பரவியது.

பாவம்தான்.

இல்லாவிட்டால் ஊர் முழுவதும் இப்படி வெளிப்படையாய் அசடு, மக்கு என்று பேர் சொல்லி அழைக்குமா?

இந்த சேது, அவனைப் பெற்றவர்கள் எக்கச்சக்கமாய் தவம் இருந்து பெற்ற பிள்ளை என்பது நினைவுக்கு வந்தபோது, கிச்சாமியின் பரிவு அதிகமானது.

கிச்சாமியின் மனைவி விசாலத்தின் சொந்தத் தம்பிதான் சேது என்கிற சேதுராமன்.

பிள்ளை வேண்டும் என்று விரதமான விரதம் இருந்து, ஊர் உலகத்திலுள்ள கோயில்களுக்கெல்லாம் சென்று, குளங்களில் மூழ்கி, உருண்டு, பிரார்த்தித்தும் பலனில்லாமல், கடைசியில் ராமேஸ்வரம் சென்று நாகப்பிரதிஷ்டை பண்ணினால் கை மேல் பலன் என்று ஜோதிடர்கள் சொல்ல, அதையும் நிறைவேற்றினபின், அந்தத் தெய்வத்தின் மகிமையாலோ, அல்லது காக்கை உட்காரப் பனம்பழமாகவோ ஜனித்ததால் சேதுராமன் என்ற நாமகரணத்தைக் கொண்டவன்...

சேதுவும் கிச்சாமியின் மூத்தமகன் ராஜாமணியும் ஒரே வயசு என்றால், விசாலம் பிறந்து எத்தனை வருஷங்கள் கழித்து சேதுராமன் பிறந்தான் என்பது புரியும்.

இருந்திருந்து பெற்ற பிள்ளை இன்னும் கொஞ்சம் சமர்த்தாக இருந்திருக்கலாம்.... இல்லை. இதுதான் விசாலத்தைப் பெற்றவர்களுக்கு அவர்கள் வாழ்ந்த நாள்களில் நெஞ்சை சதா முட்டிய குறையாக இருந்தது.

பிரம்மோபதேசம் செய்தால் கொஞ்சம் முதிர்ச்சி வரும் என்று சில பெரியவர்கள் சொன்னார்கள் என, அதையும் செய்தார்கள். பலன்தான் இல்லை. தர்ப்பையை நாக்கில் போட்டுச் சுட்டாலும் பையனுக்கு 'காயத்ரி' சொல்ல வராது என்பது தெளிவானதோடு, ஆறாம் வகுப்பில் இரண்டு வருஷங்கள் உட்கார்ந்தபின், எதற்குத் தண்டமாய் பள்ளிக்கூடச் செலவு வேறு, வீட்டோடு இருந்தாலும் மாடு கன்றுகளைப் பார்த்துக்கொள்ளலாமே என்று பெற்றவர் அபிப்பிராயப்பட, படிப்புக்கு முற்றுப்புள்ளி வைக்கப்பட்டது.

சேதுவுக்குப் பதினோரு வயதாகும்போது ஒரு நாளில் காவிரிக்குக் குளிக்கப்போன அவன் அப்பா, சுழலுக்குப் பலியாகி, போனான் போனான்டோய் என்று பரலோகத்துக்கே போய்ச் சேர்ந்தார்.

சரியாக ஆறுமாசம். இன்னதுதான் காரணம் என்று விளங்கும் முன்னரே சேதுவின் தாயாரும், தாலிகட்டின வரைத் தொடர்ந்தார். சிலர் 'க்ஷயம்' என்றார்கள். சிலர் 'சிலந்தி கடித்துவிட்டது. அதுதான் உடம்பு வத்திப் போய் திப்பித்திப்பியாச் சிவந்து தடித்து ப்ராணனுக்கு ஆபத்து வந்துவிட்டது' என்றார்கள். இன்னும் சிலர் 'அவ பதிவிரதைடி.... புருஷனைப் பிரிஞ்சு இருக்க முடியல... போயிட்டா!' என்று பெருமை பேசினார்கள்.

மொத்தத்தில் ஏதோ ஒன்று. தனியாக, எதுவும் புரியாமல் விழித்துக்கொண்டு நின்ற சேதுவை, விசாலம் இருகை நீட்டி அணைத்துக்கொள்ள, கிச்சாமியும் அவனைத் தன் பிள்ளைகளில் ஒருவனாகத்தான் இன்றைக்கும் நினைத்திருக்கிறார்.

இவர்களோடு வாழவென திருக்காட்டுப் பள்ளியிலிருந்து திருப்பூந்துருத்திக்கு சேது வந்ததும், தன்னுடைய சொல்ப சமையல்கார வருமானத்தில் தன் பிள்ளைகளைப் பள்ளியில் படிக்கவைத்த தினுசிலேயே, சேதுவையும் மீண்டும் பள்ளிக்கு கிச்சாமி அனுப்பினார். "வாண்டாம் அத்திம்பேரே..." என்று அவன் சிணுங்கிய போதெல்லாம், "நான் கரண்டிய நம்பி இந்தக் கதிக்கு வந்துட்டேண்டா. நீங்கள்ளாமாவது நாலெழுத்துப் படிச்சு முன்னுக்கு வாங்கோ!" என்று அவனையும் கட்டாயப்படுத்தி அனுப்பிப் படிக்க வைத்தார்.

என்ன அனுப்பி என்ன?

என்ன ஆசை வார்த்தைகள் சொல்லி என்ன?

ராஜாமணி எஸ்.எஸ்.எல்.சி-யும் அடுத்தவன் வெங்கிட்டு எட்டாவதும் எட்டியபோது, இவரது மகள் சீதாலட்சுமிகூட ஆறாவதைப் பாஸ் செய்துவிட, சேது மட்டும் எந்தவித

மாற்றமும் இல்லாமல் மீண்டும் ∴பெயிலாகி உட்கார்ந்த வகுப்பிலேயே உட்கார, "இவன் ஞானசூன்யம், கிச்சாமி... வீணா முட்டிக்காதீங்கோ!" என வகுப்பு வாத்தியாரே கூறிவிட, கரண்டியைக் கையில் கொடுத்து, "வாடா என்னோட" என்று அழைத்துப் போனதுதான் கடைசியில் நடந்தது!

மாதத்துக்கு நான்கு நாள்கள் இங்கே, அங்கே, யார் வீட்டிலாவது விசேஷத்துக்குச் சமைத்த காலத்தில், மேல் வருவாய் என்று வேறுஇல்லாத காரணத்தால் குடும்பம் வளரவளர கைக்கும் வாய்க்கும் எதுவும் சரிப்பட்டு வராமல்போக, திருப்பூந்துருத்தியில் சம்சாரம் நடத்தியது போதும் என்று பட்டணத்தைப் பார்க்க புறப்பட்டபோது, சேதுவையும் கூட்டிக் கொண்டே கிளம்பினார்.

"என்னத்துக்காகடா காவிரி மண்ணை விட்டுட்டும் பட்டணத்துக்குப் போறே கிச்சாமி? புத்திகித்தி கெட்டுப்போச்சா என்ன? கிடைக்கிற அரைவயிறு கஞ்சிகூட அங்கக் கிடைக்குமாடா? உனக்கே சொந்தமா அஞ்சு பசங்க... போதாத குறைக்கு இந்த அசடு வேற! இத்தனை ஜீவன்களையும் பட்டணத்துல எப்படிடா கரையேத்துவே? நன்னா யோசனை பண்ணிட்டுக் கிளம்பு கிச்சாமி... அவசரப்பட்டு ஒரு காரியத்தச் செஞ்சிட்டு, நாளைக்கு 'ஐயோ தேவுடா'-னு தலைல கையை வச்சுண்டு உட்கார்றதுல அர்த்தம் இல்லே! ஆயிரம் இருந்தாலும் இது நம்ப மூதாதையர் வாழ்ந்த ஊர். கஷ்டமோ, நஷ்டமோ இங்க இருக்கறதுதான் நமக்குப் பெருமை.... என்ன காதுல வாங்கிண்டியா?"

என்னென்னவோ சொன்னார்கள். எதை எதையோ கூறி, கலைக்கத்தான் பார்த்தார்கள்.

ஆனால், கிச்சாமி அவை எதையும் காதில் போட்டுக் கொள்ளவில்லை.

பேசுபவர்களுக்கென்ன? கல் கோட்டையாய் வீடும், தென்னந்தோப்பும், முப்போகம் விளையும் பூமியும் இருந்தால் யாருக்குத்தான் பேசுவதும் அறிவுரை சொல்வதும் எளிதாகாது?

அடுத்த வேளை சோத்துக்கு வழி என்ன? இந்த வருஷமாவது, பெண்டாட்டியின், வளர்ந்து வரும் பெண்களின், மானத்தை மூட புதுத்துணி வாங்க முடியுமா? பையன்களை பள்ளிப் படிப்பாவது படிக்க வைப்பது சாத்தியமா? கீத்து வேய்ந்த கூரை இந்த மழைக்காலத்தைத் தாக்குப்பிடிக்குமா? என்ற பயங்கள் நெஞ்சில் பதில் தெரியாக் கேள்விகளாகப் பிறாண்டும்போது அல்லவா தெரியும் அவஸ்தை?

இந்த வேதனை, பயங்களிலிருந்து எப்படி மீளுவோம் என்கிற எண்ணமே பெரிசாக இருந்தபோது, ஒரு நல்ல நாளில், "பட்டணத்துக்கு வந்துடுங்கோ, கிச்சாமி... மாசத்துக்கு இருபது நாளைக்காவது வேலை தர நான் உத்தரவாதம். ஒரு நாளைக்குப் பத்துப் பதினைஞ்சுக்குக் குறையாம சம்பாதிக்கலாம்" என்று, நாராயண தீர்த்தர் விழாவுக்கு மெட்ராஸிலிருந்து வந்திருந்த கல்யாணத் தரகர் ஜம்புகேசன் அபய ஹஸ்தம் காட்ட, கிச்சாமி மனக்கணக்குப் போட்டார்.

ஒரு நாளைக்குப் பத்து ரூபாய் என்றே வைத்துக் கொள்வோம். மாதத்தில் இருபது நாள் வேலை என்றால் இருநூறு ரூபாய்... ஏ, அப்பா! முழுசாய் நூறு ரூபாய் நோட்டைக் கண்ணால் பார்ப்பது அரிதான இந்த நாளில், இருநூறு ரூபாய் என்பது எவ்வளவு பெரிய தொகை! பற்றாதகுறைக்கு, இவரையும் சேதுவையும் பொறுத்தவரை சாப்பாட்டுச் செலவும் இல்லை.

ஊர் என்ன சொல்லுமோ என்கிற தயக்கத்தையும், சொந்த மண், காவிரிக்கரை, அது இது என்கிற சமாச்சாரங்களையும் மூட்டைகட்டி வைத்துவிட்டு, மனைவி குழந்தைகள் சகிதம் சென்னைக்கு வந்து, மயிலாப்பூரில் வடக்கு மாடவீதியை ஒட்டின சந்து ஒன்றில் குடித்தனம் அமைத்து, வருஷங்கள் இப்போது இருபத்து நான்கு ஓடிவிட்டன.

பதினாறு வயசுப் பிள்ளைகளாக அன்று இருந்த சேதுவுக்கும், ராஜாமணிக்கும் இன்று வயசு நாற்பத்து ஒன்று.

புண்ணியவான் ஒருத்தர் கைகாட்டிவிட்டதில், பி.யூ.ஸி.யை முடித்துவிட்டு ஷார்ட் ஹாண்ட் டைப்பிங் படித்த ராஜாமணி,

மருந்துக் கம்பெனி ஒன்றில் டைப்பிஸ்டாக இருக்கிறான். காமாட்சி அவனுக்கு வாழ்க்கைத் துணைவியாகி வருஷங்கள் பதின்மூன்று ஆனதற்கு சாட்சியாய், குமாரும் அடுத்து திரிபுரசுந்தரியும்கூடப் பிறந்துவிட்டார்கள்..

கொஞ்சம் நன்றாகப் படித்த வெங்கிட்டு பி.ஏ. முடித்து, ஆடிட்டர் ஒருவரிடம் க்ளார்க்காக இருக்கிறான். மைதிலிக்கும் அவனுக்கும், நான்கு வயசு சுரேஷ் ஒற்றைப் பிள்ளை.

பெண்கள் சீதாலட்சுமி, பாப்பா இரண்டு பேரையும் காலாகாலத்தில் கல்யாணம் பண்ணிக் கொடுத்துவிட்டு, 'முருகா என் கடைமைகளை ஓரளவுக்கு முடித்துவிட்டேன்' என்று நிம்மதியாய் பெருமூச்சு விட முடியாதபடி மூத்தவள் சீதாலட்சுமி குறைப்பிரசவத்தில் அகாலமாய்ப் போய்ச்சேர்ந்து, துப்புக் கெட்ட புருஷன் நாகராஜன் இரண்டு பெண்களையும் வளர்க்கும் சுமையை ஏற்க பயந்து, மாமனார் வீட்டில் அவர்களைக் கொண்டுவிட... இருக்கிற வேதனை, கஷ்டம் போதாது என்பதுபோல் அந்த வருஷமே கர்ப்பப்பை புற்றுநோயால் தாக்கப்பட்டு, அந்த வீட்டையே தன் புன்சிரிப்பால் தாங்கி, இயக்கி வந்த விசாலம் மாபாரமாய் படுத்து, நினைத்த நினைப்பில்லாமல் பிராணனை விட்டபோது இனி என்ன செய்வோம் என்று புரியாமல் கிச்சாமி கதி கலங்கித்தான் போனார்.

ஒரு வருஷ காலத்துக்குள் பெற்றவர்கள் அடுத்தடுத்து போன மாதிரியே சீதாலட்சுமியும், விசாலமும் காலமானது கொடுமையிலும் கொடுமை....

ஆனால் இவையெல்லாம் ஏன், எதற்காக நடக்கின்றன என்று யார் விண்டு விளக்க முடியும்?

இவை ஒரு பக்கம் என்றால், திருமணமாகி ஏழு ஆண்டுகள் ஆகியும் வயிறு திறக்காத குறையுடன், நாலில், எட்டில் அப்பா வீட்டுக்கு வந்து மூக்கைச் சிந்தும் பாப்பா.

ஈஸ்வரா.... சம்சாரத்தை, கடக்க முடியாத சாகரம் என்று இதனால்தான் சொல்கிறார்களோ! இத்தனைக்கும் இடையில்

துளி வெளிச்சக்கீறாக எதையேனும் குறிப்பிடவேண்டுமென்றால் கடைசிப் பிள்ளை நாராயணனைச் சொல்லலாம். இருபத்தி நான்கு வயசாகிறது. பி.காம். படித்து விட்டு மெடிக்கல் ரெப்ரசென்டேட்டிவ்வாக இருக்கிறான். பாங்க் உத்தியோகம் கிடைத்து வருமானம் ஸ்திரப்பட்டால்தான் திருமணம் என்கிற பிடிவாதத்துடன் இருக்கும் சமர்த்துப் பிள்ளை.

இவ்வளவு பேருக்கும் மத்தியில் தானுண்டு, அடுத்தவருக்குக் கேட்காமல் உதவும் குணமுண்டு, கூடவே தன் சினிமாப்பித்தும் உண்டு என்று, வேறு எதைக் குறித்தும் அலட்டிக்கொள்ளாமல் வளைய வரும் சேது...

"உனக்குனு ஒருத்தி பிறக்காமலாடா இருப்பா? சரினு சொல்லுடா... நா பாத்துக் கல்யாணத்தை ஜாம்ஜாம்னு பண்ணி வக்கறேன்!" - என்று, இருந்த வரைக்கும் விசாலம் தம்பியிடம் கெஞ்சிக்கெஞ்சி அலுத்துதான், இறுதியில் 'சீ' என்று விட்டுவிட்டாள்.

எல்லாவற்றையும் கேட்டுவிட்டுச் சிரிப்பான். 'என்னடா சேது' என்றால் மீண்டும் சிரிப்பான். ரொம்ப வற்புறுத்தினால், "யம்மாடி... எனக்கு வாண்டாம்பா அந்த வம்பெல்லாம்! அவனவன் படற அவஸ்தையெல்லாம்! நான்தான் பார்க்கறேனே!" என்பான்.... ரொம்ப விவரம் தெரிந்தவன்போல.

சேது இன்றுவரை தனக்கென்று எந்தப் பணத்தையும் சேர்த்து வைத்துக் கொண்டவனில்லை. அத்திம்பேரோடு செல்லும் இடங்களில் சுத்து வேலை கூலிக்காக இவனுக்கு என்ன தருவார்களோ அதை அப்படியே கொண்டுவந்து கிச்சாமியிடமே தந்து விடுவான். வாரத்துக்கு மூன்று தரம் சினிமா போகும்போது மட்டும் இரண்டு ரூபாய் கேட்டு வாங்கிப் போவான். அவ்வளவே. மற்றபடி தனக்குப் புதுவேட்டி, கைக்கடிகாரம் என்ற ஆசைகள்? ம்ஹூம்... ஒன்றுமில்லை.

எப்போது இந்த சேதுவை நினைத்தாலும் மனசு இளகிப் போய்விடும் திநுசில் இப்போதும் ஈரம் சுரக்க, இலைக்கட்டு

வேலையை முடித்துவிட்டு சட்னிக்குத் தேங்காய்களை உடைத்துத் துருவ உட்கார்ந்தவனை கிச்சாமி ஏறிட்டார்.

"ஏதாவது சாப்பிட்டியாடா?"

சேது உதட்டைப் பிதுக்கினான்.

"எங்கே... ஹூசேன் பெண்டாட்டிய ஆஸ்பத்திரில விட்டுட்டு அவா கடைக்குப் போயி விவரத்தச் சொல்லிட்டு வர்றதுக்குள்ளதான்..."

"சரி சரி... எழுந்துரு... மேடல வக்கீல் சம்சாரம் பால் வச்சிருக்கா... 'ஜாடில டிகாஷன் இருக்கு... வேணுங்கறபோது கலந்துக்கோங்கோ'னு சொல்லி இருக்கா.... அரை லோட்டா எடுத்து சூடு பண்ணி கலந்துக்கோ. அந்த வாழ இலைல ஒண்ண எடு... இந்தா, மைசூர்பாகு சரியா வந்திருக்கானு பாத்துட்டு, காபியக் குடி.... அப்புறமா சட்னிய அரைச்சுக்கலாம். இன்னும் அரைமணி நேரம் இருக்கு... அவசரம் இல்ல..."

அன்றைக்குத் திட்டமிட்ட விதத்தில் வக்கீலின் நண்பர்களுக்கு மணக்கமணக்க டியன் காபியைத் தந்து, வாக்குக் கொடுத்தபடி நான்கு போண்டா, இரண்டு மைசூர்பாகு துண்டங்களை ஓர் இலையில் வைத்து ஆறுமுகத்திடம் கொடுத்து, வக்கீல் சம்சாரம் தந்த போண்டா, மைசூர்பாகு, பணத்துடன் அவர்கள் இருவரும் வீட்டுக்குக் கிளம்பினபோது இரவு மணி எட்டை நெருங்கிக் கொண்டிருந்தது.

சந்து முனையில் திரும்பினவர்களின் தலையைக் கண்டுவிட்டு ஓட்டமாய் குமார் ஓடிவர, பட்சணங்களுக்காகத்தான் பேரன் வருகிறான் என்ற நினைப்புடன் கிச்சாமி பொட்டலத்தை அவனிடம் நீட்டியதும், அதை வாங்காமல் குமார், "பரண்லேந்து வெங்கலப்பானைய எடுக்கறப்போ, அது அம்மா தலைல விழுந்து ஒரே ரத்தம், தாத்தா... அம்மா மயக்கமா படுத்துண்டிருக்கா!" என்று கத்தலாகப் பேசியபோது, ஓடிவந்ததில் அவன் மூச்சு பெரும் இரைச்சலுடன் வெளிப்பட்டது.

✳ —————— ✳

அத்தியாயம் 2

நடு முதுகில் அரித்தது. கையை இரண்டாக மடித்தும் குறிப்பிட்ட இடம் எட்டாமல் போக, கிச்சாமி எழுந்து ஓட்டுக்கு அடியில் செருகியிருந்த விசிறியை எடுத்தார். கவிழ்த்துப் பிடித்துக்கொண்டு விசிறிக்காம்பு பால் சொறிந்தபோது, அம்மாடி என்றிருந்தது.

அரை நிமிஷம் கழித்து மீண்டும் பழைய இடத்திலேயே உட்கார்ந்து, கையிலிருந்த விசிறியால் விசிறிக்கொண்டார்.

கண்களைச் சுழற்றித் தெருவை வெறித்த வரைக்கும், சந்து போன்ற அந்தத் தெருவில், நெருப்புப் பெட்டிகளை அடுக்கின திணுசில் ஒன்றோடொன்று ஒட்டிக்கொண்டிருந்த வீடுகளில் இங்கும் அங்கும் அதிசயமாய்க் காணப்பட்ட நித்ய மல்லிகைப்பந்தல் துளி அசைவில்லாமல் 'கம்'மென்று இருந்ததிலிருந்து, காற்று என்கிற நாமதேயமே வட்டாரத்தில் இல்லாதது புரிந்தது.

மணி இரண்டாகப் போகிறது...

கடல் காற்று இன்னும் வர ஆரம்பிக்கவில்லை.

அது வீச ஆரம்பித்தாலாவது இத்தனை வெக்கை உறைக்காமல் இருக்கும்.

வெள்ளை வெயில் பார்வையைக் கூச வைக்க, கிச்சாமி கண்களை இடுக்கிக்கொண்டார்.

தூரத்தில் தபால்காரர் வருவது தெரிந்தது.

வீட்டுக்குக் குறைந்தபட்சம் நான்கு குடித்தனங்களாவது இருக்கும். இந்தச் சந்துக்குள் தபால்காரர் நுழைந்தார் என்றால்,

இரண்டு மணி நேரத்துக்கு மேலேயே ஆகும் பட்டுவாடாவை முடித்து தெருமுனையை அடைய...

பாவம்... இந்த வேகாத வெயிலில் தினமும் லோலோவென்று அலைய வேண்டும் என்பது இவர்களுடைய தலையெழுத்து.

பார்த்துக்கொண்டே இருக்கையில் பக்கத்து வீட்டுக் கம்பிக்கிராதி வழியாக ஒரு இன்லாண்ட் கவரை தபால்காரர் வீசிவிட்டுப் போக, தபால் யாரிடமிருந்து இருக்கும் என்று கிச்சாமி சில கணங்களுக்கு யோசனை செய்தார்.

அடுத்த வீட்டில், அந்தப் போர்ஷனில் அலமேலும்மா தன்னந்தனியாய் வாழ்ந்து வருகிறாள். வயசு அறுபத்து ஏழோ, எட்டோவாம். முன்பு ஒரு தரம் சொல்லியிருக்கிறாள்.

இந்த அலமேலும்மாவின் கதை மகா பரிதாபமானது. எட்டு வயசில் கல்யாணம்... புருஷன் என்றால் என்ன, தாம்பத்தியம் என்பதற்கு அர்த்தம் என்ன என்பதெல்லாம் புரிவதற்குமுன், பதினோராவது வயசில் தாலி கட்டினவன் வைசூரியோ, காலராவோ கண்டு இறந்துப்போக, விதவையானவள்.

புருஷனை இழந்து வீட்டோடு இருந்த காலத்தில், இவளைப் பெற்றவள் மேலும் நான்கு குழந்தைகளை விவஸ்தை இல்லாம் பெற்றுக்கொள்ள, அத்தனை பிரசவங்களுக்கும் இவள்தான் உதவி. தம்பி, தங்கைகளை மார்பில் போட்டுக்கொண்டு வளர்ப்பதில் தொடங்கி, சமய சந்தர்ப்பங்களில் பணம், நகை இத்தியாதிகளை அவர்களுக்கு மட்டுமல்லாமல், அவர்கள் குழந்தைகளுக்கும் கொடுத்து உதவி, மாடாய் உழைத்ததெல்லாம் விழலுக்கு இறைத்த நீராகி, சிறகு முளைத்ததும் பறந்துவிடும் பறவைகளைப்போல அவரவர் தம்தம் ஜோலியைப் பார்த்துக்கொண்டு தனித்து நகர்ந்துவிட, இன்று ஆள் தனி... ஒருவிதத்தில் அநாதை.

காட்ராக்ட் சதை வளர்ந்திருப்பதில் கண்பார்வை மந்தித்திருக்கிறது. கால் முட்டுகளுங்குள் நீர் கோர்த்துக்

கொள்வதில் சட்டென்று உட்கார முடிவதில்லை, எழுந்திருக்க முடிவதில்லை.

ஏதடா, அக்கா இத்தனை கஷ்டப்படுகிறாளே, அன்றைக்கு நம்மையும் நம் குழந்தைகளையும் அத்தனை அருமை பெருமையாய் வளர்த்தாளே, கூட வைத்துக்கொள்வோம்... 'தனியாகச் சிரமப்படாதேக்கா, என்னோடு வந்துவிடும்' என்று ஒரு வார்த்தை, ஒரே ஒரு வார்த்தை யாராவது சொன்னார்களா என்றால் ம்ஹூம். இல்லை.

டெல்லியில் இருக்கும் தம்பி, "இந்த ஊர் குளிர் உனக்கு ஒத்துக் கொள்ளாதுக்கா" என்கிறான். திருச்சியில் இருக்கும் தங்கை, "உன் மடி ஆசாரத்துக்கு என் இடம் தோதுபடாதுக்கா" என்றாள். உள்ளூரிலேயே இருக்கும் இன்னொரு தம்பியும், மருமகளும், கண்டாலே பிடித்துக்கொள்ளும் என்கிற பயத்துடன் எட்டிக்கூட பார்ப்பதில்லை...

ஆனால், அலமேலும்மா இதனால் அடிபட்டுப் போயிருக்கிறாளா என்றால், சத்தியமாக இல்லைதான்.

"என்னமோ பிறந்தோம், வளர்ந்தோம். இருக்கற வரைக்கும் நம்மளால முடிஞ்ச நல்லதைச் செஞ்சிட்டுப் போகணும்... நா இத்தனை பண்ணேனே, நீ பதிலுக்கு என்ன செஞ்சே, அதுவே, இதுவேனு வாதாடிண்டு இருந்தா, வாய்வலியும் மனசு வேதனையும்தான் மிஞ்சும்! 'உன்னால முடியறதச் செய்... அவன் பதிலுக்கு என்ன செய்வான்னு எதிர்பாத்துண்டு எதையும் செய்யாதே'னு பகவான் கீதைல சொல்லியிருக்கற மாதிரி நடந்துண்டுட்டா கஷ்ட, நஷ்டமேயில்ல! அவாளுக்குத் தெரிஞ்சது அவ்ளோதான்னு அத்தனையும் ஒதுக்கிடணும்... அப்பதான் இருக்கற வரைக்கும் நிம்மதியா இருக்க முடியும். போன ஜன்மத்துலதான் பாவம் பண்ணி அத்தனையும் இப்ப அனுபவிக்கறேன். இனி போற எடத்துக்கும் அடுத்த ஜன்மத்துக்கும் புண்ணியம் தேடிக்கணும்னா, பேயா அலையற புத்திய ஒழுங்கா வச்சாதானே நடக்கும்? என்ன நான் சொல்றது?"

அலமேலும்மாவிடம் ஒரு தரம் பேசினால் எவருக்கும் மனசு தெளிந்துதான் போகும்! அத்தனை வேகம், யதார்த்தம் இருக்கும் அந்தப் பேச்சில்!

கூடப்பிறந்த அத்தனையும் 'அம்போ' என்று விட்டுவிட்டால், தங்கும் நிழலுக்கும் ஒருவேளை சோத்துக்கும் பெண் மற்றவரை அண்டி யாசிக்கும் நிலை வரலாம் என்று ஊகிக்க முடிந்தவராய், அலமேலுவைப் பெற்றவர் அந்த வீட்டை மகள்மேல் வைத்துவிட்டு செத்தாரோ, இன்று கொஞ்சமாவது இவள் கௌரவமாய் வாழ்ந்து வருகிறாளோ!

வீடு என்றால் திண்ணையும், தாழ்வாரமும், ரேழியும், கூடங்களும் கொண்ட கட்டடம் இல்லை. உள்ளங்கை சைசில் ஒரு சின்ன வீடுதான்....

ஆனாலும் வாசற் அறை, அதை ஒட்டிய குட்டி சமையற்கட்டை தனக்கென வைத்துக்கொண்டு, எதிர் போர்ஷனை இரண்டாகப் பிரித்து அறுபதுக்கு ஒன்றையும் எண்பதுக்கு மற்றதையும் வாடகைக்கு விட்டிருப்பதில், ஓரளவுக்கு அலமேலும்மாவால் தாக்குப்பிடிக்க முடிகிறது.

அலமேலும்மாவின் தேவைகளும் ரொம்பக் கொஞ்சமே.... காலையில் காபி, ஒரு வேளை அரை வயிறுக்குச் சாப்பாடு; வருஷத்துக்கு இரண்டு புடவை ரவிக்கைகள்; வெள்ளி, இதர நாள் கிழமைகளில் கோயில் உண்டியலில் போட பத்து காசு... இவ்வளவே.

காலையில் எழுந்து குளித்து, வேலைகளைக் கவனித்து, அடுத்த எதிர்வீட்டில் ஏதாவது உதவி பண்ண வேணுமானால் செய்து, ராமகிருஷ்ண மடத்துக்குப் போனால், பல நாள்கள் இரவு எட்டு மணிக்குத்தான் திரும்ப வீட்டுக்குள் காலடி வைப்பாள்.

"அங்கே போய் உக்காந்துண்டு, அவா பேச்சையும், பஜனையும், செய்யற பூஜையையும் பார்த்துண்டே இருந்தா, பரமானந்தமா இருக்கு!"

இப்போது உள்ளே அலமேலும்மா இருக்கிறாளா, இல்லை, அந்தப் பரமானந்தத்தைத் தேடிப் போயிருக்கிறாளா?

அலமேலும்மாவுக்கு எழுதப் படிக்கத் தெரியாது. எந்த ஒரு விஷயம் என்றாலும் குடித்தனக்காரர்களை விட்டால், கிச்சாமியைத் தேடிக்கொண்டு வந்து, "என்ன விஷயம்னு படிச்சுச் சொல்லுங்கோ மாமா..." என்று கேட்பதுதான் வழக்கம்.

இன்றைக்கு யாரிடமிருந்து தபால் வந்திருக்கிறது?

ஆர்வத்தைக் கட்டுப்படுத்த இயலாமல் படி இறங்கி, அடுத்த வீட்டை ஏறிட்டபோது, சின்னதாக பூட்டு பார்வையில் விழுந்தது...

ஏமாற்றத்தோடு கிச்சாமி மீண்டும் திண்ணையில் வந்து அமர்ந்துக்கொண்டார்.

மேற்குப் பார்த்த வீடென்பதால், முகத்தில் சுள்ளென்று வெயில் அடித்தது.

எதிர்ச்சாரி பம்ப்படியில் குட்டையாய் தேங்கி இருந்த ஜலத்திலிருந்து பறந்து வந்து உட்கார்ந்த காகம், இப்படியும் அப்படியும் ஒண்ணரைக் கண் பார்வை பார்த்த பின்னர், ஜலத்துள் அலகை விட்டு நீரைக் குடித்துவிட்டு கட்டைத் தொண்டையில் க்கா...ஆ... என்று கத்தியது...

கிச்சாமிக்கும் தாகமாய் இருந்தது.

சுடச்சுட அரை லோட்டா காபி குடித்தால் நன்றாக இருக்கும் என்று தோன்றியது.

கரண்டியைக் கையில் பிடித்து நாலு வீட்டுக்குச் சமைக்கப் போகத் தொடங்கினதுமே உண்டானது, இந்த வேளை கெட்ட வேளையில் காபி குடிக்கும் பழக்கம்...

இலை போட்டுக் கம்பீரமாய் சாப்பிடக்கூட வேண்டாம். அவ்வப்போது அரை லோட்டா காபி ஆவி பறக்க இருந்துவிட்டால் போதும்.

மற்றபடி மூக்குப்பொடி, புகையிலையோடு வெற்றிலையைக் குதப்புவது என்று சாதாரணமாய் எல்லா பரிசாரகர்களிடமும் காணப்படும் எந்தக் கெட்டபழக்கமும் இவரிடம் கிடையாது.

விசாலம் இருந்தவரைக்கும் இந்த ஒரு பழக்கத்துக்கே மாய்ந்துதான் போவாள்.

"என்னன்னா, இப்படி காபிய... காபியக் குடிச்சு வயத்த ரொப்பிக்கறேள்! பித்தத்த கிளப்பி விட்டுடாதோ....?" என்பாள்.

"அடுப்படிச் சூட்டுல வேகறது போறாதா! வயத்தையும் காயப் போடணுமா? என்ன தலையெழுத்துன்னா இது!" என்பாள்.

"வேணாம்னா... நா சொல்றதக் கேளுங்கோ... தயிருஞ்சாதமா, குழையப் பிசைஞ்சு தரேன். வத்தக் குழம்பு தொட்டுண்டு ஒரு வாய் சாப்பிடுங்கோ..." என்பாள்.

இத்தனைக்கும் மசியாமல் அவர் 'காபி' என்றால், பால் வீட்டில் இருக்கிறதோ இல்லையோ, அடுத்த வீட்டுக்காவது ஓடி, அரை லோட்டா கடன் வாங்கி வந்து, கொதிக்கக் கலந்து வந்து பரிவுடன் நீட்டுவாள்.

அதுதான் விசாலம்...

புருஷன் மனமறிந்து, அவனை ராஜா மாதிரி, தாங்கி நடத்துவதில் விசாலம் ராஜாத்தி.

கரண்டி உத்தியோகமோ, அடுப்படி வேலையோ, அதைப்பற்றிக் கிஞ்சித்தும் மட்டமாக நினைக்காததுடன், அன்றாடம் அவர் வேலை முடிந்து வரும் வரையில் கண்விழித்துக் காத்திருந்து, படி ஏறினதும், கால் அலம்ப ஜலம் எடுத்துக் கொடுத்து, "என்னன்னா சாப்பிடறேள்?" என்று அக்கறையுடன் கேட்டு, "வேணாம் விசாலம்..." என்பதை காதில் வாங்காமல், கெஞ்சி சாப்பிட வைத்து...

இது மட்டுமா?

"அடுப்படிச் சூட்டுல கண் பொங்கிப் போயிடுத்தேன்னா!"

"பனி கொட்டறது... நீங்க என்னடான்னா நிலா காயற மாதிரி நடுராத்திரிலே எழுந்து ஓடறேள்... உடம்பப் பாருங்கோ வறவறனு..."

"கால் பூரா பித்த வெடிப்பா இருக்கே... கொஞ்சம் கவனிச்சுக்கப்படாதான்னா?"

புலம்பலோடு நிற்க மாட்டாள்.

சனிக்கிழமையில், கரண்டியில் துளி இஞ்சி, வெற்றிலை போட்டு நல்லெண்ணெயை காய்ச்சித் தேய்த்துக் கொள்ளச் சொல்லுவாள்.

விளக்கெண்ணெய் வாங்கி வந்து உள்ளங்கையில் சூடு பறக்கத் தேய்த்துவிடுவாள்.

இன்னும்... இன்னும்...

என்னமோ புருஷன் அரசாங்க உத்தியோகம் பார்த்துவிட்டு வருகிற மாதிரி எல்லாம் தடபுடல்தான் படும்.

பணம் காசுக்கு என்றைக்குமே பஞ்சம்தான். ஆனால், விசாலம் இருந்தவரைக்கும் இந்தக் கவனிப்புக்கும், பரிவான உபசரணைக்கும் குறைச்சல் ஏது?

மனைவியையும், அவள் அன்பையும் நினைத்த மாத்திரத்தில், கிச்சாமியினுள்ளிருந்து நீளமாய் ஒரு பெருமூச்சு வெளிப்பட்டது.

எல்லாம் இப்போது பழங்கதையாகிவிட்டது...

ஒரு வாய் காபி வேண்டுமென்றாலும் மேலும் கீழும் பார்க்க வேண்டியிருக்கிறது...

அட, ஊருக்கெல்லாம் சமைத்துப் போடுகிறவனாயிற்றே, தன் வீட்டில், தானே உள்ளே சென்று வேண்டியதைச் செய்துக்கொள்ளத் தடை என்ன என்றால்... அப்படி ஓர் இயலாமை.

இதுவும் விசாலத்தினால் வந்த பழக்கம்தான்.

"என்னது! சமையல்ல எனக்குக் கூடமாட ஒத்தாசை பண்ணப் போறேளா? நன்னாயிருக்கு... கேக்கறவா சிரிப்பா! போங்கோ அந்தண்ட..."

"என்ன பண்றேள் உள்ளே? காபி வேணும்ன்னா என்னக் கேக்கக்கூடாதா? தடிமாடு மாதிரி நா ஒருத்தி இருக்கறச்சே, நீங்க உள்ள வரணுமா? போங்கோ அந்தண்ட..."

"என்னது... என்னது? எனக்கு உடம்பு முடியலேனு நீங்க சமைக்க வந்தேளா நன்னா வந்தேள்! அதான் அன்னாடம் அடுப்படிலே யார் யார் வீட்டுலேயோ மன்னாடறேளே, போறாதா? நம்மாத்திலேயும் லோல்படணுமா? எதுக்கு? இதக் கேட்டுக்கோங்கோன்னா, என் உடம்புல மூச்சு இருக்கற வரைக்கும் நான்தான் இந்தாத்துச் சமையக்காரி... நீங்க எஜமானர். உக்காந்து அதிகாரம் பண்ணிண்டு சாப்பிடுங்கோ... போறும்! இப்போ அந்தாண்ட போங்கோ..."

கடைசிவரையில் விசாலம் ஆசைப்பட்ட விதத்தில், அப்படித்தானே நடந்தது?

கூழ், கஞ்சி, ரசம் சாதம் ஏதோ ஒன்று, எதுவானாலும் ஐம்மென்று தோளில் துண்டைப் போட்டுக்கொண்டு இவர் உட்கார, அவள் தயாரித்துப் பரிமாறினதுதானே நடந்தது?

புற்றுநோய் வந்து வலிதாளாமல் புரண்ட நாழிகையில்கூட காமுவை அழைத்து, "அப்பா வந்துட்டாரானு பாரு... யாரும் கவனிக்கலேன்னா, தேமேனு இருந்துடுவார். உழைக்கற சரீரம்... பார்த்துக் குழைசலா அடிசாதமா போடு..." என்று ஏவி, இருந்த இடத்திலிருந்தே மரியாதை கொடுத்து, மற்றவர்களையும் தர வைத்து...

விசாலம்... அடியம்மா விசாலம், அப்படிக் கண்ணுக்குள் வைத்துப் பார்த்துக் கொண்டவனைத் தனியாய் விட்டுவிட்டுப் போக உனக்கு எப்படி மனசு வந்தது?

மகன்களும், மருமகள்களும் பார்த்துக் கொள்வார்கள் என்று நம்பிக்கையா?

சும்மா சொல்லக்கூடாது. விசாலம் போய்விட்ட இந்த ஐந்து வருஷங்களாய் மூத்த மாட்டுப் பெண் காமு இவரை, பெற்ற தகப்பனைப்போல பரிவுடன் கவனித்துக் கொண்டது நிஜம்தானே?

இருக்கிறதோ, இல்லையோ, இன்றுவரை மாமனாரிடம் எந்தக் கோபதாபத்தையும் காமு காட்டிக்கொண்டது இல்லைதான்.

மாமியாருக்குக் கொடுத்த வாக்குத் தப்பாமல், ராத்திரி எந்நேரமானாலும் எழுந்து வந்து கதவைத் திறந்த கையோடு, "சாப்பிட வாங்கோப்பா." என்று அழைக்கத் தப்பினது இல்லை. "அம்மா இருக்கறப்போ விடாம எண்ண தேச்சிப்பேள்... இப்ப வாண்டாம்னா எப்படி?" என்று கதவோரமாய் நின்று சனிக்கிழமை தவறாமல் தலைக்குக் குளிக்க வைத்ததும் உண்டுதான்.

இரண்டாவது மருமகள் மைதிலி அளவுக்கு காமு கெட்டிக்காரி, புத்திசாலி இல்லை என்றாலும், குணத்தில், பொறுமையில் உசத்திதான்...

அவள் படுத்த படுக்கையாகும்வரை, வீட்டுக்கு வந்தால் விசாலம் இல்லை என்கிற குறை ரொம்பவும் தாக்காமல் இருந்ததுபோல, இப்போது இந்தச் சில மாசங்களாக இல்லை...

காமுவின் உடல்நிலையைப் பற்றி நினைத்ததும், கிச்சாமியின் கவனம் சுயபச்சாதாபத்திலிருந்து அவளிடம் முழுமையாகத் தாவியது.

வக்கீலாத்தில் டிபன் காரியத்தை முடித்துவிட்டு, வீட்டை நோக்கி வந்த நாழிகையில், விதி இப்படி ஒரு திருப்பத்தை வைத்துக்கொண்டு காத்திருக்கிறது என்று புரியவில்லையே!

பேரன் குமார் ஓடிவந்து, "பரண்லேந்து வெங்கலப்பானையை எடுக்கறப்போ, அது அம்மா தலைல விழுந்து ஒரே ரத்தம், தாத்தா... அம்மா மயக்கமா படுத்துண்டிருக்கா!" என்றபோதுகூட அத்தனை படபடப்பு கிச்சாமிக்குள் தோன்றவில்லை...

ஏதோ சின்னதாய் அடிபட்டிருக்கும், கொஞ்சமாய் ரத்தம் கசிந்திருக்கும், அசதியாய் காமு கண்மூடிப் படுத்திருப்பதைப் பார்த்து குழந்தை பயந்து ஒன்றைப் பத்தாக்கி பதறுகிறான் என்றே எண்ணி வீட்டுக்குள் காலடி வைத்தால், காமு படுத்திருந்த கோலம் தூக்கிவாரித்தான் போட வைத்தது.

நெற்றியில் பட்டையாய் வேட்டித்துணிக் கிழிசல் கட்டு... கன்னம் வரைக்கும் வழிந்து உலர்ந்துவிட்ட ரத்தம்... முகத்தில் சாம்பல் பூத்த வெளுப்பு... தூக்கமாக இல்லாமல் கண்களில் ஒரு செருகல்...

அவசரமாய் நாலடி எடுத்து வைத்து மருமகளிடம் குனிந்து, "அம்மாடி... அம்மாடி..." என்று அழைத்ததற்கு, 'ம்' என்று பதில் முனகல்கூட இல்லை.

அருகில் கண்கள் கலங்க குமார், அவனுக்கும் பக்கத்தில் சுந்தரி என்கிற திரிபுரசுந்தரி, அவனின் தங்கை பேந்தப்பேந்த விழித்துக்கொண்டு...

"எப்படா, அம்மாவுக்கு அடிபட்டுது?"

"ஏழுமணி இருக்கும், தாத்தா..."

"டாக்டரண்ட கூட்டிண்டு போகலியா?"

"ம்ஹூம்..."

"ஏண்டா?"

பதில் கூறத் தெரியாமல் பேரன் திருதிருக்க, கிச்சாமி குரலை உயர்த்திக் கத்தினார்.

"எல்லாரும் எங்கடா போய்த் தொலைஞ்சா?"

"சித்தப்பா ஆபீஸ்லேந்து வந்ததும், சித்தி அவரக் கூட்டிண்டு எங்கேயோ போயிட்டா... அப்பா இன்னும் வரலை.... சின்னப்பாப்பாவும் மங்களமும் கோடியாத்துல ஒளியும் ஒலியும் பார்க்கப் போயிட்டா..."

உதடு கோண இப்போது குமார் விசும்ப முற்பட, அம்மாவுக்கு என்னவோ ஏதோ என்று பயந்திருக்கும் குழந்தையிடம் தானும் கோபத்தைக் காட்டுவது அர்த்தமில்லாதது என்று புரிய, கிச்சாமி கஷ்டப்பட்டுத் தன்னை அடக்கிக்கொண்டார்.

விசும்பிய பேரனை இழுத்து அணைத்தார்.

"அம்மாவுக்கு ஒண்ணுமில்லேடா.. வலி இருக்கறதால கண்ண மூடிண்டு படுத்துண்டிருக்கா.... இந்தா, இத வாங்கிக்கோ... சுந்தரியக் கூட்டிண்டு அப்படிப் போய் உக்காந்து சாப்பிடு..."

பேசியவர் சேதுவை ஏறிட்டார்.

"மரமாட்டம் நிக்காம ஓடுடா மளமளன்னு... டாக்டர் ரகுநாதன் இருந்தார்னா, சேதி இப்படினு சொல்லி, கூட்டிண்டு வா... ஓடு..."

சேது ஓட்டமாய் ஓட, கிச்சாமி அடுத்த போர்ஷனுக்குச் சென்று, "மாமி..." என்று குரல் கொடுத்தார்.

ம்ஹூம்... பதில்... இல்லை...

பின் போர்ஷனில், எதிர் போர்ஷனில்... ம்ஹூம்.

பாழாய்ப் போன 'ஒளியும் ஒலியும்.'

டி.வி-யில் இதுவோ, சினிமாவோ காட்ட வேண்டியதுதான், எந்த வீட்டிலும் ஒருத்தரும் தங்க மாட்டார்களே!

அடக்கியிருந்த எரிச்சல் தலைதூக்க, கால்களை அகல்அகலமாய் வைத்து பக்கத்து வீட்டுக்கு வந்தார்.

"அலமேலும்மா..."

"ஆரு?"

"நான்தான்....கிச்சாமி... ஒரு நிமிஷம் எங்காத்துக்கு வந்துட்டுப் போனாத் தேவலை..."

அவர் முகமும் பேசிய தோரணையும் மாமிக்கு எதையோ புரிய வைத்திருக்க வேண்டும். கைக்காரியத்தை அப்படியே

விட்டுவிட்டு வந்தார். வந்தவர் காமுவின் நிலையைப் பார்த்து அரண்டுதான் போனார்.

"என்னது இது அக்ரமம்! ஏன்னு கேக்க நாதியில்லாம, என்ன கஷ்டகாலம் இது! எத்தனை நாழியா இப்படிக் கண் திறக்காம கிடக்கா? என்னண்ட ஒரு வார்த்த யாரும் சொல்லலியே!"

"குழந்தைகளுக்கு என்ன தெரியும், அலமேலும்மா? முடியாம படுத்துண்டிருக்கானு நெனச்சுடுத்துகள்..."

வெந்நீர் போட்டு காய்ந்த ரத்தத்தை அலமேலும்மா துடைத்துக் கொண்டிருக்கும்போது டாக்டரோடு சேது வந்திருந்தான்.

பரிசோதித்த டாக்டர் தோளைக் குலுக்கினார்.

"இது ஆத்துல கவனிக்கற கேஸ் இல்ல கிச்சாமி.. தையல் போடணும்... எதனால மயக்கம்னு பார்க்கணும். உடனடியாக ராயப்பேட்டை ஆஸ்பத்திரிக்கு எடுத்துண்டு போங்கோ..."

போனார்கள். எமர்ஜென்ஸியில் சேர்த்து, பதினான்கு தையல் போட்டு, ஒரு பாட்டில் ரத்தம் ஏற்றி...

விடியயவிடிய அங்கேயே கிச்சாமி, சேது, அலமேலும்மா உட்கார்ந்த நாழிகையில், கடன் எழவே... என்கிற மாதிரி சின்னவன் வெங்கிட்டு வந்து பத்து நிமிஷம் நின்றுவிட்டுப் போனான் என்றால், தாலி கட்டின ராஜாமணி யாருக்கோ, என்னவோ என்கிற மாதிரி விட்டேத்தியாக வந்து எட்டிப் பார்த்துவிட்டு, எல்லாம் கார்த்தால சரியாயிடும்... எல்லாருமா இங்க உக்காந்துண்டு கூட்டம் போட வேண்டாம். எனக்கு நாளைக்கு கம்பெனில முக்கியமான வேலை இருக்கும். கண் முழிச்சா, நேரத்தோட போக முடியாது. அதனால நா ஆத்துக்குப் போறேன்..." என்றானே, இதை யாரிடம் சொல்லி முட்டிக்கொள்வது?

ராஜாமணியின் இந்த நடத்தை கிச்சாமிக்கு ஒன்றும் புதுசு இல்லை.

தான் ஹோட்டலுக்குப் போக வேண்டும். தான் வெள்ளை சொள்ளையாக உடுத்த வேண்டும். தன் இஷ்டத்துக்கு க்ளப்பில்

சீட்டாட வேண்டும். இதெல்லாம் இத்தனை வருஷங்களாகவே பார்க்கும் சமாச்சாரங்கள்தானே!

எங்கேயிருந்து வந்தது இத்தனை சுயநலம்? யாரைக் கொண்டிருக்கிறான் இந்த 'தான் தன் சுகம் பிரதானம்' குணத்துக்கு?

வெங்கிட்டு இத்தனை மோசம் இல்லை. அவனுக்கு மனிதர்கள் வேண்டும். ஆனால் அவனுக்கு வாய்த்திருக்கும் மனைவி, நாலு ராஜாமணிகளைத் தன் கடைவாய்ப் பல்லில் அடக்கிக் கொள்வாள் சுயநலத்தில்!

ஹூம்...

எல்லாம் பிராரப்த தோஷம்... அனுபவிக்க வேண்டியிருக்கிறது...

யாரைக் குத்தம் சொல்ல?

நல்லவேளையாய் மறுநாள் காழு கண்களைத் திறந்து, நான்காம் நாள் வீட்டுக்கு வந்துவிட்டாலும், தொட்டுத்தொட்டு என்னென்னவோ அவளை சாதாரணமாக இருக்கவிடாமல் படுத்தியெடுத்ததில், ஆள் பாதியாகிவிட்டாள்; சுத்தமாய் உடலில் தெம்பே இல்லை.

துசுக்கென்றால் ஜுரம், தலைவலி, மயக்கம், வாந்தி... எனக்கு முடியலை, தாங்கலை, புலம்பல்.

இப்படியே ஒரு மாசம்போல இருந்தது. அடுத்து வந்த மாசத்தில் இன்னும் மோசமானது...

"கைகால் குடைகிறது" என்றவள், தொடர்ந்து... "காலை அசைக்க முடியலை. கையைத் தூக்க முடியலை..." என்றாள்.

நான்கு வாரமாக ஆந்திர மாநிலத்துக்கு டூர் போயிருந்த கடைசி பிள்ளை நாணா, மெடிக்கல் ரெப்ரசென்டேடிவ்வாக வேலை பார்ப்பவன், ஊர் திரும்பியதும், "இது உடனே கவனிக்கப்பட வேண்டிய வியாதி" என்று மற்றவர்களிடம் வாதாடி, மீண்டும் அவளை ஜெனரல் ஆஸ்பத்திரியில் சேர்க்க வைத்தான். லீவு போட்டுவிட்டு தன்னால் முடிந்தவரைக்கும் கவனித்துக்கொண்டான்.

படிப்படியாய் ஆரோக்கியத்தில் முன்னேற்றம் கண்டது ஒரு பக்கம் என்றால்,

அலைச்சல், செலவு அதிகம் என்று வெங்கிட்டுவோடு சேர்ந்து கொண்டு ராஜாமணி பொறுப்பில்லாமல் முணுமுணுத்ததும், வீட்டு வேலைகளைச் செய்ய வணங்காமல் சதா பத்ரகாளியாக மாறி மைதிலி கத்தியதும் இன்னொரு பக்கம்...

மூன்று மாதங்கள் முழுசாய்த் தாண்டுவதற்குள், செலவையும் இவர்களையும் தாக்குப்பிடிக்க முடியாமல் விழி பிதுங்கிப் போனாலும், நாணா, சேதுவின் துணையோடு எதிர்ப்பை அடக்கிவிட்டு, கிச்சாமி மருமகளை ஒரு தினுசாகத் தேற்றிய பிறகே வீட்டுக்குக் கூட்டிவந்தார்.

ஆனாலும் தலைக்கு வந்தது தலைப்பாகையோடு போய்விட்டது என்று ஆறுதல் அடைய முடியாதபடி என்னென்னவோ இதரக் கோளாறுகள்.

மொத்தத்தில் இப்போது பழைய காமு, காமுவாக இல்லை.

சம்சாரத்தைத் தாங்கும் தூணாக வளைய வந்தவள், இப்போது பாதி நேரம் படுக்கைதான், முக்கல் முனகல்தான்.

மருமகளைப் பற்றிய கவலையில் காபி ஆசை சுத்தமாக மறந்துபோக, கிச்சாமி எழுந்தார்.

உள்ளறை வாசலுக்குச் சென்று எட்டிப் பார்த்தார்.

கையில் ஒரு சினிமாப் பத்திரிகையை வைத்துக் கவிழ்ந்துப் படுத்தபடி சின்னப்பாப்பா...

தவறிவிட்ட மூத்த மகள் சீதாலஷ்மியின் சீமந்த புத்ரி. வயசு ஆகிறது குதிராட்டம் பதினான்கு. ஆனால், அதற்கேற்ற பொறுப்பு துளி இல்லை... ஆசையைச் சொல், நிறைய இருக்கிறது வண்டி வண்டியாய்...

எட்டாவது வரை படித்ததே உன்பாடு என்பாடு என்றுதான். படிக்கச் சோம்பியவளுக்குத் தோதாய், காமு படுத்ததும்,

மைதிலி மன்னி ஒண்டியாய் கஷ்டப்படுவதும் சாக்காகிவிட, பள்ளிப்படிப்புக்கு முற்றுப்புள்ளி வைத்து மாதம் இரண்டாகிவிட்டது.

சரி, படிப்பு வேண்டாம்... கைக்காரியமாவது ஒழுங்காக இருக்கிறதா என்றால், அதுவும் இல்லை. வணங்காமுடித்தனத்தில் மைதிலிக்கு இவள் அக்கா...

ஏதாவது கண்டித்தால் கண்களிலிருந்து ஜலம் மளமளவென்று பெருகுவதற்கு மட்டும் குறைச்சல் இல்லை.

அப்புறம் கிச்சாமிக்கே பாவமாகிவிடும். தாயில்லாப் பெண், தகப்பனும் கண்டு கொள்வதில்லை, நம்மை விட்டால் இந்தக் குழந்தைக்கு யார் என்று... இந்தப் பரிவே அவளைக் கெடுக்கிறது என்பது நன்றாகவே புரிகிறது. ஆனாலும்?

"சின்னப்பாப்பா..."

"....."

"டீ... சின்னப்பாப்பா...!"

பத்திரிகையைத் தழைத்தவள் தாத்தாவை வெறித்தாள்..

"கூப்பிடறது காதுலே விழலியா?"

"விழறது. ஆனா 'சின்னப்பாப்பா'னு கூப்பிட்டா நான் ஏன்னு கேக்கமாட்டேன்னு தெரியுமோல்லியோ?"

கொஞ்சநாளாய் இது ஒரு கூத்து.

பத்மினி என்கிற பேரை வைத்துவிட்டு 'சின்னப்பாப்பா' என்பது அசிங்கமாக இருக்கிறதாம். 'பப்பி' என்று கூப்பிடு என்று பிடிவாதம்.

இத்தனை வருஷங்களுக்குப் பிறகு பப்பியும், குப்பியும் யாருக்கு வாயில் வருகிறது!

"சின்ன மன்னி எங்கடி..."

"வெளில போயிருக்கா."

"இந்த வெயில்லியா?"

"மன்னியோட அத்தை வந்திருந்தா... ரெண்டு பேருமா சேர்ந்து போயிருக்கா..."

ஆடி மாசம்... கல்யாண காரியம் ஏதும் இல்லை என்பதால் கையில் காசு கம்மி... வீட்டுச் செலவுக்குப் பணத்தேவை எழ, புரோக்கர் நடராஜனைப் பார்த்து அட்வான்ஸாக ஏதாவது வாங்கி வரலாம் என்று போயிருந்தபோது அத்தைக்காரி வந்தாளோ?

"ம்... காமு என்ன பண்றா?"

"என்ன பண்ணுவா, படுத்துண்டிருக்கா...!"

"கார்த்தால ஜூரமா இருக்குன்னாளே, இப்ப தேவலியா?"

"அப்படியேதான் இருக்காம்..."

நாணா ஊரில் இல்லை. இருந்தால் ஏதாவது மருந்து இலவசமாகக் கொடுப்பான்.

கிச்சாமி மடியில் சுருட்டி வைத்திருந்த ஐந்து ரூபாய்த் தாளை எடுத்து பேத்தியிடம் கொடுத்தார்.

"கடைக்குப் போயி, வழக்கமா ஜூரம்னா நாணா கொடுப்பானே, அந்த கொழா மாத்திரை, ரெண்டு வாங்கிண்டு வந்து மன்னிகிட்ட கொடுத்துப் போட்டுக்கச் சொல்லு..."

இஷ்டமில்லாமல் சின்னப்பாப்பா வெளியே போக, கண்மூடிப் படுத்திருந்த காமுவை ஒரு பார்வை பார்த்துவிட்டு கிச்சாமி மீண்டும் வாசலுக்கு வந்தார்.

நவக்கிரகங்களாக இருக்கும் இந்த வீட்டு மனுஷர்களின் வக்ரம் சரியாகுமா, கட்டுக்கடங்காமல் இருக்கும் செலவுகள் நிற்குமா, வீட்டின் கஷ்டங்களுக்குக் கொஞ்சமாவது விடிவு வருமா என்கிற கேள்விகள் மனசில் அலைபாய்ந்ததில், தூணில் சாய்ந்து கண்களை மூடிக்கொண்டார்.

கிச்சாமி ஆசைப்பட்ட விதத்தில் ஒரு மாற்றம். அடுத்த வாரமே காமுவுக்கு ஜூரம் ரொம்ப அதிகமாகி, கோமா வந்து,

அவள் 'போதும் சாமி இந்த பந்தம்' என்று உலக வாழ்க்கையை விட்டுப் போனபோது வரவே செய்தது. ஆனால், அது அவரது கஷ்டங்களுக்கு விடிவாகவா இருந்தது? இல்லையே!

அத்தியாயம் 3

"சேது... ஊ... ஊ...!"

"அடேய் சேதூ... ஊ...!"

வாசலுக்கு வந்து மூன்றாவது குரல் கொடுத்ததும், "வந்துட்டேன் அத்திம்பேர்" என்ற பதிலைத் தொடர்ந்து அரை நிமிஷத்தில் மூச்சிரைக்க சேது வந்து நின்றான்.

முகத்தில் கரி. தலைமுடி பூராவும் ஒட்டடை.

"எங்கடா போயிட்டு இப்படி அடுப்பங்கரைல புகுந்து புறப்பட்ட திருட்டுப் பூனையாட்டம் வந்து நிக்கற?"

அத்திம்பேர் கூறுவது புரியாமல் சேது 'அ?' என்றான்.

கண்களை உருட்டிக்கொண்டு, "புரியலையா? அசத்து... அசமஞ்சம்! சினிமாக்காராளைப் பத்தி பேசு, டக்குனு புத்தியில உறைக்கும். அதானே! என்னடா பண்ணிண்டு இருந்தே, மூஞ்சியும் மோகரையும் இப்படி இருக்கு?"

"எப்படி இருக்கு?"

"முகமெல்லாம் கரி... தலை மயிரெல்லாம் ஒட்டடை... எங்கடா தலைய விட்டே?"

சேது இரு கைகளாலும் முகத்தை அழுந்தத் துடைத்தான். கையில் கரி ஒட்டிக்கொண்டு வரவும், "அட ஆமா..." என்றபடி குனிந்து வேட்டியில் முகத்தைத் துடைத்தான்.

"அடேய்... நாசமாப் போறவனே, எதுக்குடா வெள்ளைத் துணியால் கரியத் துடைக்கறே? ஏற்கெனவே தினமும் அரைக்கட்டி சோப்பை துணி தோய்க்கறேன் பேர்வழினு

கரைக்கறது போராதா? நிமிருடா... என்ன பண்ணிண்டிருந்தே இத்தன நாழி? நா கத்தின கத்தலுக்கு அந்த 'சேதுகரை' ராமனே வந்திருப்பான்... தொண்டத் தண்ணி வத்திப் போச்சு!"

"பரணை ஒழிச்சுத் தரயாடானு நாலு நாள் முந்தியே அலமேலும்மா கேட்டாளா, அதான் ஏணியப் போட்டுண்டு மேலே ஏறி ஒழிச்சுண்டிருந்தேன்..."

கிச்சாமி கண்களை இடுக்கிக் கொண்டார்.

"இப்ப என்னத்துக்காகடா கனகாரியமா பரணை ஒழிக்கற?"

"உங்களுக்குத் தெரியாதா, அத்திம்பேர்? அலமேலும்மா சொல்லலியா? டெல்லி தம்பி ரெண்டு லெட்டர் போட்டுட்டாரே! 'உன்னோட பாய்லரை உபயோகப்படுத்தாம மேலே சும்மாதானே போட்டு வச்சிருக்கே... இங்க, குளிர் தாங்கல... செலவு மென்னியப் பிடிக்கறதுல ஊர்ப்பட்ட காசப் போட்டு புதுசா பாய்லர் வாங்கத் தோதுபடல... உன்னுதைக் கொடு, நா உபயோகிச்சுண்டிருக்கேன். திரும்ப உனக்கு எப்ப வேணுமேமோ, அப்ப திருப்பித் தந்துடறேன்'னு கேட்டிருக்காரே! 'எடுத்து தேச்சு வச்சா, பத்து நாள்ல அவன் வர்றப்போ கொடுக்கலாமேடா, சேது... சித்த வந்து எறக்கிக் குடுத்துட்டு, அப்படியே பரணையும் ஒழிச்சுக் குடுடா'னு கேட்டா..."

ஒரு மாதம் முன்பு அலமேலும்மாவுக்குத் தம்பியிடமிருந்து கடிதம் வந்தது கிச்சாமிக்குத் தெரியும்தான். அந்தக் கடிதத்தைப் படித்துக் காண்பித்ததே இவர் தான்...

இருக்கிறாயா, செத்தாயா என்று இரண்டு வருஷங்களுக்கும் மேலாய் நேரில் வந்தோ அல்லது ஒரு வரி கடிதம் போட்டோ, வினவ மனசில்லாதவன், திடுமென அக்காமேல் பாசம் பீரிட, நீளமாய், 'நீ சௌக்யமா, உன்னைப் பிரிந்து இருப்பது கஷ்டமாக இருக்கிறது. என்னோடு வா என்றாலும் கேட்க மாட்டேன் என்கிறாய்' என்றெல்லாம் சரடு விட்டுவிட்டு, கடைசி வரிகளில் 'வர வர எனக்கு உடம்பு ரொம்ப முடியவில்லை. மூட்டுக்

மூட்டு சதா வலி. இந்தப் பாழாய்ப் போன குளிர் ஒத்துக்கொள்ள மாட்டேன் என்கிறது. பச்சை ஜலத்தில் கையை வைத்தாலே தேள் கொட்டுகிற மாதிரி கொட்டுகிறது. ஒரு பாய்லர் இருந்தால் நன்றாக இருக்கும். ஆனால், அதற்குச் செலவழிக்கப் பணம் ஏது?' என்று எழுதியதுமே கிச்சாமிக்குப் புரிந்துப்போனது, இது சோழியன் குடுமி, சும்மா ஆடாது என்று...

அதற்குத் தகுந்த மாதிரி கடிதத்தை அவர் படித்து முடித்ததும் சில நிமிஷங்களுக்கு எதுவும் பேசாமல் வாய்மூடி அமர்ந்திருந்த அலமேலும்மா, "பாவம், குடும்பஸ்தன். அவன்தான் என்ன பண்ணுவான்? நாலு குழந்தைகள். அதுகளைப் படிக்க வைக்க, அதும் பாடுகளைக் கவனிக்கறதுக்குள்ளேயே முழி பிதுங்கித்தான் போறது... ஆனாலும் வடக்கே பிசாசுக் குளிர்தான். என் பாய்லர் சும்மாதானே கிடக்கு? அதை அவன்தான் எடுத்துண்டு போய் புழங்கிக்கட்டுமே.... என்ன மாமா? நாளைக்கு ஒரு தபால் வேணா எழுதிப் போட்டுடறேளா?" என, 'வேற வேலை இல்ல உங்களுக்கு சாமான் வேணும்ன்னா மட்டும் உங்க தம்பிக்கு அக்கா நினைப்பு வருமோ! என்று கோபமாகக் கேட்க எண்ணிய கிச்சாமி, சிரமப்பட்டுத் தன்னைக் கட்டுப்படுத்திக் கொண்டார். பின் நிதானமாகப் பேசினார்.

"சொல்றேன்னு தப்பா எடுத்துக்கக்கூடாது அலமேலும்மா... இருக்கறது எல்லாத்தையும்தான் வாரிக் கொடுத்துட்டேளே! பாக்கி இருக்கற ஒண்ணு ரெண்டையும் கேக்கறதுக்கு முன்னால தூக்கித் தந்துடணுமா? பணமோ, ரெண்டு சாமானோ கைவசம் இருக்கணும் அலமேலும்மா. அப்பதான் நாய்கூட நம்பளை மதிக்கும். என்ன நான் சொல்றது?"

"பாவம், குளிர்ல கஷ்டப்படறானேனுதான்..."

"பிள்ளை பாங்குல ஆபீஸரா இருக்கான்னு சொன்னேளே, அப்பாக்கு ஒரு பாய்லர் இல்லே இமர்ஷன் ஹீட்டர் வாங்கித் தர்றது கஷ்டமா?"

கிச்சாமி இப்படி இடக்காகக் கேட்டதும் அலமேலும்மா பதில் ஏதும் சொல்லவில்லை. அப்படியே நின்றுவிட்டு, "ரங்கம் மாமி,

'முறுக்குக்குப் போட்டிருக்கேன். கொஞ்சம் வந்து ஒத்தாசை பண்ண முடியுமா'னு கேட்டா – நா வரேன்…" என்றபடி நகர, விஷயம் அதோடு முடிந்தது. நல்ல வேளையாய் அலமேலும்மாவைச் சமாதானப்படுத்தி இப்போதைக்கு பாய்லரைக் காப்பாற்றி விட்டோம் என்று கிச்சாமி சந்தோஷப்பட்டார்.

ஆனால் விஷயம் அதோடு முடியவில்லையா? என்பதுபோல இரண்டாவது கடிதம் எப்போது வந்தது?

'உன் பாய்லரை எனக்கு அனுப்பு' என்று வெட்டு ஒன்று, துண்டு இரண்டு என்று எப்போது அவன் எழுதினான்?

நான் அந்தக் கடிதத்தைப் படித்துச் சொல்லவில்லையே!

அப்புறம்?

கிச்சாமி குரலைத் தழைத்துக் கொண்டார்.

"ரெண்டு கடிதாசு போட்டான்னு சொன்னியே, சேது… ரெண்டாவது எப்ப வந்தது?"

"நாலு நாள் மிந்தி, அத்திம்பேர். அலமேலும்மாக்கு நான்தான் படிச்சே சொன்னேன்…"

"என்னனு எழுதியிருந்தான்?"

"அதான் சொன்னேனே.. அவருக்கு உடம்பு ரொம்ப படுத்தறதாம். ரெண்டு பக்கம் பூரா அவர் அவஸ்தைப்படறதையும் டாக்டருக்கு எத்தனை செலவழிச்சார்ங்கறதையும் எழுதிட்டு, 'உன் பாய்லர் சும்மாதானே இருக்கு. எனக்குக் குடு. உனக்கு வேணுங்கறப்போ திருப்பிக் குடுக்கறேன்'னு கெஞ்சி எழுதியிருந்தார். படிக்கறப்போ எனக்கே பாவமா இருந்தது, அத்திம்பேர்… ஆனாலும் டெல்லிப் பக்கம் குளிர் ஜாஸ்திதான் இல்லையா?"

அலமேலும்மாவுக்கு ஏத்த ஜோடிதான் இந்த சேதுவும். யார் நடிக்கிறார்கள், யார் மாய்மாலம் பண்ணுகிறார்கள், யார் காரியவாதிகள் என்று ஒரு மண்ணாங்கட்டியும் புரியாது.

'அக்கா' என்று ஒரு வார்த்தை எழுதினால் உருகிப்போய் 'ஆஹா! என் தம்பி' என்று, இருக்கிறதோ இல்லையோ நான்தான் கர்ணன் என்று தூக்கித் தந்துவிட வேண்டுமோ?

அந்த பாய்லரை கிச்சாமி பார்த்திருக்கிறார். அந்தக் கால சாமான், சுத்தத் தாமிரம். கல் மாதிரி 'ணங்'கென்று இருக்கும். இடுப்பளவு உயரம். அந்த மாதிரி இப்போது ஒன்று வாங்க வேண்டுமென்றால் தழைகீழாக நின்றாலும் முடியாது.

வயிறாற ஒரு வேளை சாப்பிடக் கூடப் பணம் இல்லாமல் கஷ்டப்படும் அலமேலும்மா திடுமென மண்டையைப் போட்டால், இந்த பாய்லர் தனக்குக் கிடைக்கும் என்ற நப்பாசையிலாவது கொள்ளி போடவும் பத்து நாள் காரியங்களைக் கவனிக்கவும் நாக்கை வழித்துக்கொண்டு அந்தப் பஞ்சு, மூத்த தம்பியாண்டான், வரமாட்டானா! வீட்டுக்கு வேணுமானால் கூடப்பிறந்த மற்றவர்களும் பாத்தியதை கொண்டாடலாம். ஆனால் பாய்லருக்குமா?

நாளைக்கு ஊர் ஒன்று சொல்ல இடமில்லாமல், நல்லவிதமாய் மணக்க தான் போவது முக்கியம் என்றால், கையில் சில்லறை இருப்பது அவசியம் என்று ஏன் அலமேலும்மாவுக்குப் புரியமாட்டேன் என்கிறது?

எடுத்துக்கொண்டு போய்விட்டு, வேணும் என்கிறபோது திருப்பித் தரப் போகிரானாம்...

அதுசரி... யானை வாயில் போன கரும்பு மீண்டு வரும் என்றால் இதுவும் திரும்பி வரும்... நம்பலாம்.

பக்கத்து வீட்டுக்குப் போய், 'மூளையில்லாமல் ஏன் நடந்து கொள்கிறீர்கள், அலமேலும்மா. பஞ்சு உங்களை ஒரு பொருட்டாக என்றைக்காவது மதித்திருக்கிறானா? வெட்கம் மானம் இல்லாமல் இந்த வயசிலும் இதைக் கொண்டா, அதைக் கொண்டா என்று அவன்தான் அலைகிறான் என்றால், அந்தப் பொய் அன்பில் நீங்களும் மயங்குகிறீர்களே?' என்று உரிமையோடு கேட்க எண்ணி இரண்டடிகளை வைத்தவர், நின்றார்.

முன்பே ஒரிரு முறை இது பற்றிப் பேச்சு வந்தபோது, "அவன்தான் புத்தி கெட்டு நடக்கறான்னா, நாம்பளுமா அப்படியே இருக்கணுமா மாமா? நமக்குச் சரின்னு தோண்றதை நாம பண்ணிண்டுதான் இருக்கணும். அவன் பதிலுக்கு அன்பா இருக்கானா, நா வாங்கிக் கொடுத்ததுக்குப் பதிலுக்கு, அதே மாதிரி தரானான்னு எல்லாம் பாத்துண்டிருந்தா அது உறவும் இல்லை, அதுலே அன்பும் இல்லே... வியாபாரம்தான்!" என்று சொன்னதும், காமு உடம்புக்கு முடியாமல் படுத்திருந்த நாள்களில் பிள்ளை ராஜாமணியே, "எதுக்காகப்பா பணத்தைத் தாம் தூம்னு செலவழிச்சு வேண்டாத வைத்தியம் எல்லாம் பண்ணறேள்! இங்க என்ன கொட்டியா வச்சிருக்கு?" என்று சிடுசிடுத்ததையும் மீறிக்கொண்டு, இங்கே அங்கே கடனை வாங்கி மருமகளின் வைத்தியத்துக்குச் செலவழித்த நாள்களில்...

"நீங்க செய்யறதுதான் சரி மாமா... பந்தம், பாசம்னு வர்றப்போ கௌரவமும் கணக்கும் பாத்தா சரிப்பட்டு வராது... ஈவு, இரக்கம் இல்லாம மனுஷன் வாழ ஆரம்பிச்சுட்டா, அப்புறம் இந்த மனுஷப் பிறவி அர்த்தமில்லாமப் போயிடும்!" என்றதும் நினைப்பில் எட்டிப் பார்த்தன.

ஆயிரம் இருந்தாலும் பஞ்சு, அலமேலும்மாவின் தம்பி. இருவர் உடம்பிலும் ஒரே ரத்தம் ஓடுகிறது. அப்படியிருக்க, அவன்தான் துடைத்துப் போட்டு விட்டான் என்றால் அலமேலும்மாவுக்கும் பந்தபாசம் இல்லாமல் போய்விடுமா?

நான் நல்ல மனுஷியாக இருக்க விரும்பறேன் என்பவளை, வேண்டாமென்று எப்படித் தடுப்பது?

தவிர, அலமேலும்மாவும் கொடுக்கப் பிறந்தவள்தான். பதிலுக்கு அவன் என்ன செய்வான் என்று மோட்டுவளையைப் பார்க்க நின்றவள் இல்லை, இனியும் நிற்கவும் மாட்டாள்.

தெருவில் உள்ளவர்களுக்கும் மடத்தில் சந்திக்கும் ஊர் பேர் தெரியாத நபர்களுக்கும்கூட சரீரத்தாலோ, மற்ற எந்த விதத்திலோ உதவ அசராத அலமேலும்மாவிடமிருந்து வேற எந்தவிதமான செய்கையையும் எதிர்பார்ப்பது அசட்டுத்தனம் இல்லையோ?

'ஐயோ, அலமேலும்மா யாரும் இல்லாமல் தவிக்கிறாரே, ஆளாக்கிவிட்ட அத்தனை பேரும் திரும்பிக்கூடப் பார்க்காமல் இருப்பது போதாது என்று, சமயம் கிடைத்தபோதெல்லாம் லவட்டிக்கொள்ளத் தயங்குவதில்லையே இது அநியாயம் அல்லவா!' என்று சுறுசுறுத்த தார்மிகக் கோபம், யோசனை பண்ணிய பிறகு அடங்கிப்போக, கிச்சாமி தலையிலிருந்த ஒட்டடைகளை எடுத்தவாறு எதிரில் நின்றுகொண்டிருந்த சேதுவை ஏறிட்டார்.

"சரி, சரி... மசமசனு நிக்காம, போய் பண்ணிண்டிருந்த காரியத்தை முடிச்சுட்டு வா... பரணை ஒழிச்சுப் பெருக்கிட்டு, அப்படியே பாய்லரைப் புளிபோட்டுத் தேச்சுக் குடுத்துட்டு வா... 'எங்க அத்திம்பேர் கூப்டார்'னு எதையாவது சாக்கா சொல்லிட்டு பாதில ஓடி வந்துடாத! வயசானவ... அத்தனாம் பெரிய பாய்லரைத் தேக்கரேன் பேர்வழினு கால்ல போட்டுக்கப் போறா..."

எல்லாவற்றுக்கும் தலையாட்டிவிட்டுத் திரும்பியவனை கிச்சாமி மீண்டும் கூப்பிட்டார்.

"அத முடிச்சிட்டு நேர ஆத்துக்கு வா... எங்கயாவது பராக்குப் பார்க்கப் போனேன்னா, எனக்குக் கோவம் வரும்! டவுனுக்குப் போற ஜோலி இருக்கு... கொத்தவால்சாவடிக்குப் போய் காய்கறி லிஸ்ட் கொடுக்கணும்... தாம்பூலப் பை வாங்கணும். அப்படியே ரேஸிக்லால் கடல முந்திரியும், குங்குமப்பூவும் வாங்கிண்டு வரணும்..... என்னடா? மனசுல ஆச்சா?"

"அரை மணில வந்துடறேன், அத்திம்பேர்" என்றபடி சேது பக்கத்து வீட்டுக்குள் மறைய, கிச்சாமி காற்றாட திண்ணையில் உட்கார்ந்தார்.

போன நான்காம் மாசம் வரையிலும்கூட இப்படி கொத்தவால்சாவடிக்கும் டவுனுக்கும் காய்கறி, மளிகைச் சாமான்களுக்காக கிச்சாமி அலைந்தவரில்லை.

கல்யாணமோ, சீமந்தமோ, வேறு எந்த விசேஷமோ கூப்பிட்டு அனுப்பினால், விருந்துக்கு வரும் நபர்களின் எண்ணிக்கையைத்

தெரிந்துகொண்டு லிஸ்டைக் கொடுத்துவிட்டு வந்துவிடுவார். சம்பந்தப்பட்ட வீட்டார் அவற்றை வாங்கிச் சுத்தம் பண்ணி, தயாராக வைத்திருந்தால், முதல் நாளோ அல்லது அன்றைய தினமோ தேவையான ஆட்களுடன் சென்று சமைத்துப் பரிமாறிவிட்டு, கூலியைப் பெற்று, துண்டைத் தோளில் உதறிப் போட்டுக்கொண்டு வந்து விடுவார்.

கரண்டி பிடித்த நாளிலிருந்து இத்தனை வருஷங்களாய் இருந்த இந்தப் பழக்கம், முதல் முறையாக நான்கு மாதத்திற்கு முன்னால் மாறிற்று.

காமு போய், காரியங்கள் முடிந்து, வேலைக்கு எங்கேயும் போகாமல், 'எதிர்காலத்தை எப்படி ஓப்பேற்றப் போகிறோம்!' என்கிற பிரமிப்போடு உட்கார்ந்திருந்த நாள் அது.

பிற்பகல் இரண்டு இரண்டரை இருக்கும்...

சின்ன மருமகள் மைதிலி, தலைவலி என்று துண்டை இறுகத் தலையில் கட்டிக்கொண்டு படுத்துவிட, சின்னப்பாப்பாவைக் காபி டிகாக்ஷன் போடச் சொல்லி, அவள் அந்தச் சின்னக் காரியத்தைக்கூட நெர்விசாகச் செய்ய வணங்காமல் இரண்டாம் ஜலம் ஊற்றும்போது ஃபில்டரையே சாய்த்து, அத்தனை டிகாக்ஷனையும் கொட்டிவிட, "ஒரு காரியம் பண்ண துப்பு இல்லே!" என்று முணுமுணுத்தபடி தானே எழுந்து சமையல்கட்டுக்குள் சென்று மிச்சமிருந்த டிகாக்ஷனில் ஆளுக்கு ஒரு வாயாக காப்பியைக் கலந்து தந்துகொண்டிருந்த நிமிஷத்தில், வாசலில், "கிச்சாமி!" என்ற குரல் கேட்டது.

கல்யாணத் தரகர் நடராஜன்!

இவர் என்னத்திற்காக இந்தப் படைக்கிற வெயிலில் வந்திருக்கிறார்?

ஒருவேளை கைமாத்தாக வாங்கியிருக்கும் இருநூறு ரூபாயைக் கேட்க வந்திருக்கிராரோ?

பணத்தைக் கொண்டா என்றால் என்ன பண்ணுவது?

ஏற்கெனவே காமுவின் வைத்தியச் செலவுக்காக, வாங்கியிருந்த கடனோடு, அவள் காரியத்துக்காக வாங்கிய பணமும் சேர்ந்துக்கொண்டு, ஐயாயிரத்து சொச்சமாகப் பெருகிவிட்டது...

மாமூலாக சமைக்கப் போகும் இடங்களில் பெரிய மனசு பண்ணி, கேட்ட போதெல்லாம் நூறும் இருநூறுமாய் கொடுத்திருப்பதையே எப்போது, எப்படித் திருப்பப் போகிறோம் என்று அரண்டிருப்பது போதாது என்று, இப்போது இந்த மனிதரும் வந்து நிற்கிறாரே!

'மெதுவா குடும், கிச்சாமி. அவசரமில்லே...' என்று சொன்னவருக்குத் திடுமென ஏதாவது செலவு கையைக் கடிக்கிறதோ?

சாதாரணமாய் கல்யாணங்களுக்குச் சமைக்க தேவை என்றால் ஆள் அனுப்பும் வழக்கம் உள்ளவர், இன்று அதான் வீடு தேடியே வந்துவிட்டாரோ!

அரை நிமிஷத்திற்குள் என்னவெல்லாமோ கற்பனை பண்ணிக்கொண்டு கிச்சாமி நிற்கையிலேயே, நடராஜன், "ஓய் கிச்சாமி!" என்று கூப்பிட்டவாறு உள்ளேயே வந்துவிட்டார்.

"என்னய்யா செஞ்சுண்டிருக்கீர்? காபியா போடறீர்? வெளிலதான் சமையக்கட்டு வேலை, வீட்டுலேயுமா? ஏன், உன் சின்ன மாட்டுப்பெண் எங்கே? இதோ நிக்கறாளே இவ பேத்திதானே? ஏண்டிம்மா, நீ காபி போட மாட்டியா? தாத்தாதான் போடணுமா?"

நடராஜன் எப்போதுமே இப்படித்தான் வெங்கலப் பாத்திரக்கடையில் ஏதோ புகுந்த மாதிரி, அட்டகாசமாய்ப் பேசுவார், பழகுவார்.

"காபி குடிக்கிறேளாண்ணா?"

"வாண்டாம்... குடிச்சிட்டுதான் வந்தேன். நீர் காபியக் குடிச்சிட்டு என்னோட சித்த வெளில வாரும்... உம்மோட கொஞ்சம் பேச வேண்டியிருக்கு..."

பேத்தி எதிரில் பணத்தைத் திருப்பிக்கொடு என்று கேட்க வேண்டாம் என்று வெளியில் கூப்பிடுகிறார்.

நிச்சயம் பணத்தை திரும்பக் கேட்கத்தான் போகிறார் என்று தீர்மானித்த கிச்சாமி, அரை லோட்டா காபியைக் குடித்துவிட்டு, ஆணியில் தொங்கின சட்டையை மாட்டிக்கொண்டு கிளம்பினார்.

தெருவில் நடந்து கச்சேரி ரோட்டில் திரும்பும்போது நடராஜன் கேட்டார்.

"காண்ட்ராக்ட் எடுக்கறதுன்னா என்னன்னு உமக்குத் தெரியுமா, கிச்சாமி?"

"அ?"

"காண்ட்ராக்ட் ஸ்வாமி..."

"கட்டட காண்ட்ராக்டா?"

"அட, இல்லேங்காணும்... கல்யாணக் காண்ட்ராக்ட்..."

கிச்சாமி எதுவும் புரியாமல் நடக்க, நடராஜன் தொடர்ந்தார்.

"இப்பல்லாம் இந்த காண்ட்ராக்ட் பிஸினஸ்தான் சக்கைபோடு போடறது, கிச்சாமி... வெறும் தரகோடயும் சமையலோடயும் நிக்காம, ஒரு கல்யாணம் நடத்தற பொறுப்ப ஏத்துண்டு, கல்யாணப் பெண்ணைப் பெத்தவாளுக்குக் குந்துமணி சிரமம் இல்லாம சப்ஜாடா அத்தனையும் கவனிக்கறதுக்குப் பேர்தான் காண்ட்ராக்ட்.. புரியறதா?"

புரிந்தது.

ஒரு சில வருஷங்களாகவே காதில் விழும் சமாச்சாரம்தான் இது.

முன்பெல்லாம் வடநாட்டிலிருந்து தமிழ்நாட்டுக்குப் பெண், பிள்ளை கல்யாணங்களை நடத்தவென வருபவர்கள் ஏதாவது ஹோட்டல்காரர்களிடம் முழுப்பொறுப்பையும் விட்டுவிடுவதுபோல, இப்போதெல்லாம் கல்யாண மண்டபங்களில் திருமணங்களை நடத்தும் உள்ளூர்வாசிகள்கூட, அலைந்து திரிய

முடியாத காரணத்தால், காண்ட்ராக்டாக ஒருவரிடம் அத்தனை பொறுப்புகளையும் விட்டு விடத் தொடங்கி விட்டார்கள் என்ற வக்கீலாத்து மாமி, சமீபத்தில் "ஏன் கிச்சாமி, இந்த மாதிரி காண்ட்ராக்டா எடுத்துண்டா உங்களுக்கு வேலை அதிகமா இருந்தாலும் லாபமும் கூடுதலாதானே இருக்கும்?" என்றுகூடக் கேட்டாரே!

"என்னய்யா பதிலே காணும்?"

தோளைத் தட்டி நடராஜன் கேட்க, கிச்சாமி நடப்பதை நிறுத்தினார்.

"அதெல்லாம் நமக்குச் சரிப்பட்டு வருமான்னா?"

"ஏன் வராது"

"முன் பணம் போட்டுப் புரட்டற சமாச்சாரம் இல்லியோ?"

"யார் சொன்னா?"

கிச்சாமி பதில் கூறும் முன்னர், பெரிசாய் ஹாரனை ஒலித்துக்கொண்டு பஸ் ஒன்று அவர்களைக் கடந்தது. காலைத் தரையில் ஊன்றிக்கொண்டு நிற்க விடாமல் வெயில் சுட்டெரித்தது.

"வாரும். நாகேஸ்வரராவ் பார்க்குல நிழலா பாத்து உக்காந்துண்டு நிதானமா பேசலாம். வீட்டுக்கு உடனே போற அவசர ஜோலி எதுவும் இல்லியோன்னோ?"

இல்லை என்று கிச்சாமி தலையசைக்க மேற்கொண்டு எதுவும் பேசாமல் வேகமாய் நடந்து, பார்க்குக்குள் சென்றார்கள்.

நிழலைப் பரத்திக்கொண்டு நின்ற மரத்தடியில் சப்பணமிட்டு உட்கார்ந்தார்கள்.

பையிலிருந்த காகிதப் பொட்டலத்தை நடராஜன் வெளியில் எடுத்தார்.

இரண்டு வெற்றிலையில் சுண்ணாம்பைத் தடவி நாலு சீவல், துளி பன்னீர்ப் புகையிலையை வாயில் போட்டுக்கொண்டு, கிச்சாமிக்கு வேண்டுமா? என்று கேட்டு, அவர் வேண்டாம்

என்று கூறினதும் பொட்டலத்தை மறுபடியும் மடித்து, பையில் வைத்த பின்பு பேசினார்.

"கொஞ்ச நாளாவே காண்ட்ராக்ட் எடுத்துக்கறதைப்பத்தி நா யோசிச்சிண்டுதான் இருக்கேன். மனுஷாளுக்கு வரவர பொறுமையா, நிதானமா எந்த வேலையும் செய்ய அவகாசம் இல்ல... ஆம்படையானும் பொண்டாட்டியுமா சேர்ந்து வேலைக்குப் போற நாள் இது. கட்டின துணி கசங்காம, எல்லா வேலையும் இருந்தா நன்னா இருக்குமேனு எல்லாரும் நினைக்க ஆரம்பிச்சுட்டா... ஒருவிதத்துல இது நல்லதுக்குத்தான். நம்பளை மாதிரி இருக்கறவா பிழைக்க இன்னொரு வழிய இந்த மனோபாவம் காட்டிக் கொடுக்கிறது! வாசல்ல வாழைமரம் கட்டறதுல தொடங்கி, சீர் வகையறா, தாம்பூலப்பை தயார் பண்ணி, மேளம், வாத்தியார் ஏற்பாடு பண்ணற வரைக்கும் அத்தனை பொறுப்பையும் காண்ட்ராக்டர் ஏத்துண்டுட்டா, பொண்ணைப் பெத்தவாளும் முதநாள் சம்மந்தியாட்டம் வந்துட்டு, தாலி கழுத்துல ஏறினதும் கையைத் தட்டிண்டு கிளம்பிடறா.... அவாளுக்குச் செளகரியம்... நமக்கும் உபரி வருவாய்! கல்யாணராமன், அதான் ஓய், வெடவெடனு உயரமா குடமிளகா மூக்கோட இருப்பானே, அவன்தான்... ஒரு வருஷமாவே இந்த காண்ட்ராக்ட் தொழில்ல இறங்கிட்டான் தெரியுமில்லையா? அவன் தரகுத் தொழிலைவிட, இதுல வருமானம் அதிகம்ண்ணானு சொல்றான்... எல்லாத்தையும் யோசனை பண்ணிப் பார்த்தப்போ, நமக்குனு ஒரு 'செட்' ஏற்பாடு பண்ணிண்டுட்டா ஜாம் ஜாம்னு காண்ட்ராக்ட் தொழில்ல இறங்கிடலாம்னு தோணறது. நீர் என்ன சொல்றீர்?"

புல் ஒன்றைப் பிடுங்கி பல்லைக் குத்தியபடி நடராஜனின் பேச்சை உன்னிப்பாகக் கேட்ட கிச்சாமி, "செட் ஆ? அப்படின்னா?" என்றார்.

"நமக்கு வேண்டியவாள ஒண்ணா சேர்த்துண்டு பொறுப்பை ஏத்துக்கறதுக்குப் பேர்தான் 'செட்.' நான், நீர், கிருஷ்ணமூர்த்தி வாத்தியார், அப்புறம் மேளத்துக்கு அழகப்பனையும், பூ சப்ளைக்கு

கோயில்கடை சந்தானம் எல்லாரும் ஒண்ணாச் சேர்ந்தா 'செட்' பூர்த்தி ஆயிடும்."

"கிருஷ்ணமூர்த்தி வாத்தியார் இதுக்கு ஒத்துப்பாரா?"

"ஏன்யா ஒத்துக்காம! மாசத்துல பாதி நாளுக்கு மேல வீட்டுலேயே உக்காந்துக்கறதோட, போற வர்ற இடத்திலேயும் ஒண்ணு, ரெண்டுனு குடுக்கறதை வாங்கிண்டு குடித்தனம் நடத்தத் தத்திங்கிணதோம் போடற மனுஷனுக்கு, லட்டு மாதிரி இப்படி ஒரு வாய்ப்பு கொடுத்தா, ஒத்துக்கக் கசக்குமா என்ன?"

கிச்சாமி வாயில் அகப்பட்டுவிட்ட புல் துண்டைக் காறித் துப்பினார். காதை ஆள்காட்டி விரலால் குடைந்து கொண்டார். யோசனையுடன் பேசினார்.

"அப்படின்னா இந்த காண்ட்ராக்ட் தொழில்ல வருமானம் கூடங்கறேள்!"

"நிச்சயமா... மொத்தத்துக்கும் நா காண்ட்ராக்ட் எடுத்துட்டு, அத ஸப் காண்ட்ராக்டா உங்களண்ட விட்டுடுவேன். சமைச்சு, பரிமாறதோட உம்ம பொறுப்பு தீர்ந்துடாது. லிஸ்ட் போட்டு, சாமான் வாங்கி, டிபன், விருந்து தயாரிக்கறதோட, சீர்வரிசை பட்சணங்கள், கட்டுச் சாதக் கூடை, தாம்பூலப் பை, எல்லாப் பொறுப்பும் உம்முதுதான். மொத்தமா ஒரு ரேட் பேசி உம்மகிட்ட பணத்தைக் கொடுத்துடுவேன்... மேனேஜ் பண்ண வேண்டியது உம்ம பொறுப்பு..."

திடுக்கிட்ட மாதிரி முன்னால் சாய்ந்த கிச்சாமி அவசரமாய்ப் பேசினார், "அய்யய்யோ... இதெல்லாம் எனக்குத் தெரியாதேண்ணார்... என்ன விட்டுடுங்கோளேன்! நாம பாட்டுக்கு வழக்கப்படியே சமைக்கற உத்யோகத்தோட தேமேனு இருக்கேனே..."

இப்போது நடராஜனின் முகத்தில் கோபம் லேசாக வெளிச்சம் போட்டது.

"உமக்கு தனக்காகவும் பிழைக்கத் தெரியாது, யாராவது 'பிழைச்சுப்டோம்'னு வழி சொல்லிக் குடுக்க வந்தாலும் ஏத்துக்கத் தெரியாது... என்னய்யா உளர்றீர்? முள்ளங்கிப் பத்தை மாதிரி பணத்தைக் கையில கொடுத்து, இங்கங்க இது கிடைக்கும், வாங்கிண்டு வந்து, சிக்கனமா காரியத்தை முடிச்சு மிச்சத்த எடுத்துக்கும்னா, அய்யய்யோ-னு அலர்றீரே! ம்? பணத்துக்குப் பணம், சாமானுக்குச் சாமான், அத நினைச்சுப் பார்க்க வேண்டாமா? மளிகை, மத்ததுல மீந்து போறதெல்லாம் உமக்குத்தான் புரியறதா? 'இப்படி மீந்து போறதை வச்சுண்டே ஒரு குட்டிக் கல்யாணத்தை முடிச்சுடறேண்ணா'னு கல்யாணராமன் பீத்திக்கறான். நீர் என்னடான்னா, சரியான தொடை நடுங்கியா இருக்கீர்! 'சம்சாரம் பெரிசுண்ணா எப்படிச் சமாளிக்கப் போறேனோ'னு மூக்கால அழறீரே, வழியக் காண்பிச்சுக் கொடுக்கலாம்னா, 'கப்'புனு புடிச்சுக்கத் தெரியாமத் தயங்கறீர்..."

அன்றைக்கு நடராஜன் பேசப்பேச, கிச்சாமிக்குள் புதுத்தெம்பும் உற்சாகமும் புகுந்து கொண்டதில் 'சரி' என்று சம்மதம் தெரிவித்தவர், இந்த நாலு மாதத்தில் அவரோடு கூட்டாளியாகச் சேர்ந்து பல திருமணங்களை நடத்தியும் கொடுத்துவிட்டார்.

முதலில் இருந்த தயக்கமும், என்னால் முடியுமா என்ற பயமும் சீக்கிரத்தில் மறைந்து போக, இன்றைக்கு 'காண்ட்ராக்ட்' வேலையில் கிச்சாமி ஓரளவுக்கு நிபுணராகிவிட்டார் என்றுதான் சொல்ல வேண்டும்.

நடராஜன் கூறின விதத்தில் பணத்துக்குப் பணம், சாமானுக்குச் சாமான்தான். கணக்குப் போட்டு, டிபன் என்றால், சாப்பாடு என்றால், ஓர் இலைக்கு இத்தனை ரூபாய் என்று அயிட்டங்களுக்குத் தக்கவாறு பணம் வாங்கி, சிக்கனமாய் சமைத்தாலும், சுட்டெண்ணையும் சர்க்கரையும், அரிசியும், இதர மளிகைச் சாமானும், டப்பா டப்பாவாக மீறுவதெல்லாம் இவருக்குத்தானே? அடுத்த கல்யாணத்தில் சாமானைக் குறைத்து வாங்கி, இவற்றைப் போட்டு இட்டு நிரப்பிவிட்டால், அத்தனைக்கத்தனை காசு மிச்சம்தானே?

அலைச்சலையும், பொறுப்பையும் கண்டு பயப்படாமல், துணிந்து ஏற்றால் ஆதாயம் நமக்குத்தான்.

இந்த நான்கு மாதத்தில் சட்டென்று வருவாய் இரண்டு பங்காகக் கூடிப்போனதில், ஆயிரம் ரூபாய் வரைக்கும் கடனைத் திருப்பியிருக்கிறார் என்றால், அது எத்தனை பெரிய சமாச்சாரம்!

"அத்திம்பேர், நா ரெடி.. கிளம்பலாமா?"

ஒட்டைத் தலையைத் தட்டிக்கொண்டு சேது வந்து நிற்க, கிச்சாமி கலைந்தார்.

"இப்படியே அழுக்கு மூட்டையா வந்து நின்னா என்னடா அர்த்தம்? போய் மூஞ்சி அலம்பிண்டு, வேஷ்டிய மாத்திண்டு வா..."

அவனை அனுப்பின கையோடு தானும் உள்ளே வந்து உடை மாற்றி, பெட்டியில் வைத்துப் பூட்டியிருந்த பணத்தை எடுத்துக்கொண்டு கிச்சாமி கிளம்பினார்.

இரண்டு பேருமாக பஸ் பிடித்து டவுனுக்குச் சென்று, அலைந்து திரிந்து எல்லா வேலைகளையும் முடித்துக்கொண்டு, விளக்கு வைக்கும் தறுவாயில் வீட்டுக்குத் திரும்பினபோது, முன்னறையில் ராஜாமணியும், சின்னப்பாப்பாவும் உட்கார்ந்திருந்தனர். கூடவே இன்னொரு பெண்ணும்...

"யாருடி இது?"

"என்னோட ஸ்கூல்ல படிச்சவ, தாத்தா... பேரு சொர்ணா..."

அவள் முடிக்கும் முன்னர் ராஜாமணி குறுக்கிட்டான்.

"இவ என் சினேகிதனோட தங்கைப்பா... மாத்ஸ்ல வீக்கா இருக்கா... ட்யூஷன் சொல்லிக் குடேன்னான். சரி, அனுப்புன்னேன்... அதான் வந்திருக்கா..."

'ஏதேது, உன்னால என் பிள்ளைக்குக்கூட அதிசயமாய் பொறுப்பு வந்திருக்கிறதே!' என்று கிண்டலாகப் பேச எண்ணி, பார்வையை நிமிர்த்தின கிச்சாமி, நன்றாகத் தின்று வளர்ந்த

சீமைப்பசு மாதிரியான வளர்த்தியுடன் இருந்த சொர்ணாவை அரை நிமிஷத்துக்கு மேல் பார்க்க முடியாமல் கூசியவராய், சொல்ல வந்ததைச் சொல்லாமல், பையை வைத்துவிட்டு, பின் கட்டுக்குப் போனார்.

அத்தியாயம்  4

"ஆருடா அங்க?"

"என்ன வேணும், மாமா?"

"ஆரு? சங்கரனா? என்னடா பண்ணிண்டு இருக்கே சமயக்கட்டுல, இன்னும் சம்பந்திகளுக்கு காபி எடுத்துண்டு போகாம? மணி என்ன தெரியுமா? அஞ்சரை... டான்னு அஞ்சே காலுக்கெல்லாம் மாடிக்கு காபி அனுப்பிடறேன்னு, கல்யாணப் பொண்ணோட தோப்பனார் ஈஸ்வரன்கிட்டே சொல்லியிருக்கேனேடா!"

"அஞ்சே காலுக்கு முன்னாடியே காபி மாடிக்குப் போயிடுத்து மாமா..."

"ஆரு எடுத்துண்டு போனா?"

"சேதுதான்."

"எதுக்காகடா அவன் அலையறான்? ராத்திரி பூரா ஒடம்பு அனலா காஞ்சுது தெரியுமோல்லியோ? தேமேன்னு படுத்துண்டு கெடக்காம எதுக்காக இவன் கெடந்து அல்லாடறான்?"

"சம்பந்தி, நடுவுல ஏதோ கசமுசாவாம். பொண்ணோட அண்ணா வந்து ராத்திரி வருத்தப்பட்டுண்டார்..."

"அது என்னடா புதுக்கதை?"

"இல்லே மாமா... பிள்ளை சின்ன வயசுல சித்தப்பாவாத்துல தங்கிப் படிச்சுண்டிருந்தானாம். அவரும் தோப்பனார் மாதிரிதானாம். சம்பந்தி மரியாதைக்கு வேஷ்டி எடுக்கறப்போ அவருக்கும் சேர்த்து வாங்கணும்னு சொல்லவே, வாங்கினாளாம். ஆனா, சித்தப்பாவோட

வேஷ்டில ஜரிகை பளிச்சுனே இல்லியாம். 'என்னமோ தர்மத்துக்குக் கொடுக்கறாப்பல தூக்கி அவா எறிஞ்சதை வாங்கிக் கட்டிக்கணும்ணு எங்காத்துக்காரருக்கென்ன தலை எழுத்தா?'னு சித்தி நேத்து குறைப்பட்டுண்டாளாம். அதுலேந்து நசநசனு ஒண்ணு மாத்தி ஒண்ணா ஏதோ வாக்குவாதமாம், அதிருப்தியாம்... ராத்திரி லக்னப் பத்திரிகைக்கே சம்பந்தி பிராமணர் உக்கார மாட்டேனுட்டாராம். பொண்ணப் பெத்தவரும் அண்ணன்காரனுமா கால்ல விழாத் தோஷமா மன்னிப்பு கேட்டுண்டாளாம். 'ஒரு வழியா இப்ப எழுந்த நெருக்கடிய சமாளிச்சுட்டோம். போது விடிஞ்சு எதுவும் புதுசா புறப்படாம இருக்கணுமே'னு நேத்து ராத்திரி நீங்க வாசல்ல நின்னுண்டு வாத்தியார்கூட ஏதோ பேசிண்டிருந்தப்ப, பொண்ணோட அண்ணா இங்க வந்து குறைப்பட்டுண்டார். அதக் கேட்டுட்டுதான் சேது 'காபிய என்னண்ட குடுடா'னு நல்லா ஸ்ட்ராங் காபியா கலக்கச் சொல்லி எடுத்துண்டு மாடிக்குப் போயிருக்கான்."

நீளமாய் சங்கரன் பேசி நிறுத்த, கிச்சாமி "ஆமா இவன் பெரிய மந்திரி, உடனே சமரசம் பண்ணப் போயிட்டானாக்கும். இவனே சரியான திருவாழத்தான்!" என்று முணுமுணுத்துவிட்டு, "சரி, சரி... தலைக்குமேல ஜோலி கிடக்கறப்போ நின்னுண்டு வம்படிக்காதனு எத்தனை தரம் சொல்லியிருக்கேன்? ஓடு... சொஜ்ஜி ஆச்சா? இட்லி ஆறி விரைச்சுப் போகாம சேஷு இட்லிக் கூடை மேல ஈரத்துண்டு போட்டு மூடியிருக்கானா? ம்... ம்... ஆகட்டும்... ஆகட்டும்..." என்று விரட்டினார்.

மேலுக்கு அழுத்துக்கொண்டாலும், சேது இந்த விஷயங்களிலெல்லாம் படுகெட்டிக்காரன் என்பதில் கிச்சாமிக்குப் பெருமைதான்.

எண்ணெய் வழியும் மூஞ்சி, அழுக்கு வேட்டி, முள்ளம்பன்றி கிராப்பு, அசட்டுச்சிரிப்பு என்று இருப்பவன், என்னதான் சொக்குப்பொடி போடுவானோ தெரியாது... எப்படியோ தடுக்கில் புகுந்து, கோலத்தில் நுழைந்து, யார் காலில் விழவேண்டுமானாலும் விழுந்து பிரச்சினைகளைச் சமாளிப்பதில் மன்னன்.

"போனாப் போறது... அவனுக்குத் தெரிஞ்சது அவ்வளவுதான். நீங்கதான் பெரியவர், மாமா... விட்டுக் குடுத்துடுங்கோ. அவனுக்குப் பதிலா நா உங்களை நமஸ்காரம் பண்ணி மன்னிப்பு கேட்டுக்கறேன்..." என்பான்.

"உங்க விதரணை கெட்டிக்காரத்தனமெல்லாம் அவாளுக்கு வருமா மாமா? பெரிய மனசு பண்ணி மன்னிச்சு, மறந்துடுங்கோ..." என்பான்.

"என்னது, காபி தேத்தாங்கொட்டைக் கஷாயமாட்டம் இருக்கா? ஆறிப் போயிடுத்தா? சர்க்கரை போறலியா? இப்படிக் கொண்டாங்கோ, மாமா... இதோ... ஒரு நிமிஷம் காத்தாட ஃபான் கீழ உக்காருங்கோ... டிகிரிக் காபியா நா போட்டுண்டு வரேன்... பொண் ஆத்துல டப்பா டப்பாவா சாமான் வாங்கி அடுக்கி வச்சிருக்கா... இருந்தும் காபிகூடப் போடத் தெரியாதவனெல்லாம் கரண்டி பிடிக்க வந்துடறதுல, கடைசில பணம் செலவழிச்சும் பேர் கெட்டுப் போயிடறது... சம்பந்திகள் நடுவுலேயும் கசமுசானு சண்டை வந்துடறது... நீங்க சித்த இப்படி உக்காருங்கோ... எதையும் மனசுல வச்சுக்காதீங்கோ... நா கொண்டு வரேன் டிகிரிக் காபி... சூடா..." என்பான்.

"வாத்தியாரே... மந்திரத்த நன்னா நிறுத்தி ஸ்பஷ்டமா சொல்லுங்கோ... பிள்ளையோட தாத்தா சம்ஸ்கிருதத்துல பண்டிதர். நினைப்பு இருக்கட்டும்!" என்பான்.

"ஏம்பா சந்தானம்மாவோட மருமகன்தானே நீ? மல்லிப்பூவ இன்னும் கொஞ்சம் நெருக்கமா கட்டிண்டு வரப்படாதா? டெல்லிலேந்து சம்பந்தி வந்திருக்கா... அங்க மல்லியும், முல்லையும் அபூர்வமில்லையோ?" என்பான்.

இப்படி இங்கே இதைச் சொல்லி, அங்கே அதைச் சொல்லி, முகத்தை வெங்கலப்பானை மாதிரி தூக்கி வைத்துக் கொண்டிருக்கும் நபர்களை முக்கால்வாசி சமயங்களில் எப்படியோ சாந்தப்படுத்தி விடுவான்.

எங்கேயிருந்து வந்தது, அசட்டு அய்யருக்கு இந்த சமர்த்து!

தான் சம்பந்தப்பட்ட சொந்த விவகாரங்களில்கூடப் பட்டுக்கொள்ளாமல் சிவனே என்று இருப்பவன், இப்படி ஊரார் வீட்டுக் கல்யாணங்களில் மட்டும் துளி வம்பு, தும்பு என்றாலும் இழுத்துப் போட்டுக்கொண்டு சமரசம் பண்ண முயல்வது ஆச்சர்யமான சமாச்சாரம் இல்லையோ!

இந்த அசமஞ்ச சேதுவுக்குள் இப்படி ஒர் அழகான குணமா?

இந்த மண்டுவுக்குள் இப்படி ஒரு திறமையா?

ஆனால், தனியாக உட்கார்ந்து யோசனை பண்ணியபோது, சேதுவோடு இயற்கையாகவே பிறந்த உபகார குணத்தின் இன்னொரு வெளியீடுதான் இது என்பது புரிய, படிக்காவிட்டால் என்ன, மொத்தத்தில் சேது ஒரு நல்ல ஆத்மா, மனிதாபிமானம் நிறைந்த உயர்ந்த ஜீவன் என்கிற நினைப்பு ஞானோதயமாகி அன்று பூராவும் கிச்சாமியைச் சந்தோஷப்படுத்தியது.

இப்போதும்கூட, ராத்திரி நல்ல காய்ச்சலில் அவதிப்பட்ட பிள்ளை, இன்னும் கொஞ்சம்நேரம் படுத்திராமல், காபி கூஜாவுடன் ஓடியிருக்கிறதே என்கிற கோபம் எழுந்தாலும், கூடவே, சேது காபியோடு போய்விட்டாளா அப்படியென்றால் மாப்பிள்ளை வீட்டாரை நைச்சியம் பண்ணி டாணென்று ஆறரைக்கெல்லாம் காசியாத்திரைக்குக் கிளப்பிவிடுவான் என்ற நம்பிக்கையும் எழ, "டே... ஆருடா.... அங்க?" என்று குரல் கொடுத்தபடி, சமையல் கட்டுக்குள் சென்று எட்டிப் பார்த்தார்.

கோட்டை அடுப்படியில் சாம்பாரைக் கிளறும் ராஜம், இட்லிப் பானையிடம் சேஷு, அந்தப் பக்கமாய் மதிய உணவுக்கு காய்களை நறுக்கும் அம்பி, துரை...

அறையை வியாபித்த சாம்பார் நெடியில் கொதிக்கும் புளியின் நெடி...

"சாம்பார்ல புளி தூக்கலா இருக்கும்போலத் தோன்றதே... ரெண்டு கை உப்பு போடுங்கோ, ராஜம் மாமா... கோஸ் மாடுமாடா நறுக்காதடா அம்பி... சன்னமா மெல்லிசு மெல்லிசா நறுக்கணும்னு

எத்தனை தரம் சொல்லறது? வந்து ஆறு மாசமாச்சு... இன்னும் கைக்காரியமே உனக்குப் பழகல! ஆமா... சங்கரன் எங்கடா?"

"இதோ இருக்கேன், மாமா. குடிக்கிற ஜலத்த பானைல வடிகட்டி ஊத்திண்டிருக்கேன்..."

"இப்படி வாடா... சாரதா மாமி மண்டபத்து மேடைல கோலம் நன்னா போட்டிருக்காளா, பாத்துட்டியா?"

"ராத்திரியே போட்டுட்டா மாமா..."

"ஊஞ்சல் ஜோடனை ஆயிடுத்தா?"

"ரங்கன் நாலு மணிக்கே வந்து செஞ்சுண்டிருந்தான்... வேணா ஒரு நடை போய்ப் பாத்துட்டு வந்துடட்டுமா?"

"இரு... இரு. நா அந்த ஏற்பாட்ட பாத்துக்கறேன். நீ ஊஞ்சலுக்கு வேணுங்கற சாமானெல்லாம் எடுத்து வச்சுட்டியா?"

"வச்சுட்டேன் மாமா..."

"மாப்பிள்ளை பொண்ணுக்குக் கொடுக்க பாலும் பழமும்?"

"ம்..."

"படி, அரிசி, சொம்பு, விளக்கு?"

"ம்..."

"விளக்குல எண்ணெய் விட்டு, திரி போட்டாச்சா?"

"ம்."

"பச்சப்படி சுத்த சாத உருண்டை பிடிச்சு வச்சுட்டியா?"

"அ?"

"அசத்து... ஏண்டா அப்படி முழிக்கறே? பச்சப்படி உருண்டை டா?"

"படிக்குள்ள அரிசி போட்டு விளக்கு வைச்சு, அதோட இரண்டு சொம்புல தண்ணியும், பாலும், பழமும் தயாரா வச்சுடுனு சேது சொன்னான் மாமா. வேற ஒண்ணும் சொல்லலை."

"அவன் கிடக்கான் மண்டு.... முதல்ல வடிச்ச சாதத்துல அரைப்படி எடுத்து, கொஞ்சம் குங்குமம், மஞ்சள் போட்டுக் கலந்து, அஞ்சு சுமங்கலி திருஷ்டி சுத்த, தலா நாலுங்கற கணக்குல இருபது உருண்டை பிடிச்சு, முலாம் பூசின பித்தளைத் தாம்பாளத்துல தனியா வச்சிடு. எதுக்கும் நாலு உருண்டைகளை உபரியா பிடிச்சுடு.... ஏதோ ஒண்ணு கை தவறித்து, விண்டு போச்சுனாலும் இருக்கட்டும். என்னடா, மனசுல ஆச்சா?"

"ஆச்சு மாமா!"

"அப்ப, ஓடு... எல்லாம் ஊஞ்சலுக்குப் பக்கத்துல பத்து நிமிஷத்துல இருக்கணும்... கடைசி நிமிஷத்துல அது எங்கடா, இது எங்கடானு முழிக்கப்படாது. டே... மறக்காம ஒரு தீப்பெட்டியை எடுத்து, குத்து விளக்குப் பக்கத்துல வச்சுடு... டக்குனு ஏத்த செளகரியமா இருக்கும்... பரதேசிக் கோலம் புறப்பட நாழி ஆச்சே... மாத்து மாலை, பூக்கூடை மாடிக்குப் போயாச்சா? ஆருடா அங்க... டே, முத்துக்கிருஷ்ணா... மாடிக்கு ஒரு நடை போய் சம்பந்தி ஆத்துல எல்லாருக்கும் காபி வந்தாச்சானு கேளு... அப்படியே அந்த சேது தடியன் அங்க நின்னுண்டு வம்படிச்சுண்டு இருந்தான்னா, அத்திம்பேர் கூப்பிடறார்னு ஒரு அதட்டல் போட்டு வரச்சொல்லு... ராத்திரி பூரா ஹா... ஹானு அனத்திண்டிருந்த அவஸ்தை எனக்குன்னா தெரியும்! இந்தாடா, சங்கரா, சேது வந்தான்னா ஒரு லோட்டா காபிய சூடா குடுத்து குடிக்க வெச்சு, இப்படியே அடக்கமா படுத்துக்கச் சொல்லு... வெளில பனி கொட்டறது... ஊஞ்சலுக்குப் பூ ஜோடனை பண்றேன், தாம்பூலப் பை போடறேன்னு அலைஞ்சான்னா எனக்குக் கெட்ட கோபம் வரும்னு சொல்லு... நேத்து வாங்கின ஜீரா மாத்திரை இருக்கானு கேளு... இல்லேன்னா, நீயாவது கடை திறந்தப்புறம் ஒரு நடைபோய் வாங்கிண்டு வந்து குடு. இந்தா ரெண்டு ரூபா வச்சுக்கோ... அப்பறம், பெரியவளாயிட்ட தங்கைக்குத் தாவணி வாங்க அட்வான்ஸ் வேணும்னயே, மறக்காம மத்தியானமா வந்து வாங்கிக்கோ... நா வாசலுக்குப் போயி காசியாத்திரை ஏற்பாட்டைக் கவனிச்சுக்கறேன்... என்ன?"

பணத்தை சங்கரனிடம் தந்துவிட்டு கால்களை அகல அகலமாய் வைத்து கிச்சாமி வெளியில் வந்தார்.

அந்தப் பக்கம் கல்யாணக் கூடம், மாடியில் சம்பந்திகள் தங்க ஜாகை, இந்தப் பக்கம் சாப்பாட்டுக் கூடம், சமையல்கட்டு இத்தியாதிகள்...

இரண்டு கூடங்களுக்கும் இடையில் இருந்த திறந்தவெளியில் நிர்மாணிக்கப்பட்டிருந்த ஸ்டாண்டு ஊஞ்சல், கதம்பம், பட்டுப்பாய் என்று அலங்கரமாய் சிரித்தது.

மணமண்டபத்துக்குச் சென்று, அங்கு ஏற்பாடுகளைக் கவனித்து, பெண் வீட்டு ஜாகையில் டிபன் ரெடின்னா... இலை எப்பப் போடணும்?" என்று கேட்டு, "மாப்பிள்ளைக்குப் பஞ்சகச்சம் கட்டிக்கத் தெரியலையாம், வாத்தியார வரச் சொல்லுங்கோ..." என்றபடி வந்து நின்ற நபரோடு கிருஷ்ணமூர்த்தி வாத்தியாரை தேடியனுப்பி, தாம்பூலப் பை போடச் சொல்லி எடுபிடி ஆள் மாணிக்கத்தை விரட்டிவிட்டு, மீண்டும் ஊஞ்சல் அருகே வந்தபோது, அவர் குறிப்பிட்ட சாமான்களோடு சங்கரன் வந்து நின்றான்.

"எங்க வெக்கட்டும், மாமா?"

"அப்படி தூண் பக்கமா வை... பொண்ணும், மாப்பிள்ளையும் மாலை மாத்திண்டு ஊஞ்சல்ல வந்து உக்காந்ததும் ஒண்ணொண்ணா குடுக்கச் சௌகரியமா இருக்கும்."

வாயைத் திறக்காமல் அவர் சொன்னதைச் செய்துவிட்டு சமையல்கட்டை நோக்கி நடந்தவனைப் பார்த்தபடி நின்றவருக்கு, திடுமென ஹ்ருதயம் நெகிழ்ந்துப் போனது.

இந்த சங்கரன் இவரிடம் சேர்ந்து வேலை பார்க்கும் இரண்டாவது திருமணம் இது.

போன மூன்றாம் மாதம் வரைக்கும்கூட, தான் உண்டு, தன் கல்லூரிப் படிப்பு உண்டு என்று பி.ஏ. இரண்டாம் வருஷம் படித்துக்கொண்டிருந்த பிள்ளையின் வாழ்க்கையில், கனவிலும் எதிர்பார்க்காத தினுசில் ஒரு திருப்பம்!

சங்கரன் அவனைப் பெற்றவர்களுக்கு மூத்த பிள்ளை, இவனுக்குக் கீழ் இரண்டு தங்கைகள்.

அப்பா சுவாமிநாதனுக்கு தனியார் நிறுவனம் ஒன்றில் எழுத்தர் உத்தியோகம். வந்த அறுநூற்றுச் சில்லறையில் உன்பாடு, என்பாடு என்று எப்படியோ குடும்பம் நடத்தி வந்ததிலும் யாரோ திருஷ்டி போட்டுவிட்ட மாதிரி, காலையில் நன்றாக வேலைக்குப் போன மனுஷன், மாலையில் பிணமாக வீட்டுக்குத் தூக்கி வரப்பட்டார்.

வீட்டில் செய்தது என்று நண்பர் ஒருவர் மாலாடு ஒன்றைக் கொண்டுவந்து இடைவேளையின்போது நீட்டி இருக்கிறார். சுவாமிநாதனின் போதாத காலம், விள்ளாமல் கொள்ளாமல் முழு உருண்டையையும் வாயில் போட்டுக் கொண்டிருக்கிறார். அட, அதான் போட்டுக் கொண்டாரே, நிதானமாய் மென்று விழுங்கி இருக்கக்கூடாதா? அந்த சமயம் பார்த்து அருகில் நின்றிருந்த எவனோ ஜோக் சொல்ல, வாயில் போட்ட மாவு உருண்டையுடன் இவர் சிரிக்க, உதிர்ந்த மாவு தொண்டையில் இசகுபிசகாய் அப்பிக்கொள்ள....

அப்புறம் என்ன?

நினைத்த நினைப்பில்லாமல் எண்ணி மூன்றாம் நிமிஷம் வாய், மூக்குத் துவாரங்கள் அடைத்துப் போனதில், மூச்சுவிட முடியாமல் மனுஷன் செத்ததுதான் நடந்தது

காலையில் 'போய்விட்டு வருகிறேன்' என்று சொல்லி, திடகாத்திரமாக நடந்து போன புருஷன், மாலையில் பிணமாக நாலு பேர் தூக்க வீட்டுக்குக் கொண்டுவரப்பட்டால், மனைவியானவள் என்ன செய்வாள்? இடிந்து போவாள். நிஜத்தை நம்ப முடியாமல் நிலைகுலைந்து போவாள்.

சங்கரனின் தாய் ருக்குவும் அப்படித்தான் பரிதவித்து மயங்கி விழுந்தாள்.

பதினான்கு நாள்கள் காரியங்கள் முடியும்வரை ஜடமாக இருந்து, கம்பெனி சொந்தக்காரர் போனால் போகிறது என்கிற

பரிதாபத்துடன் கொணர்ந்து கொடுத்த ஐயாயிரத்தை கடன்காரர்கள் கொத்திக்கொண்டு போனபிறகு, ருக்கு விழித்துக் கொண்டாள்.

எப்பாடு பட்டாவது பிள்ளையின் படிப்பு தொடர வேண்டுமானால், இன்னொருத்தரின் நிழலை அண்டாமல் இருக்க வேண்டுமானால், தான் உடனடியாய் எங்காவது அடுப்பங்கரை வேலைக்குச் செல்ல வேண்டும் என்பது புரிய, கூச்சம், தயக்கத்தை விட்டொழித்து, தொழிலதிபர் ஒருவர் இல்லத்தில் சமையல்காரி உத்தியோகம் பார்க்க முன்வந்தாள்.

பிள்ளை ஸ்காலர்ஷிப்பில் பிரமாதமாய் படிக்கிறான். இரண்டு வருஷம் பல்லைக் கடித்துக்கொண்டு எப்படியோ தள்ளிவிட்டால் அப்புறம் கவலையில்லை என்று அவள் மனக்கணக்குப் போட்டது நடக்காதபடி, வேலைக்குப் புறப்பட்ட முதல்நாளே சங்கரன் வாசலை அடைத்துக் கொண்டு வழிவிட மறுத்தான். 'நான் ஒருத்தன் இருக்கறப்போ, நீ எதுக்காக கஷ்டப்படணும்?' என்று கூறின கையோடு நிற்காமல், ஒரு மாதத்துக்கு மேல் எங்கெங்கோ வேலைக்கு முயற்சி செய்தான். அலையாய் அலைந்தான். எம்.ஏ-யும் எம்.எஸ்.ஸி-யுமே ப்யூன் வேலைக்குப் போட்டா போட்டி இடும் இந்நாளில் பி.ஏ. கூட முடிக்காதவனுக்கு என்ன வேலை கிடைக்கும்? ம்ஹூம்... ஒன்றுமில்லை.

சோர்ந்து போனவன் கடைசியில் நான்காவது வீட்டில் இருந்த கிச்சாமியின் கால்களில் வந்து விழுந்தான்.

"எனக்குப் படிப்பு வேணாம் மாமா... என்னைப் படிக்க வைக்க எங்கம்மா இத்தனை துக்கத்தோட அடுப்படிலே காய வேணாம்... எனக்கு ஏதாவது ஒரு வேலை குடுங்கோ.... என் குடும்பம் மானமா வாழ வழி பண்ணுங்கோ! முன்னே ஒரு புஸ்தகத்துல படிச்சேன், மாமா... டிரான்ட்யூலானு ஒரு வகை சிலந்தி.... அதுக்கு விஷம் அதிகம். ரொம்ப சுலபமா எதையும் கடிச்சுக் கொல்லும் சக்தி அதுக்கு உண்டு. ஆனாலும் அது என்ன பண்றது தெரியுமா, மாமா? பெப்ஸிங்கற வண்டு கர்ப்பமானதும், தன்னோட அடர்ந்த முடியில் முட்டைகளை இட இடம் குடுக்கறதோட, அந்த

முட்டைகள் பொரிஞ்சு குஞ்சுகள் வெளில வந்து, பெரிசாகற வரைக்கும் தன்னையே உயிரோட அதுங்களுக்குத் தின்ன தீனியாக் குடுத்துடறது! எந்தவித ரத்த சம்பந்தமும் இல்லாத ரெண்டு ஜீவராசி நடுவுல என்ன வினோதமாக பந்தம், தியாகம் இதுன்னு விஞ்ஞானிகள் எல்லாம் முழிக்கறாளாம் மாமா! இந்த விவரத்தைத் தெரிஞ்சுண்டப்போ, எனக்குச் சிலிர்த்துப்போச்சு, மாமா... எந்தச் சொந்த பந்தமும் இல்லாத அந்த வண்டுகளுக்காக சிலந்தி இப்படி ஒரு தியாகம் பண்றப்போ, என் படிப்புக்காக எங்கம்மா தன்னையே அழிச்சுக்கறதைப் பார்த்துண்டு சும்மா இருந்தா, அப்பறம் நா ஒரு பிள்ளையாப் பொறந்ததுக்கு அர்த்தம்தான் என்ன மாமா? ப்ளீஸ்... என்னைப் புரிஞ்சுண்டு, எங்கம்மா, என் தங்கைகளைக் காப்பாத்த எனக்கு ஒரு வழி சொல்லித்தாங்கோ, மாமா.. ப்ளீஸ்.... ப்ளீஸ்..."

கண்களில் நீர் பிரவாகமாகப் பெருக அன்று சங்கரன் கதறியதும், 'பிள்ளை என்றால் இவன் அல்லவோ பிள்ளை? ஏதோ பாவம் பண்ணி புருஷனை இழந்தாலும் ருக்கு வண்டி வண்டியாய்ப் புண்ணியம் செய்திருக்க வேண்டும். இல்லையென்றால் இப்படி ஒரு சத்துத்தின் அவளுக்கு வாய்த்திருப்பானா?' என்கிற சந்தோஷத்தோடு, தனக்குத் தெரிந்த ஒரே வேலையான அடுப்புக் காரியத்தில் சுற்று வேலை செய்ய கிச்சாமி தட்ஷணமே அவனை ஏற்றுக்கொண்டார்.

இந்தப் பத்துப் பதினைந்து நாள்களாய் அடக்க ஒடுக்கமாய் வளைய வரும் இருபது வயசு சங்கரனைப் பார்க்கையில் கிச்சாமியின் அடிமனதில் ஓர் ஆசை முளை விட்டிருக்கிறது. கொஞ்ச நாளைக்கு சங்கரன் இப்படி எடுபிடி வேலை செய்யட்டும். பின்னர் வக்கீல் மாமா, ஆடிட்டர் மாமா காலில் விழுந்து ஒரு ஸ்திரமான உத்தியோகத்தை வாங்கித் தந்துவிட வேண்டும். அப்பறம்,

சின்னப்பாப்பாவுக்கு இப்போது வயசு பதினைந்து. இன்னும் இரண்டு வருஷம் போய் கையில் நாலு காசு கணிசமாய் சேர்ந்த பிறகு, எப்படியாவது சங்கரனுக்கு அவளை முடித்து வைத்துவிட வேண்டும்.

தடிமாடு மாதிரி, வணங்காமுடித்தனத்துடன் சின்னப்பாப்பா திரிந்தாலும், கல்யாணம் என்று ஒன்று நடந்து கழுத்தில் தாலி ஏறிவிட்டால், மாறிவிட மாட்டாளா? தனக்கென்று குடும்பம், புருஷன் வந்துவிட்டால் பொறுப்பு தானாக வந்துவிடாதா?

சங்கரனுக்கு என்ன குறை?

பார்க்க சிவப்பாய், தலை கொள்ளாமல் முடி, வரிசையாய் வெள்ளை பற்களுமாய், 'யார் இவன்' என்று கேட்கும்படி ராஜா மாதிரி இருக்கிறான்... பவ்யமான நடத்தை...

சத்தியமாய் சின்னப்பாப்பாவைப் பெற்றவன் தன் பெண் விஷயமாய் எதுவும் செய்யப் போவதில்லை. விட்டது சனியன்கள் என்பதுபோல இத்தனை வருஷங்களாக ஏன் என்ன என்று எட்டிப் பார்க்காதவன், 'என் பெண்ணுக்கு வயசாகிவிட்டது. அப்பனாய் லட்சணமாய் கல்யாணம் பண்ணப் போகிறேன்' என்றா வரப் போகிறான்?

ம்ஹூம், இல்லை... ஒருக்காலும் இல்லை.

மனசில் முடிச்சுப் போட்டிருப்பது பகவான் கிருபையில் நடந்துவிட்டால், 'அப்பாடி, ஒரு பாரம் குறைந்தது' என்று நிம்மதியாய் இருக்கலாம்...

அப்புறம்...

தொடர்ந்து சிந்தனையை வளர்த்துக்கொள்ள அவகாசம் இல்லாமல் மாப்பிள்ளை, காசி யாத்திரைக்குக் கிளம்பிவிட, கிச்சாமி கவனத்தை அடுத்தடுத்துக் காத்திருந்த வேலைகளில் செலுத்தினார்.

கல்யாணம் நல்லவிதமாய் நடந்தேறி, மறுநாளைக்குக் கட்டுசாதக் கூடையுடன் மாப்பிள்ளை வீட்டாரை அனுப்பி வைத்து, எல்லாவற்றையும் ஒழித்துக்கொண்டு சேது சகிதம் வீட்டுப்படி அவர் ஏறினபோது பிற்பகல் நான்கு மணிக்கும் மேலேயே ஆகிவிட்டது.

அலுப்புத் தீர கொஞ்சம் படுத்துவிட்டு, ஸ்நேந்தி பண்ணுவோம் என்று எழுந்தவரின் பார்வையில், சுவரில் மாட்டப்பட்டிருந்த கண்ணாடியின் இடுக்கிலிருந்து லேசாக எட்டிப்பார்த்த அந்தப் பத்திரிகை விழுந்தது.

பத்திரிகையா?

கண்ணாடியின் பின்னாலா?

யாராவது ஒளித்து வைத்திருக்கிறார்களா?

ஏன்?

யோசனையில் புருவங்கள் முடிச்சுப் போட, கையைக் கண்ணாடிக்குப் பின்னால் விட்டு இழுக்க, ஒன்றல்ல இரண்டு புத்தகங்கள்.

'மோகினியின் காமக் களியாட்டம்.'

'கணவனைக் கொன்ற காரிகை.!'

அந்தத் தலைப்புகளுக்கு ஏற்ற விதத்தில் ஆபாசம் ததும்ப அட்டைப் படங்கள்...

த்தூ...

என்ன அசிங்கம் இது!

யார் படிக்கிறார்கள் இந்தக் குப்பைகளை?

சற்றுமுன் சட்டமாக அலங்கரித்துக் கொண்டு மைதிலியும், சின்னப்பாப்பாவும் வெளியே போனது நினைவுக்கு வர,

அதே அறையில் பாடப் புஸ்தகம் படித்துக் கொண்டிருந்த குமாரை விழித்துப் பார்த்தார்.

"யார் படிக்கிறாடா இந்தக் கன்றாவியெல்லாம்...? வாயில என்ன கொழுக்கட்டையா? பதில் சொல்லேன்."

"எனக்குத் தெரியாது, தாத்தா... வந்து... வந்து... பப்பிக்காவும் சித்தியும்தான் படிச்சுண்டிருந்தா!"

"கர்மம், கர்மம். சின்னவள் கண்டிக்கறதுக்குப் பதிலா மைதிலி தானும் கூட்டு சேர்ந்துக்கறாளாக்கும்... இந்தச் சனியங்கள் யார் கொண்டுவந்து தந்தா?"

குமார் லேசாகத் தயங்கிவிட்டு சின்னக் குரலில், "சொர்ணாக்காதான்" எனவும், கிச்சாமி வாஸ்தவமாக அதிர்ந்தார்.

பாடம் சொல்லிக் கொள்கிறேன் பேர்வழி என்று வாரத்தில் நான்கு நாள்கள் வந்து போகும் சொர்ணாவா?

இந்த மாதிரி புஸ்தகங்களை தான் படிப்பதோடு நிறுத்திக்கொள்ளாமல், மற்றவர்களுக்கும் கொடுத்துச் சீரழித்து...

தூத்தேறி!

கோபம் அடங்காமலேயே இருக்க,

அரைமணிக்கெல்லாம் 'பப்பி' என்று கூப்பிட்டுக் கொண்டு உள்ளே வந்த சொர்ணாவை கிச்சாமி, "ஏய் குட்டி... நில்லு!" என்று அதட்டி நிறுத்தினார்.

எதிரில் அடக்க ஒடுக்கம் இல்லாமல் மேலாக்கை சரிய விட்டுக்கொண்டு நின்றவளை அழுத்தமாக ஏறிட்டார்.

"இந்தாடி குட்டி..... உன் மனசுல என்ன நினைச்சுண்டிருக்கே நீ? ஒழுங்கா படிச்சு, பாஸ் பண்றதா உத்தேசம் இருக்கா... இல்லே தத்தாரியா ஊர் மேய இஷ்டமா? ம்? என்னடி பண்றா உன்னைப் பெத்தவா? இந்த மாதிரி பொஸ்தகங்களைப் படிக்கறதோட, மத்தவாளுக்கும் குடுக்கறியே, இது உனக்கே நன்னா இருக்கா? வளர்ற குழந்தைகள் மனசு இப்படி அலைபாயக் கூடாதுடி... அது நல்லதுக்கு இல்லே... புரியறதா! ஒழுங்கா இரு... என்ன?"

பதிலுக்கு ஒரு வார்த்தை பேசாமல் நின்றவள், கடக்கென்று திரும்பி ஓடிவிட, இத்துடன் விஷயம் முடிந்தது என்று கிச்சாமி நினைத்தது நடக்காமல், அன்றிரவு ராஜாமணி வீட்டுக்கு வந்ததும் மறுபடியும் முளைத்தது.

உள்ளே நுழைந்தவன் சட்டையைக்கூடக் கழற்றாமல், "வயசானா புத்தி மழுங்கிடுமா என்ன? அடுத்தவாளாத்துப் பொண்ணைக் குட்டிகிட்டினு கூப்பிட்டு, கண்டிக்க வேண்டிய முடை உங்களுக்கு என்ன? மைதிலி கேட்டா, இவ குடுத்தா... அதுல என்ன தப்பு? இன்னொரு தரம் இப்படித் தத்தக்கா புத்தக்காணு ஏதாவது பண்ணுங்கோ, அப்ப சொல்றேன்!" என்று குரல் கொடுத்துக் கத்தியதும், பெற்றவர் என்கிற மரியாதை இல்லாமல் என்ன கூப்பாடு இது என்கிற கோபத்தையும் மீறிக்கொண்டு, 'அவளைச் சொன்னால் இவன் ஏன் இப்படித் தாண்டி குதிக்கிறான்? அவளை இவன் அதற்குள் எங்கு பார்த்தான்? என்ன பேசினான்? எதற்காக இந்தக் கத்தல், கோபம்?' என்ற வியப்பும் திகைப்பும் கிச்சாமியினுள் வேகமாக வியாபித்தது நிஜம்.

அத்தியாயம் 

பெரிய தாம்பாளம். ஓரத்தில் கவுளி வெற்றிலை, நான்கைந்து பாக்குப்பொட்டலங்கள், ஒரு சீப்பு வாழைப்பழம், வெற்றிலை பாக்கின்மேல் பச்சைக்கரை போட்ட புதுத்துண்டும், புது வேட்டியும்... அதற்கும் மேலாய் வெள்ளைக் கவர் ஒன்று, உள்ளே இருந்த ரூபாய்த் தாள்களை லேசாய்க் காட்டிக்கொண்டு...

கிச்சாமி தயங்கினார்.

"எடுத்துக்கோங்கோ, மாமா... ஏன் தயங்கறேள்?"

"இல்லே, வந்து..."

"அதெல்லாம் எந்த மறுப்பும் சொல்லக்கூடாது நீங்க... சமையல், ஏற்பாடு எல்லாம் ரொம்பப் பிரமாதமா ஜமாய்ச்சுட்டேள்! கண்ணைக் கட்டி காட்டில் விட்டாப்பல, இந்த மெட்ராஸ்ல ஒண்ணுமே தெரியாதே, பம்பாய்லேந்து வந்து இங்க கல்யாணத்தை வெச்சுக்கச் சம்மதிச்சுட்டோமேனு நாங்க பயந்தது எங்களுக்குன்னா தெரியும். பகவான் புண்ணியத்துல நீங்களே எல்லா பொறுப்பையும் ஏத்துண்டு கொறையில்லாம செஞ்சுட்டேள். எங்களுக்கெல்லாம் ரொம்பத் திருப்தி! அதத் தெரிவிக்கத்தான் இந்தச் சின்ன சன்மானம்... நீங்க மறுக்காம வாங்கிக்கணும்..."

பேசியதோடு நிற்காமல் கிச்சாமியின் கைகளைப் பற்றித் தாம்பாளத்தை வைத்தார் அந்த மனிதர்.

பொறுப்பாய் கல்யாணத்தை முடித்து, கட்டுசாதக் கூடையும் வைத்து பெண்ணைப் புக்ககம் அனுப்பின நிறைவோடு, தன் சந்தோஷத்தைத் துளியும் மறைக்காமல் அவர் கெஞ்சியதை மறுக்க முடியாமல் தாம்பாளத்தைப் பெற்றுக் கொண்டார் கிச்சாமி.

மூன்று நாள் அலைச்சலும், வேலையும் ஏற்படுத்திய சோர்வையும் மீறி மனசுக்குள் சந்தோஷம் பூத்தது.

எக்கச்சக்கமாய்ப் பணம் செலவழித்துக் கல்யாணம் செய்பவர்களுக்கு எல்லா விஷயத்திலும் திருப்தி ஏற்படுவது அபூர்வம். அப்படியே உண்டானாலும் அந்தச் சந்தோஷத்தை வெளிப்படையாகக் காட்டி இப்படி மரியாதை செய்வது அதைவிட அபூர்வம் என்பதால், நல்ல மனிதர்களுக்காக உழைத்திருக்கிறோம் என்பதை நினைக்கையில் பெருமையாகவே இருந்தது.

முகத்தில் பெருமிதம் அப்பட்டமாய் வெளிப்பட, தாம்பாளத்தில் இருந்தவற்றை எடுத்து கையில் இருந்த பையினுள் போட்டுக்கொண்டு மெதுவே நிமிர்ந்தார்.

"வரேன் சார்... ஞாபகம் வெச்சிக்கோங்கோ... கல்யாணம், கார்த்தின்னா நடராஜன்கிட்டே சொல்லி அனுப்புங்கோ. இல்லேன்னா ஒரு கடுதாசி போட்டாக்கூடப் போதும், நடராஜன் எங்கிட்ட வந்து சொல்லிடுவார்... நா வரேன்..."

தலையசைத்து அவர்களிடம் விடைபெற்று கல்யாண மண்டபத்தை விட்டு வெளியேறியவர், பின்னோடு தொடர்ந்த சேதுவிடம் பையைக் கொடுத்தார்.

"இந்தாடா, இந்த வேஷ்டியையும், துண்டையும் நீ வெச்சுக்கோ... பழத்த ஆத்துல பசங்களுக்குக் குடுத்துடு..."

சேது நடப்பதை நிறுத்திவிட்டு கண்ணகல விழித்தான்.

"எனக்கா? எனக்கு எதுக்கு அத்திம்பேர்? எனக்குத்தான்..."

"தத்... பிரகஸ்பதி, சொன்னதைக் கேளு... உடம்பு அலுத்துப் போயிருக்கறப்போ வாயாடிண்டு நிக்காத சரி, சாமான் சஜ்ஜா எல்லாம் ரிக்ஷால ஏத்தி அனுப்புடான்னு சொன்னேனே..."

அவர் முடிக்கும் முன் சேது அவசரமாய்க் குறுக்கிட்டான்.

"அப்பவே அனுப்பிச்சுட்டேன் அத்திம்பேர்! நீங்க உள்ளுக்குள்ள அந்த மனுஷரோட பேசிண்டு இருந்தேளே,

அப்பவே நானே எல்லாத்தையும் ரிக்ஷால ஏத்தி, மாணிக்கத்தையும் கூட அனுப்பிச்சிருக்கேன்... இத்தனை நாழி பாதி தூரம்கூடப் போயிருக்கும்..."

"ஆமா, நானே கேக்கணும்னு நினைச்சேன்... கல்யாணக் காரியங்கள்லயும் சரி, கார்த்தால் சாமான்கள் தேச்சு வாசல்ல கொண்டு வச்சப்பவும் சரி, மாணிக்கம் தடியன நிக்க வெச்சுண்டு நீ என்னத்துக்குடா லொங்குலொங்குனு அத்தனை வேலையையும் செஞ்சே? அவனும் கிடைச்சது ஒரு பைத்தியம்னு, 'பாத்து ஏத்து, அய்யரே...'ங்கறான்! தரித்திரம், அவனோட லுங்கி கலர்ல கண்றாவியா ஒரு வேஷ்டியக் கட்டிண்டு நின்னியோன்னோ, அதான் அப்படி வேலைக்காரனாட்டம் ஏய்க்கறான்... இந்த வேஷ்டி துண்டையாவது ஒழுங்கா பத்திரமா வெச்சுக்கோ... நாலு வெளிமனுஷா எதிர்ல வரப் போவாவது பளிச்சினு இருக்க வேண்டாமா?"

இவர் என்னவோ கதை சொல்லிக்கொண்டு, வருகிற திஞசில் எல்லாவற்றுக்கும் 'ம்' கொட்டிக்கொண்டே சேது வர, கிச்சாமி தெருவைக் கடந்து எதிர்ச் சாரியில் இருந்த பஸ் ஸ்டாண்டில் போய் நின்றார்.

இரண்டு நிமிஷம் இப்படியும், அப்படியுமாய்த் திரும்பித் திரும்பிப் பார்த்துக்கொண்டு நின்ற சேது, பக்கத்தில் இருந்தவரிடம் "ஏன் சார், பன்னெண்டு ஏ போயிடுத்தா?" எனவும்,

கிச்சாமி அவனைத் தோளில் தட்டித் திருப்பினார்.

"என்னத்துக்குடா இப்பிடிப் பொறுமை இல்லாம நிக்கறே? பஸ் போயிருந்தா என்ன, போகாட்டா என்ன? வரபோது வரட்டுமே... அப்பிடி என்ன பெரிய காரியம் கிழியறது உனக்கு?" சேது மென்று முழுங்கினான்.

"ஒண்ணுமில்லே அத்திம்பேர்... போயிடுத்துன்னா, அடுத்த பஸ் வர நாழியாகுமேனு நினைச்சேன்... அரை மணி நிக்கணும்ம்னா..."

"நிக்கணும்ம்னானு இழுக்காதே. எனக்கொண்ணும் அவசரம் இல்ல இப்போ... உனக்கு மாட்னி ஷோவுக்கு நாழியாறதாக்கும்!"

"இல்..."

"பேசாதடா படவா! ரெண்டு நாளா கல்யாண ஆத்துல ஒழுங்காக இருந்தது பொறுக்கலையாக்கும்? இன்னிக்கு அவுத்துவிட்ட கழுதையாட்டம் ஊர் சுத்தக் கிளம்பியாச்சா? மரியாதையா ஆத்துக்குப் போய் சித்த நாழி படு சொல்றேன்! கண்ணு ரெண்டும் ஜிவுஜிவுனு, பாக்க சகிக்கல... அலைஞ்சுகிலைஞ்சு மறுபடியும் ஜூரத்த வரவழிச்சிண்டியானா லோல்பட என்னால முடியாது... ஆமா சொல்லிட்டேன்!"

லேசான அசட்டுச் சிரிப்புடன் சேது தலைகுனிய, அவனை லட்சியம் பண்ணாத மாதிரி தாட்டியான ஆள் ஒருத்தன் இடித்துக்கொண்டு போக, கிச்சாமி சேதுவைப் பின்பக்கமாய் தள்ளி, "நகர்ந்து நில்லேண்டா... வர்ற போற தடியனெல்லாம் மேல இடிச்சுத் தள்ளறதுகூட சொரணை இல்லாம நடுரோட்ல நிக்கறியே... எருமை மாடாட்..." பேசிக்கொண்டே வந்தவர் சட்டென்று நிறுத்தினார்.

இரண்டடி தள்ளி நின்றுக் கொண்டிருந்த பஸ் நகர்ந்து வழி விடுவதற்காக பின்னால் வந்த வண்டிகள் வரிசையாய் நிற்க, பஸ்ஸுக்கு நேர் பின்பக்கமாய் ஓர் ஆட்டோ...

வழவழவென்று கிராப்புத் தலையுடன் இந்தப் பக்கமாய் உட்கார்ந்திருப்பது...?

ராஜாமணியா?

அவனுக்குப் பக்கத்தில், சீட்டில் பாதி இடத்துக்கு மேல் காலியாக விட்டுவிட்டு, அவனோடு ஒட்டி உரசிக்கொண்டு உட்கார்ந்திருப்பது...?

சொர்ணா மாதிரி இருக்கிறதே...?

எதிர்வெயில் கண்களைக் கூசவைக்க, ஒரு கையை உயர்த்தி புருவங்களுக்குமேல் வைத்து கண்களுக்குக் குடைபிடித்து, ஊன்றிப் பார்த்தார்.

சொர்ணாவேதான்...!

அவசரமாய் சேதுவின் பக்கம் திரும்பினார்.

"ஏண்டா! அந்த ஆட்டோல உக்காந்திருக்கறது நம்ம ராஜாமணிதானே?"

எங்கோ பராக்குப் பார்த்துக்கொண்டிருந்த சேது, இவர் காட்டிய திசையில் பார்வையை வீசி, வீசிய வேகத்தில் உடனே இழுத்தும் கொண்டான்.

"ஆ...மா அத்திம்பேர்..."

"ஏண்டா இப்படி இழுக்கறே, 'ஆ...மா'னு? அது சரி, பக்கத்துல யாரு, அந்த தடிதண்டம் சொர்ணாவா?"

"அ? எனக்குத் தெரியாது..."

"தெரியாதா? பல்லை உடைச்சுடுவேன் ராஸ்கல்... பொய் மட்டும் சொல்லாதே! சொர்ணாவத் தெரியாதா உனக்கு?"

சேது பதில் சொல்வதற்குள், நின்றிருந்த பஸ் நகர்ந்து மற்ற வண்டிகள் தொடர, ஆட்டோவும் கண்ணிலிருந்து மறைந்தது!

கிச்சாமி கோபம் குறையாமலேயே சேது பக்கம் திரும்பினார்.

"நிஜமாச் சொல்லு, அந்தக் குட்டி யாருனு உனக்குத் தெரிலையா?"

"சொர்ணாவத் தெரியும் அத்திம்பேர்... ஆனா, இப்ப ராஜாமணிக்குப் பக்கத்துல உக்காந்திருந்தது அவதானானு புரியல... பஸ் மறைச்சுண்டிருந்ததா, நா சரியா கவனிக்கல..."

பஸ் ஸ்டாண்ட் என்றும் பாராமல் கிச்சாமி முறைத்தார்.

"சரியா கவனிக்கலியா? அறைஞ்சுப்பிடுவேன்! இதோ ரெண்டு தப்படி தள்ளி ஆட்டோ நின்னிருக்கு, நன்னா கண்ணை முழிச்சு ராஜாமணியப் பார்த்திருக்கே.... அவளக் கவனிக்கலியா? ஏண்டா பொய் சொல்றே? நீ எதையோ மறைக்கிறே... அதான் உன் திருதிருப்பும், மூஞ்சியும் காட்டிக் குடுக்கறதே! என்னடாது? மரியாதயா சொல்லிடு... இல்லேன்னா..."

சேது பயத்துடன் ஓரடி பின்னால் நகர்ந்தான்.

"ஐயோ, கோச்சுக்காதீங்கோ அத்திம்பேர்... அது சொர்ணாதான். ராஜாமணி அவளோட இருக்கறது, உங்களுக்குத் தெரிய வேண்டாமேன்னுதான் அப்பிடிச் சொன்னேன்..."

"எனக்குத் தெரிய வேண்டாமேனு சொல்லலியா? அது என்னடா புதுக்கதை? ஏண்டா தெரியக் கூடாது?"

பக்கத்தில் நின்றிருந்த மாமி இவர்கள் பேச்சு சுவாரஸ்யமாக இருந்ததால், நன்றாகக் கேட்கும் உத்தேசத்துடன் திரும்பி நின்றுகொள்ள, சேது மென்று விழுங்கினான்.

"ஆத்துக்குப் போய் பேசிக்கலாமே அத்திம்பேர்..."

இருந்த படபடப்பில் கிச்சாமி எதையும் காதில் போட்டுக் கொள்பவராகத் தெரியவில்லை. சேது குரலைத் தழைத்ததோ, கெஞ்சலாகப் பேசுவதோ புரியாத மாதிரி மீண்டும் அழுத்தமாகக் கேட்டதையே கேட்டார்.

"ஏண்டா எனக்குத் தெரியக்கூடாது?"

சேது தயங்கினான்.

"சொல்லப் போறியா இல்லியா?"

"வந்து.... அதான்..."

"எதான்?"

"அவா ரெண்டு பேரும் இப்பிடி சுத்தறதுதான்..."

"சுத்தறதா? என்னடா உளர்றே?"

"உளறலே அத்திம்பேர், நிஜமாத்தான்... நா அன்னிக்குக்கூட மவுண்ட் ரோட்ல தியேட்டர்ல பாத்தேனே..."

கிச்சாமி திடுக்கிட்டு சேதுவைத் தீவிரமாய்ப் பார்த்தார்.

நாம், ராஜாமணியை ஒரு பெண்ணோடு அதுவும், சொர்ணாவோடு பார்த்து, டியூஷன் சொல்லிக்கொள்ள வரும் பெண்ணோடு எங்கே போய்க் கொண்டிருக்கிரான். ஏதாவது படிப்பு சம்பந்தப்பட்டதாக இருக்குமோ என்று நினைத்து

முடிப்பதுற்குள், சேது முதலில் நடித்ததும் பின்னர் 'தியேட்டரில் பார்த்தேன்' என்றதுமாகச் சேர்ந்து வேறு எதையோ உணர்த்த...

"என்ன... என்ன? எங்கே பாத்தேனு சொன்னே?"

"போன வாரம் டவுன்ல ராமானுஜக்கூடத்துல கல்யாணத்த முடிச்சிட்டுத் திரும்பி வர்றப்போ நாங்கூட சாந்தி தியேட்டர் ஸ்டாய்ல எறங்கிண்டேனே? 'பொழுதோட வந்து சேர்'னு ரெண்டு ரூபா கொடுத்தனுப்பினேளே, ஞாபகமிருக்கா? அன்னிக்குத்தான் பாத்தேன். ஆபீஸ் நாள் வேற. மாட்னி ஷோவுல கூட்டமே இல்ல... ராஜாமணியும் இந்த சொர்ணாவும் இதே மாதிரி ஆட்டோல வந்து எறங்கிட்டு, ஃபர்ஸ்ட் க்ளாஸ் டிக்கெட் வாங்கிண்டு டக்கு டக்குனு ஒண்ணா போனா அத்திம்பேர்... நா கிட்டப்போய் பேசறத்துக்குள்ள சய்ங்குனு மாடிக்குப் போயிட்டா..."

கிச்சாமி கண்களை இடுக்கிக்கொண்டார்.

"இத ஏண்டா அன்னிக்கே எங்கிட்ட சொல்லல?"

"பதில் சொல்லேன்... இப்ப நீட்டி முழக்கிண்டு சொல்றியே? அன்னிக்கே சொல்றத்துக்கென்ன?"

"சொல்லியிருப்பேன்.... ஆனா நீங்க அப்பறம் ராஜாமணியக் கூப்பிட்டு விசாரிப்பேள். அவன் வந்து 'ஏண்டா கோள் மூட்டினே'னு என்னை அடிப்பான். ஏற்கெனவே அவன் சிகரெட் புடிக்கறதப்பத்தி உங்ககிட்ட சொல்லிட்டேன்னு என்னை நன்னாவே மொத்திட்டான்... அதுவும் இப்போ காமு போனப்புறம் அவனுக்கு எதுக்கெடுத்தாலும் கோவம் ஜாஸ்தியா வரது... எனக்கெதுக்கு வம்புனுதான்..."

கிச்சாமி மேற்கொண்டு ஏதும் பேசாமல் நின்றார்.

கண்முன் பார்த்ததை அவர் நம்பத் தயாராக இல்லை. ராஜாமணியாவது... இப்படி நட்ட நடுப்பகலில் சொர்ணாவோடு சுத்துவதாவது!

அ...அ... இருக்காது. நிச்சயமாய் இருக்காது.

ஆபீஸில் இருக்க வேண்டியவனுக்கு இங்கு என்ன வேலை? அதுவும் அந்தக் குட்டியோடு...

தன்னைத் தானே சமாதானம் செய்துக்கொள்ள முயன்றது நடக்காமல் மனசில் சந்தேகம் தலை நீட்டியது.

ஒருவேளை, அது ராஜாமணிதானோ? அவள் சொர்ணாதானோ?

இரண்டு பேரும் பாடப் புஸ்தகம், கிஸ்தகம் வாங்க எங்காவது போகிறார்களோ?

ஆட்டோவிலா! பாடப் புஸ்தகம் வாங்கவா?

ம்ஹும்... நம்பமுடியாமல் என்னமோ நெருடுகிறதே! தவிர, சேது இன்றுவரை பொய்யே சொன்னதில்லை. முதல் முறையாய் இன்று, ஆரம்பத்தில் மறைக்க முயன்றாலும் உடனே உண்மையைச் சொல்லிவிட்டான்.

ஆக, இதற்கு முன்புகூட இப்படி ஒன்றாக வெளியே போயிருக்கிறார்கள். அதுவும் சினிமாத் தியேட்டருக்கு ஆட்டோவில்...

ஆமாம், ஆட்டோவில் அப்படி நெருக்கமாக உட்கார வேண்டிய அவசியம் என்ன?

ச்சே... மனசு என்னென்னமோ நினைக்கிறதே... அத்தனையும் பொய்யாக இருந்துவிடக்கூடாதா?

சேது ஒரு இரண்டுங்கெட்டான்... அசடு... யாரையாவது பார்த்துவிட்டு ராஜாமணி என்று நினைத்திருப்பான்.

சரி, அப்படியே வைத்துக் கொண்டாலும் இன்று...? நம் கண்ணால் நாமே பார்த்த காட்சி பொய்யா?

கிச்சாமி உதட்டைக் கடித்துக்கொண்டு யோசித்தார்.

ஒருவேளை, இன்றுதான் முதல் தடவையாக சொர்ணாவோடு ராஜாமணி வெளியில் போகிறானோ?

அந்தப் பெண்ணுக்கு ஏதாவது நெருக்கடி நிலைமை ஏற்பட்டு, தெரிந்தவன் என்கிற ரீதியில் ராஜாமணி உதவிக்குப் போகிறானோ?

இருக்கும்... இருக்கும்!

ஒரு தினுசாய் தன்னை ஆஸ்வாசப்படுத்திக் கொண்டவராய், "சேது..." என்றார்.

"என்ன அத்திம்பேர்?"

"நீயா என்னத்தையாவது கற்பனை பண்ணிக்காதேடா... அன்னிக்கு சினிமாவுல பாத்தது ராஜாமணியா இருக்காது. வேற யாராவதா இருக்கும். இன்னிக்கு அந்தப் பொண்ணுக்கு ஏதாவது உதவி தேவைப்பட்டிருக்கும், அதான் கூடப்போறான் போலருக்கு... நீ சும்மா எதையாவது உளறாதே! ஏன், நீ கூடத்தான் எத்தனையோ தரம் அவன் பொண்டாட்டிக்கு இடுப்பு வலி வந்துடுத்து, இவன் அம்மாவுக்கு காய்ச்சல்னு டாக்டர்கிட்ட கூட்டிண்டு போயிருக்கியே.... இப்ப சொர்ணாவுக்கும் அந்த மாதிரி ஏதாவது..."

"இல்ல அத்திம்பேர், நா நிஜம்..."

"நிறுத்துடா.... என்கிட்ட உளர்றா மாதிரி வேற யாருகிட்டயாவது போய் உளறினியோ, நா பொல்லாதவனாயிடுவேன். ராஜாமணியாவது, சொர்ணாகூட சுத்தறதாவது! சினிமா சினிமானு ஏகத்துக்கு அலைஞ்சு அலைஞ்சு உம் புத்தியே இப்படி கோணலாப் போயிடுத்து.... சனியனே, அங்க பாரு, நம்ப பஸ் வரது... எத்தையாவது பேசிண்டு பஸ்ஸைக் கோட்டை விட்டுடாதே... ஏறு, ஏறு..."

நம்புவதா வேண்டாமா என்கிற குழப்பத்தில் தன்னையே சமாதானப்படுத்திக் கொள்வதாய் நினைத்து, சேதுவை அதட்டி அடக்கி வீட்டுக்கு கூட்டி வந்துவிட்டாலும், மனசுக்குள் ஏற்பட்ட குறுகுறுப்பு துளியும் மறையாமல் கிச்சாமிக்குள் முணுமுணுக்கவே செய்தது.

அந்த அவஸ்தை மாறாமல் வீட்டுக்குள் நுழைந்து, செருப்பை உதறிப் போட்டவர், "தாத்தா, தாத்தா…" என்று ஓடிவந்த குமாரைக் கண்டதும் சற்று தெளிந்தார்.

என்னடாது, ஸ்கூலுக்குப் போகலியா? மத்யான வேளைல ஆத்துல இருக்கே?

"ஐயோ தாத்தா… மறந்துட்டியா? இன்னிக்கு ஸ்கூல்ல எக்ஸ்கர்ஷன் கூட்டிண்டு போறான்னு சொன்னேனே? அண்ணா சமாதி, லைட்ஹவுஸ், ஹார்பர் எல்லாம் பாத்துட்டு இப்பத்தான் வறோம் தாத்தா… ஹார்பர்ல பெரிசு பெரிசா கப்பல் பாத்தோமே!"

"அட ஆமாண்டா… மறந்தே போயிட்டேன்! அதுசரி, வயத்துக்கு ஏதாவது சாப்பிட்டியா இல்லியா?"

"சாப்பிட்டேன் தாத்தா… எலுமிச்சம்பழச் சாதம், தயிர் சாதம், எல்லாம் பொட்டலமா கட்டி ஸ்கூல்லேந்தே கொண்டு வந்திருந்தா… அதெல்லாம் சாப்பிட்டேன். அதுக்கெல்லாம் நான்தான் முதல்லியே அஞ்சு ரூபா பணம் குடுத்துட்டேனே? நீதானே தாத்தா அன்னிக்குக் குடுத்தே பணம்?"

கிச்சாமிக்கு நினைவு வந்தது.

ஐந்து ரூபாய் வேண்டும், பள்ளியில் எங்கோ அழைத்துப் போகிறார்கள் என்று நான்கு நாள் முன்பு குமார் வந்து சொன்னதும், ராஜாமணி, "எங்கிட்ட காலணா கிடையாது. ஸ்கூல்ல உல்லாசப் பயணம் போகாட்டா தலை வெடிச்சிடுமோ?" என்று கத்தியதும், குமார் விடாமல் கெஞ்சியதும், எதையும் காதில் போடாமல் முதலில் இருந்து, பின் மகனின் தொணதொணப்பு பொறுக்க முடியாமல் எரிச்சலைக் கிளப்ப, ஆத்திரத்துடன் அவனைக் காலால் கண்டபடி எட்டி உதைத்து, "இனிமே வாயத் தொறந்தியானா கொன்னுடுவேன். பொறுக்கி ராஸ்கல்!" என்று தள்ளிவிட்டுப் போனதும், அந்த அமர்க்களத்தைச் சகிக்க முடியாமல் தானே எழுந்துபோய் குமாரைத் தூக்கிவிட்டு பணத்தைக் கொடுத்துச் சமாதானம் செய்ததும்…

கிச்சாமிக்கு நன்றாகவே ஞாபகத்தில் இருந்தன.

ஓர் ஐந்து ரூபாய்க்கு அன்றைக்கு வீட்டில் என்ன ரகளை, என்ன சப்தம்...

ஐந்து ரூபாய்...

கிச்சாமிக்குள் சடக்கென்று வேறு என்னவோ நிழலாய்த் தோன்றின...

'ஆட்டோவுல வந்து எறங்கினா, பர்ஸ்ட் க்ளாஸ் டிக்கெட் வாங்கிண்டு டக்கு டக்குனு போனா, அத்திம்பேர்...'

இன்றைக்கு, தான் ராஜாமணியைப் பார்த்ததும் ஆட்டோவில்தான். ஆபீஸிலிருந்து இவ்வளவு தூரம் வரவேண்டுமென்றால், ஆட்டோவுக்குக் குறைந்த பட்சம் பத்து ரூபாயாவது ஆகியிருக்காதா?

தனக்கு என்றால் மட்டும் இப்படி ஆட்டோவுக்கு செலவழிக்கத் தெரியும்...

சொர்ணாவோடு சினிமாவுக்குப் போகத் தெரி...

சட்... என்ன இது?

சேதுவைச் சொல்லிவிட்டு நானே என்னென்னவோ கற்பனை பண்ணுகிறேனே...

'மனம் ஒரு குரங்கு' என்று சொல்வது நிஜம் தானோ?

இது என்ன வேண்டாத அவஸ்தை...

வலுக்கட்டாயமாக சிந்தனைகளை அடக்கிக் கடிவாளம் பூட்டியவர், கொல்லைக்கட்டுக்குச் சென்றார். கிணற்றிலிருந்து ஒரு வாளி ஜலம் இழுத்து, முகத்திலும் பின்கழுத்திலும் விட்டுக் கழுவிக் கொண்டார். வேளை கெட்ட வேளையாக இருப்பினும் சுவாமி படம் வைத்திருந்த ஸ்டாண்ட் முன் நின்று, பித்தளை சம்புடத்திலிருந்து விபூதியை எடுத்து நெற்றியில் பூசி, 'என்னப்பனே... நிம்மதியைக் கொடுப்பா' என்று பிரார்த்தித்த பின்னர், வாசத் தாழ்வாரத்தில் வந்து உட்கார்ந்துக் கொண்டார்

ஆனால், இது வேண்டாத அவஸ்தை இல்லை, உண்மைதான் என்பது அன்றே, சற்றைக்கெல்லாம் கல்யாணத் தரகர் நடராஜன் மூலம் புரிந்தபோது, மனசும் உடம்பும் ஹா ஹாவென்று பதறி கிச்சாமி ஆடித்தான் போனார்.

கல்யாண மண்டபத்திலிருந்து கிச்சாமியும், சேதுவும் கிளம்பி வந்த பிறகு, தன் பொறுப்புகளையும் முடித்துவிட்டு உடனே இவர்களைத் தேடிவந்த நடராஜன் முகத்தில் சந்தோஷம் கோலம் போட்டிருந்தது.

படி ஏறி உட்கார்ந்தவர் அட்டகாசமாகச் சிரித்தார்.

"கிச்சாமி, நம்ப இந்த காண்ட்ராக்ட் எடுக்க ஆரம்பிச்ச வேளை நல்ல யோகமான வேளை போலருக்கு... இல்லேன்னா இப்பிடி மேம் மேல வேலை தேடிண்டு வருமா?"

கிச்சாமி புரியாமல் விழிக்க, தானே சிரிப்போடு விளக்கினார்.

"இன்னிக்கு முடிச்சுட்டு வந்தோமே, அந்த கோஷ்டில சம்பத், சம்பத்ங்கற மாமாவ உமக்குத் தெரியுமோல்லியோ? நம்ம வேலைல அவாளுக்கு ரொம்பத் திருப்தியாம், பத்து தரம் சொல்லிட்டார்."

"எனக்கும் புரிஞ்சது. எனக்குக்கூட தனியா வேட்டி, துண்டுனு மரியாதை பண்ணினா..."

"ம்ம்.. பாத்தேன். அந்த சம்பத்தோட மாமா யாரோ பெரிய மனுஷர், நாலு காரும் ரெண்டு மூணு பங்களாவுமா காசும் பணமுமா வசதியா இருக்காராம். 'அவாத்துல ஒரு கல்யாணம் வர்றது, சுவாமி... உங்க செட்டை அப்படியே ஏற்பாடு பண்ணி வேணுங்கறதை வாங்கித்தரேள். கஞ்சத்தனம் பண்ணாம இதே தினுசுல எல்லாத்தையும் ஜாம் ஜாம்னு நடத்திக் குடுக்கணும்'னு சம்பத் கையப் புடிச்சுக் கேட்டுண்டார்... ஆபட்ஸ்பரிலே பண்ணப் போறாளாம்னா பாத்துக்குமே! எனக்கு வந்த சந்தோஷத்துல உம்மகிட்ட சொல்ல உடனேயே வந்துட்டேன்!" நடராஜனின் மகிழ்ச்சி தன்னையும் தொற்றிக் கொண்டுவிட்டது போல கிச்சாமி உரக்கச் சிரித்தார்.

"எல்லாம் உங்கள் ஆசிர்வாதம்னா... ஜமாய்ச்சுடலாம்.... என்னிக்கு முகூர்த்தம்?"

"வர்ற பதினெட்டாம் தேதி. டைம் இருக்கு... ஆனா ரொம்பப் பொறுப்பா இருக்கணும். சாதாரணமா நாம் எடுக்கற காண்ட்ராக்ட் போல நாலு மடங்கு பெரிய இடம்... பெரிய பெரிய மனுஷொளா வருவாளாம். அவாளையெல்லாம் நன்னாவே கவனிச்சுக்கணும்னு ஸ்பெஷலா சம்பத் சொன்னார். 'எத்தனையோ செலவழிச்சுக் கல்யாணம் பண்ற எடத்துல, மாமிகள்லாம் மட்டும் பட்டும் பவிஷமா பளபளனு இருப்பா. ஆனா, சாப்பாட்டுல நெய்யும் மோரும் வாயில வைக்க வெழங்காது... கொழகொழனு நெய்யும் ஊளை நாத்தத்தோட காடிப்புளிப்பா நீர்மோரும் இருக்கும். இந்தக் கல்யாணத்துல மட்டும்தான் கமகமனு காய்ச்சின நெய், பால் மாதிரி ஜில்லுனு திக்கா மோர் பாத்தேன். அதையெல்லாம் இப்ப செய்யப் போற ஏற்பாடு தூக்கிச் சாப்பிட்டுடணும்'னு சம்பத் திரும்பத் திரும்பச் சொன்னார். மொத்தத்துல நம்மளக் கண்டா அவருக்கு ரொம்ப புடிச்சிப் போயிடுத்து. அந்தப் பேரைக் காப்பத்திக்கணும். அவ்வளவுதான்..."

"அதெல்லாம் நீங்க கவலைப்படாதீங்கோண்ணா... நா பாத்துக்கறேன். நம்பள்ளாம் மனசாட்சிக்குக் கட்டுப்பட்டு நடக்கறவா.... மனசறிஞ்சு நிச்சயமா மோசம் பண்ணமாட்டோம். இப்பிடிக் கிடைக்கற காசு ஒழுங்கா ஓடம்புல ஒட்டினா போறாதா, என்னண்ணா நா சொல்றது?"

தொடர்ந்து, செய்யவேண்டிய ஏற்பாடுகளைப்பற்றி விவரித்துவிட்டுக் கிளம்பின நடராஜன், வாசல்வரை நடந்து திடீரென்று நின்றார்.

தயக்கமாய் கிச்சாமியைப் பார்த்தார்.

"என்னண்ணா, ஏதாவது மறந்து போயிட்டேளா?"

"இல்லே... இத்தன சுத்தமான மனசோட, நேர்மையா நடந்துக்கற உமக்குப் போய் இப்படி ஒரு புள்ளையானு நினைச்சிண்டேன்... வருத்தமாயிருந்தது..."

"எ... என்ன சொல்றேள்?"

நடராஜன் நெருங்கி வந்து கிச்சாமியின் தோளில் கை வைத்தார்.

"நா... சொல்றதை நீர் தப்பா எடுத்துக்கக் கூடாது, கிச்சாமி... ஒண்ணாப் பழகிண்டு சொந்தக்காரா மாதிரித்தான் இருக்கோம்... நமக்குள்ள..."

"எதுக்கு இத்தனாம் பெரிய பீடிகைண்ணா?"

"சரி, சொல்றேன்... உம்ம பிள்ளை ராஜாமணி இருக்கானே, அவனப்பத்தி அவ்வளவா நல்ல அபிப்ராயம் வெளில இல்லை... தெரியுமோன்னோ?"

பதில் பேசத் தெரியாமல் கிச்சாமி விறைப்பாக நின்றார்.

"தினம் கண்டகண்ட எடத்துல அவனைப் பாக்கறேன்... தனியாக்கூட இல்லே, ஒரு பொண்ணோட..."

"எ...என்ன...து?"

"ஆமா கிச்சாமி... நன்னா சீமப்பசுவாட்டம் வளர்ந்து மதமதனு ஒரு பொண்ணு... ராஜாமணியோட.... சொல்றதுக்கே அத்தன நன்னாயில்லே..."

சீமைப்பசு மாதிரி...

சொர்ணா... மறுபடியும்!

மதியம் உண்டான குறுகுறுப்பு இப்போது உறுதிப்பட்டுப் போக, கிச்சாமியால் அதிர்ச்சியைத் தாங்க இயலவில்லை.

"என்ன கிச்சாமி, நா ஏதாவது எசகு பிசகாப் பேசிட்டேனா?"

கிச்சாமி அவரை நிமிர்ந்து பார்த்தபோது கண்ணோரங்கள் கலங்கியிருந்தன.

"அ... அதெல்லாம் ஒண்ணுமில்லேண்ணா... என்னடாது நம்ம குடும்பத்திலயா இப்படினு ஒரு நிமிஷம் திகைச்சுப் போயிட்டேன்... அதான்..."

"வயசுக் கோளாறோ, என்ன கண்றாவியோ! கண்டவன் கண்டபடி பேசறது பொறுக்கலை.... சொல்லிட்டேன். முடியும்னா கண்டிச்சு வையும்... குழந்தைன்னா 'டே'னு அதட்டலாம். தோளுக்கு வளந்த பிள்ளையும் பொண்ணும் இருக்கறவனைப் போயி... எப்படி? சரி... நா வரேன். இப்படிச் சொல்லிட்டேனேனு தப்பா எடுத்துக்காதேயும்... மனசு கேக்கலை... நா வரட்டுமா?"

கூடப்பிறந்தவரின் அக்கறையோடு பேசிவிட்டு நடராஜன் நகர, கால்கள் திடுமென வெலவெலத்து விட்ட மாதிரி, கிச்சாமி தூணில் சாய்ந்து உட்கார்ந்துக் கொண்டார்.

நடராஜன் வந்த உடனேயே, சந்தடி சாக்கில் ஓசைப்படாமல் சேது வெளியே போயிருந்தான்.

தெருவில் யார் யாரோ குறுக்கும் நெடுக்குமாய் போய்வந்து கொண்டிருக்க, பள்ளியிலிருந்து திரும்பிய தங்கையிடம், ஜன்னலருகில் உட்கார்ந்தபடி, தான் பார்த்தவற்றைப் பற்றி அளந்து கொண்டிருந்தான் குமார்.

"அத்தனாம் பெரிய கப்பலுக்கு அத்தனூண்டு ஏணிதான் தெரியுமா? லொடக்கு லொடக்குனு ஆடிண்டே அந்த நூலேணிலதான் ஏறிப் போவாளாம். கப்பல் சமுத்திரத்துல முங்கிப் போகப்போறதுன்னு பயமாப் போயிடுத்துன்னா, அந்த ஏணி வழியாத்தான் எல்லாரும் எறங்கித் தப்பிச்சுப்பாளாம். அத நா தொட்டுப் பாத்தேண்டி... வெறும் தடிநூலால செஞ்சிருக்கு... மனுஷா காலை வெச்சு எறங்கினா அறுந்து போயிடாதோ? எனக்கு ஒரே பயம்மா இருந்தது..."

"போடா... பொய்யெல்லாம் சொல்லாதே! கப்பலே ஒரு பெரிய வீடு மாதிரி இருக்குமாமே! அதுல நல்ல மாடிப்படியே இருக்காதா என்ன? என்னைச் சும்மா ஏமாத்தறே நீ..."

"ஐயோ, நா நிஜமாத்தான் சொல்றேன்... வேணா தாத்தாவைக் கேக்கலாம், வரியா?"

கிச்சாமி இவை எதிலும் கவனம் போகாமல் அப்படியே உட்கார்ந்திருக்க, பேரனும், பேத்தியும் அவரிடம் வந்தார்கள்.

"தாத்தா... இவன் சொல்றது பொய்தானே?"

"இல்லே... நிஜம்னு சொல்லுங்கோ, தாத்தா... நா நூலேணியப் பாத்தேன். எங்க டீச்சர் அத காமிச்சு, நடுக்கடல்ல விழுந்துட்டவளக் காப்பாத்தறதுக்கும் புயல் அடிச்சுதுன்னா எறங்கி சின்னச்சின்ன போட்ல போறத்துக்கும் உதவறது இந்த நூலேணிதான். அதனால இதைப் பாத்தாலே கஷ்டத்துல இருக்கற மாலுமிக்கெல்லாம் 'அப்பாடா, நாம பிழைச்சிப்போம்ங்கற நம்பிக்கை வரும்'னும் சொன்னார், தாத்தா... சத்தியமா அத நா தொட்டுப் பாத்தேன்..."

பேரனும் பேத்தியும் மாறி மாறிப் பேசியதில் கவனம் செலுத்த முடியாமல் போக, "நாழியாறது... கை கால் அலம்பிண்டு படிக்கப் போங்கோ..." என்று அவர்களை அனுப்பினவர், வெயில் மறைந்து இருட்டு பரவினதுகூடத் தெரியாமல் அசையாமல் உட்கார்ந்திருந்தார்.

ராஜாமணி, சொர்ணாவுடனா...?

தூத்தேறி... இவன் வயசென்ன, அவள் வயசென்ன...? கோமு போய் இன்னும் கொஞ்ச நாள்கூட ஆகவில்லை, அதற்குள்...

ஆமாம், அவள் இருந்தபோது மட்டும் ரொம்ப வாழ்ந்ததாக்கும்!

மனைவியையும், குழந்தைகள் குமார், சுந்தரியையும், என்றைக்கு அவன் பொருட்படுத்தியிருக்கிறான்! இல்லை, என்றைக்கு அவர்களிடம் ஆசையாய் இரண்டு வார்த்தை பேசியிருக்கிறான்?

ஆனால்கூட... இப்போது, இப்படி, இந்தப் பெண்ணுடன்...

அவளுக்குத்தான் ஆகட்டும், புத்தி வேண்டாமா? தின்றுதின்று கொழுத்து, உடம்பை வளர்த்ததில், புத்தி மழுங்கிப் போய்விட்டதா?

நாற்பது வயசுக்காரனுடன் இப்படி ஊர் மேய வேண்டுமானால் அந்தக் குட்டிக்கு என்ன திமிர்?

ஓ! அவளை 'குட்டி' என்று சொன்னபோது ராஜாமணி சண்டைக்கு வந்ததற்கு அர்த்தம் இதுதானா?

ஒவ்வொன்றாய் மண்டையைக் குடைய உட்கார்ந்திருந்த கிச்சாமி, எட்டு மணித் தறுவாயில் விசில் அடித்துக்கொண்டே ராஜாமணி வீட்டுக்குள் நுழைந்தபோது பிரக்ஞை வந்தவர் மாதிரி எழுந்தார்.

வழக்கம்போல் நொண்டிச்சாக்குடன் வீட்டுக்குத் திரும்பிய சேது பேசியதைக் காதில் போட்டுக் கொள்ளாமல் உட்கார்ந்திருந்துவிட்டு, மைதிலி சாப்பிடக் கூப்பிட்டபோது எழுந்து உள்ளே சென்று, இரண்டு வாய் அள்ளிப் போட்டுக்கொண்டு, பக்கத்திலிருந்த ராஜாமணி கை அலம்பிய பின் வாசல் பக்கமாய் நகர்ந்தபோது அவசரமாய்ப் பின் தொடர்ந்தார்.

"ராஜாமணி, வெளில போறியா?"

எரிச்சலுடன் நின்றான் ராஜாமணி.

"இதென்ன கேள்வி? தினம் சாப்பாட்டுக்கப்பறம் நா தெருமுனை கடைக்குப் போவேன்னு தெரியாத மாதிரி கேக்கறேளாக்கும்!"

"அதுக்கில்லே... நானும் வரேன்னு சொல்றதுக்குத்தான்..."

"நீங்க என்னத்துக்கு கூடக்கூட?"

"கொஞ்சம் உன்னோட பேசணுண்டா..."

அவன் பதிலேதும் சொல்லாமல் நடந்ததும், தொடர்ந்து போனார்.

தகப்பனார் அருகில் நிற்கிறார் என்கிற மரியாதைகூட இல்லாமல் சிகரெட்டை வாங்கி, அங்கேயே ஓர் ஓரமாய் நின்று அவன் புகைக்கத் தொடங்க, கிச்சாமி கோபத்தை அடக்கிக்கொண்டு அவனருகில் வந்து நின்றார்.

"நம்மாத்துல தனியாப் பேசறதுக்கு சரியா சமயமே கிடைக்க மாட்டேங்கறது... அதான்..."

"வளவளன்னு இழுக்காமல் சுருக்கச் சொல்லுங்கோ... என்ன விஷயம்? காசு பணம் தேவைன்னு கைய நீட்டற சமாச்சாரம்னா மொதல்லியே சொல்லிடுங்கோ, என்னால இப்ப ஒண்ணும்

முடியாது. நம்மாத்து சம்சாரத்துல எத்தன கொட்டினாலும் போராது... ச்சே..."

முகத்தை நேரே பார்க்காமல் அவன் எரிந்து விழுந்தது கோபத்தை அதிகரித்தாலும், இப்போது இப்படித் தனியாய் வந்திருப்பது மற்ற பேச்சுக்களைப் பேச அல்ல என்பது புரிந்தவராய், கோபத்தை உதறிவிட்டு நிதானமாய்ப் பேச ஆரம்பித்தார்.

"அதெல்லாம் பத்தி இப்போ பேச வரல்லே, ராஜாமணி..."

"அப்பறம்?"

"உன்னப்பத்தி... உன்னப்பத்தி நாலுபேரு நாலுவிதமா பேசறா... நீ நடந்துக்கற..."

"நிறுத்துங்கோ... அதிகப்பிரசங்கித்தனமா யாரோ சொல்றதக் கேட்டுட்டு..."

"யாரோ இல்லேடா... நானே இன்னிக்கு என் கண்ணால பாத்துட்டேன்... நீ... நீ... அந்த சொர்ணாவோட..."

சொர்ணா என்றதும் ராஜாமணி லேசாய்த் திடுக்கிட்டான்.

"இதெல்லாம் நல்லதுக்கில்லே ராஜாமணி... காமு போனது பெரிய துக்கம்தான்... அதுக்காக உன்னையும், உன் குழந்தைகளையும் பாத்துக்கறதுக்காக ரெண்டாங் கல்யாணம் வேணும்ன்னா பண்ணிக்கலாமே தவிர, இப்படி... இப்படி... ஒரு சின்னப் பொண்ணோட..."

புகைத்துக் கொண்டிருந்த சிகரெட்டைக் கீழே போட்டு மிதித்துவிட்டு ராஜாமணி சட்டென்று நகர ஆரம்பித்தான்.

"நில்லு.. நா சொல்றத சொல்லிடறேன்... அந்தப் பொண்ணுக்கு மிஞ்சிப் போனா என்ன வயசிருக்கும்? நம்ம குமாரைவிட ரெண்டு மூணு வயசு மூத்தவளா இருப்பா... அதானே? இது அசிங்கமில்லையா? அத்தனைச் சின்னப் பொண்ணோட... நீ... என்னமோ வயசுக் கோளாறுல அவ இப்படி நடந்துண்டாலும்,

ஆன வயசுக்கு அடையாளமா நீ அவளுக்குப் புத்தி சொல்லின்னா..."

ராஜாமணி நிமிர்ந்து அவரை முறைத்தான். தீர்மானமாய்ப் பேசினான்.

"இங்க பாருங்கோ, இது என் சொந்த விஷயம். இதுல உங்க அபிப்ராயத்த இப்ப யாரும் கேக்கலை. வயசுக்கேத்த மாதிரி மரியாதையோட நடந்துண்டா தேவலாம். இல்லேன்னா, எல்லாமே நாறிப் போயிடும்.... ஆமா..."

மனப்பாடம் பண்ணியிருந்த தினுசில் ஒப்பித்துவிட்டு விறுவிறுவென்று அவன் நடந்துப்போய் வீட்டுக்குள் நுழைவதைப் பார்த்த பிறகும்கூட கிச்சாமி அங்கேயே நின்றிருந்தார்.

நாற்பது வயசு பூர்த்தியாகி, குடும்பஸ்தனாகிவிட்ட பிள்ளையிடம் அதற்குமேல் எப்படி கண்டிப்பாக பேசுவது என்று கிச்சாமி தவித்தது போதாததுபோல, சரியாகப் பதினைந்தாம் நாள், ராஜாமணி தன் குழந்தைகளையும், குடும்பப் பொறுப்புக்களையும் உதறிவிட்டு, அலுவலகத்தில் கெஞ்சிக் கூத்தாடி பெங்களுருக்கு மாற்றல் வாங்கிக் கொண்டுப்போன விவரமும், ரயிலேறுவதற்கு முன்பாக கோயிலில் வைத்து சொர்ணாவுக்குத் தாலிகட்டி அவளையும் தன்னோடு அழைத்துக்கொண்டு போன விவரமும் தெரிய வந்தன.

அத்தியாயம்  6

கணக்கு உதைத்தது.

ஒன்று, இரண்டல்ல... முழுசாய், முள்ளங்கிப் பத்தையாய் நானூறு...

கிட்டத்தட்ட மூன்று மணிநேரமாய் எழுந்து சந்தி பண்ணி, சேது கொணர்ந்து தந்த காபியைக் குடித்துவிட்டு, கணக்கு புஸ்தகத்தோடு உட்கார்ந்த நாழியாய் அவரும் பத்து தரத்துக்கும் மேலேயே கணக்கைக் கூட்டிப் பார்த்து விட்டார். ம்ஹூம் துண்டு விழுவது விழுவதுதான்.

எங்கே போய்விடும்,

எதையாவது சேர்க்க மறந்துவிட்டதோ?

பால், கொத்தவால்சாவடி கண்ணன், பழக்கடை ரஹ்மான், பிளாஸ்டிக் பை முதலியார், மேஜை நாற்காலி சுந்தரேசன், வாடகை வண்டி அன்புமணி என்று ஒருத்தர் பாக்கியில்லாமல் எத்தனை கொடுத்தோம் என்று எழுதியாகிவிட்டது. எடுபிடி மாணிக்கம், பஸ் சார்ஜ் வகையறாக்களைக் கூட சேர்த்தாயிற்று. அப்புறம்?

நான்கு நாள்கள் முன் நடராஜன் கொடுத்த ஆயிரத்தை வழக்கம்போலப் பெட்டியில் வைத்துப் பூட்டி, தேவைப்படும்போது எடுத்துச் செலவழித்து செண்பக நாடார் வீட்டு மஞ்சள் நீர் வைபவத்தை நேற்று அமர்க்களமாய் நடத்தி முடித்தபிறகு, இன்று கணக்கெழுத உட்கார்ந்தால் கையிருப்புக்கும், கணக்குக்கும் முழுசாய் நானூறு ரூபாய் உதைக்கிறது....

எங்கு போய்விட்டது?

இங்கு அங்கு சென்ற இடத்தில், பஸ்ஸில் எங்காவது கை தவற விட்டு விட்டோமோ!

இல்லையே... மடியை விட்டு பணத்தை எடுத்து அலட்சியமாய் வைக்கும் பழக்கம் இருந்தால்தானே இந்தக் கேள்விக்கே இடம் வரும்?

தேவையானபோது மடியில் செருகி வைக்கும் பர்ஸிலிருந்து பணத்தை எண்ணிக் கொடுத்து, சில்லறை, பில்லைச் சரிபார்த்து வாங்கி, பர்ஸில் போட்டு கையோடு மடியில் முடிந்துக் கொள்வதைத் தவிர, வேறு எந்த விதமாகவும் இன்றுவரை நடந்து கொண்டதில்லையே!

அப்புறம்?

கால் முளைத்தா போய்விடும்?

மண்டையை உடைத்துக் கொண்டும் பணம் எங்கே போயிற்று என்று புரியாமல் போக, கிச்சாமி பேனாவை நோட்டுக்குள் வைத்து மூடிவிட்டு, "டேய்... சேது..." என்று குரல் கொடுத்தார்.

இரண்டாவது தரம் கூப்பிட்டதும் சேது வேகமாய் வந்து நின்றான்.

"அஞ்சு நிமிஷம் கழிச்சு வரலாமா, அத்திம்பேர்? சாதத்த வடிக்க உட்கார்ந்துண்டவன் உங்க குரல் கேட்டதும் வெங்கலப்பானைய நிமிர்த்தி வச்சுட்டு வந்திருக்கேன்... தாமதம் பண்ணி சாதம் குழைஞ்சிடுத்துன்னா, ராஜாமணி கத்துவான்."

கடைசி வார்த்தைகளைக் குரலைக் தழைத்தபடி பேசினவன், அவர் பதிலை எதிர்பார்க்காமல் உள்ளே போய்விட்டு, சொன்ன மாதிரியே ஒரு சில நிமிஷங்களில் திரும்பிவந்து, "இப்ப சொல்லுங்கோ, எதுக்குக் கூப்டேள்?" என, பேசியவனைக் கண்களை இடுக்கிக்கொண்டு கிச்சாமி ஏறிட்டார்.

"நீயாடா சமைக்கிறே?"

"ம்."

"ஏண்டா? மைதிலி எங்கே?"

"அவ நேத்தே பொறந்தாத்துக்குப் போயிட்டாளாமே அத்திம்பேர்... உங்களுக்குத் தெரியாதா?"

"இப்ப பொறந்தாத்துக்குப் போகவேண்டிய முடை என்னடா?"

சேது பதில் கூறும் முன்னர், இவர்கள் பேசுவது காதில் விழுந்துவிட்ட தினுசில் உள்ளறையிலிருந்து வெங்கிட்டு சரக்கென்று வந்தான்.

"ஏன், அது உங்களுக்கு அவசியம் தெரிஞ்சாகணுமோ?"

"அதில்லடா... வந்து... திடும்னுட்டு..."

அவரை முடிக்கவிடாமல் வெங்கிட்டு எரிச்சலுடன் பாய்ந்தான்.

"நாலு நாளாவே மைதிலிக்கு உடம்பு தள்ளாமையா இருக்கு... மசக்கை வேற படுத்தி எடுத்துத் தொலைக்கறது... வேணா உங்காத்துக்குப் போய் ரெண்டு நாள் ரெஸ்ட் எடுத்துண்டு வாயேன்னு நான்தான் போகச் சொன்னேன். இந்தக் குடும்பத்துக்கு உழைச்சு உழைச்சு அவ அரை உடம்பாயிட்டா... யாருக்குப் புரியறது இதெல்லாம்? அட, கரிசனம், கவனிப்புதான் வேணாம். வாசல் திண்ணைல சட்டமா உக்காந்துண்டு அதிகாரம் பண்ணாமயாவது இருக்கலாம் இல்லையா? சட்... வயசு ஆயிட்டா போறுமா? மனுஷாளுக்கு நிதானம் வேணாமா? புத்தி வேணாமா?"

காரணமே இல்லாமல் வெங்கிட்டு எங்கிருந்தோ, எங்கோ தாவ, கிச்சாமி லேசான கோபத்துடன் குரலை உயர்த்தினார்.

"இப்ப நா என்ன கேட்டுட்டேன்னு நீ இந்தப் பாய்ச்சல் பாயற? மைதிலி எங்கடானு கேட்டேன். அதானே?"

"ஆமாமா... உங்களுக்குத்தான் கோவிச்சுக்கத் தெரியும்னு, நாலு வீடு கேக்கற மாதிரி கத்தாதீங்கோ எனக்கும் உங்களுக்கு மேலேயே கத்தத் தெரியும்! நாலு நாளா மைதிலி தலைதூக்காம வாந்தியெடுத்துண்டு படுத்துண்டிருந்தாளே, ஏன் என்னன்னு

ஒரு வார்த்தை கேட்டோளா? ஒரு வேளை சமைக்க ஆள் இல்லேன்னா மட்டும், எங்க போயிட்டா, பொறந்தாத்துக்குப் போக என்ன முடைனு நூறு கேள்வி தடபுடல் படறது..."

மைதிலி வாந்தியெடுத்துக் கொண்டு தலை தூக்காமல் படுத்திருந்தாளா?

எப்போது?

நாடார் வீட்டு விழாவில் மும்முரமாய் ஈடுபட்டு விட்டதில் விடிகாலையில் ஆறுக்கு எழுந்து போனால், இரவு ஒன்பது பத்து ஆகிவிட்டது வீடு திரும்ப...

சேது கொணர்ந்து கொடுக்கும் மோரைக் குடித்துப் படுத்துவிட்டதில், வீட்டில் யாருக்கு என்ன, ஏது என்று தெரிந்துக்கொள்ள முடியவில்லை. மற்றவர்களாவது வலிய வந்து விஷயம் இப்படி என்று சொன்னால் தேவலை... ஆனால் இவரிடம் நின்று ஒரு வார்த்தை பேச வேண்டும் என்கிற நினைப்பே எட்டிக்காயாக மற்றவர்களுக்குக் கசக்கிறதே!

பொழுதோடு வந்திருந்தால், குமார் சொல்லுவான். 'தாத்தா இன்று இது இது நடந்தது...' என்று. ஆனால் தாமதித்து வந்ததில் இரண்டு நாளாய் அவனிடமும் பேச வாய்ப்பில்லை...

இந்த சேது கடன்காரனாவது 'மைதிலிக்கு உடம்பு முடியலை' என்று சொல்லியிருக்கக் கூடாதா? அவனும் கம்மென்று இருந்துவிட்டான். அப்புறம் ஜோஸியமா தெரியும்?

கிச்சாமி மெதுவாகத் தலையை உயர்த்தி மகனை சமாதானப்படுத்தும் பாவனையுடன் பரிதாபமாய் ஏறிட்டார்:

"நாலு நாளா எக்கச்சக்க வேலை... பொழுதோட வீட்டுக்கு வரமுடியலையா... அதான்... ஒரு விவரமும் தெரியலை... மைதிலிக்கு என்னடா உடம்புக்கு?"

அந்தக் கெஞ்சலோ, கேள்வியோ எந்தவித பாதிப்பும் உண்டாக்காததுபோல வெங்கிட்டு, "உங்களிடம் எனக்கு என்ன வெட்டிப் பேச்சு!" என்கிற கோபத்துடன் திரும்பிப் போக,

அவன்மேல் காட்டமுடியாத எரிச்சலை அருகில் நின்றுக் கொண்டிருந்த சேது மேல் கிச்சாமி திருப்பினார்.

"ஏண்டா தடிமாடு... மைதிலிக்கு உடம்பு சரியில்லேனு நீயாவது என்னண்ட சொல்லப்படாதா? ஊர் உலகத்துல இருக்கற வம்பு தும்பையெல்லாம் வாய் ஓயாமே பேசுவியே... சொந்த மனுஷாளுக்கு என்ன ஏதுனு சொல்லித் தெலைக்கக் கூடாதா?"

"எனக்குத் தெரிஞ்சாதானே அத்திம்பேர், உங்களண்ட நா சொல்றதுக்கு? ஒரு வாரமாவே எக்கச்சக்க வேல... நங்கநல்லூர் சபேசன் வீட்டுக் கல்யாணம், இப்போ நாடார் வீட்டு விசேஷம்னு உங்களோடதானே போறேன், வரேன்? சினிமா பாத்துக்கூட எத்தனை நாளாச்சு? காசு கேக்கலியே.... மறந்துட்டேளா?"

கண்ணகல அப்பாவித்தனத்துடன் அவன் பதில் பேச, கிச்சாமி மேற்கொண்டு எதுவும் பேசாமல் தெருவை வெறித்தார்.

ஆபீஸ், பள்ளி, கல்லூரிகளுக்குப் புறப்படும் மும்முரத்தில் ஒவ்வொரு வீடும் அமர்க்களப்படுவது புரிந்தது.

ஏகத்துக்கு புஸ்தகங்கள் நிறைந்த பையோடு வேகமாய் ஓடும் பிள்ளை... 'டிபன்பாக்ஸ் மறந்துட்டியே' என்று கத்திக்கொண்டே பின்னால் ஓடும் அம்மா 'நான் வரேண்டி... சாயங்காலம் லேட்டாகும்... இப்பவே சொல்லிட்டேன்... அப்பறம், ஏன் லேட்டுனு மூஞ்சியத் தூக்கிண்டு நிக்காத... ஆபீஸ்ல இன்ஸ்பெக்ஷன் நடக்கறது!' என்றபடி விடைபெறும் கணவன்... 'சாப்பாட்டுக் கேரியர் ரெடியாம்மா?' என்று கூடை நிறைய டிபன் பாத்திரங்களை வைத்துக்கொண்டு அழைக்கும் சாப்பாட்டு ஆள்.

"எதுக்காக கூப்டேள் அத்திம்பேர்? அதச் சொல்லவேயில்லியோ"

"அ?...." கிச்சாமி திரும்பினார்.

"எதுக்கோ அவசரமா கூப்டேளே, அதான் என்னன்னு கேக்கறேன்."

"அதுவா... வந்து..."

அவர் விவரத்தைச் சொல்லும் முன் ராஜாமணி சட்டைக் கையை மடித்து விட்டுக்கொண்டே வாசலில் எட்டிப் பார்த்தான்.

"சித்த உள்ளே வரேளா?"

"என்னையா கூப்பிடறே,"

ராஜாமணி முறைத்தான்.

"உங்களை இல்லாம, தெருவில் போறவனையா கூப்பிடுவேன்?"

இப்படித் துடுக்காகப் பேசுவது ராஜாமணியின் இயல்புதான் என்றாலும் இப்போது இரண்டு வாரங்களாக இந்தக் குணம் கூடிப்போயிருப்பது நிஜம்...

நாலு பேருக்குத் தெரிய வேண்டாம் என்கிற கரிசனத்துடன், அவன் பின்னோடு போய், 'சொர்ணாவோடு பழகாதே.... இது நல்லதற்கல்ல...' என்று கண்டித்த நாள்களாய், என்னமோ சொல்லக்கூடாத வார்த்தையைப் பெற்றவர் சொல்லிவிட்ட தினுசில் ராஜாமணி கடுவன் பூனையாகத்தான் வளைய வருகிறான். வீட்டில் இருப்பதே சொற்ப நாழிதான் என்றாலும், தங்கும்போதும் யாரோடும் பேசுவதில்லை. ஏதாவது கேட்டால் ஒற்றை வார்த்தையில் பதில், மிஞ்சிப்போனால் நாய் விழுகிற மாதிரி வள்ளென்று ஒரு பாய்ச்சல்...

அதுவும் கிச்சாமியை சுத்தமாய் திரும்பிப் பார்ப்பதில்லை. அவருக்கு எதிரில் நின்று 'அப்பா' என்று அழைத்துப் பேசுவதில்லை... தப்பித்தவறி எதிரும் புதிருமாய் வந்துவிட்டால், பெரு வியாதிக்காரனைப் பார்த்துவிட்ட முகச்சுளிப்பு... அது என்ன கோபமோ?

இரண்டு வாரமாய் உம்மணாமூஞ்சியாக இருந்த பிள்ளை இன்று தானே வலியக் கூப்பிட்டதும், 'இவன் எதையோ புதுசாகக் கிளப்பப் போகிறான்' என்கிற பயமே கிச்சாமியினுள் பரவியது.

சங்கடத்துடன் எழுந்தவர், அவிழ்ந்த வேஷ்டியை இறுகக் கட்டிக்கொண்டார். தரையில் கிடந்த துண்டை எடுத்து உதறித் தோளில் போட்டு, உள்ளறைக்குச் சென்றார்.

ராஜாமணி கண்ணாடி முன் நின்று, தலையை அழுந்த வாரிக் கொண்டிருந்தான்.

அறையின் அந்தப் பக்கமாய் குமார், கையில் புத்தகத்தோடு... அவனுக்கு எதிரில் பள்ளிக்குக் கிளம்பும் அவசரத்தில் முகத்துக்கு பவுடர் போட்டு, பொட்டிட்டுக் கொள்ளும் சுந்தரி, அருகிலேயே தலைமயிரை அவிழ்த்துவிட்டுக் கொண்டு, 'பின்னி விடு, சுந்தரி' என்ற கெஞ்சலுடன் காத்திருக்கும் மங்களம், சின்னபாப்பாவின் எட்டு வயதுத் தங்கை.

இவர்களுக்கு நடுவில் வெங்கிட்டுவின் பையன் சுரேஷ் தென்படாது போக, கிச்சாமி கேட்டார்,

"சுரேஷ் எங்கேடா காணோம்?"

குமார் புத்தகத்திலிருந்து விழிகளை உயர்த்தி, "சித்தியோட அவனும் போயிருக்கான், தாத்தா..." என்றான்.

"ம்... அவ எங்க?"

"எவ"

"அதாண்டா, இந்தாத்துக் கோயில் மாடு..."

சின்னப்பாப்பாவைத்தான் தாத்தா குறிப்பிடுகிறார் என்பதைப் புரிந்துகொள்ள முடிய, "உள்ள படுத்துண்டு இருக்கா. வயத்த வலிக்கறதாம்..." என்றான் தணிந்த குரலில்.

"வயித்த வலிச்சா? அதுக்காக எட்டு மணி வரைக்குமா படுத்துண்டு மாய்மாலம் பண்ணுவா? எழுந்து சமைச்சமானு இல்லாம என்னடா ராயசம் இதெல்லாம்? எங்க அவ? ஏய்... சின்னப்பாப்பா... இப்ப எழுந்துக்கப் போறியா இல்லியா...?"

அதட்டியவாறு உள்ளே போகத் திரும்பியவரை எரிச்சலுடன் ராஜாமணி தடுத்து நிறுத்தினான்.

"இப்ப சின்னபாப்பாவப் பத்தி பேசவா கனகாரியமா உங்கள் உள்ள கூப்டேன்? என்னமோ உங்க பேத்தி மட்டும் ஆகாசத்துலேந்து குதிச்சுட்ட மாதிரி கன்னாபின்னானு எடத்தக்

கொடுத்து வளர்த்துட்டு, இப்ப ஆய் ஊய்னா ஆச்சா... நன்னா படுங்கோ... சரியான தடிதண்டம்... பொம்பளையா லட்சணமாவா இருக்கா! இவ வயசுப் பொண்கள்ளாம் மாங்கு மாங்குனு என்ன காரியம் பண்றதுகள்! எத்தனை பொறுப்பா இருக்கறதுகள்! இவளும் இருக்காளே... தண்டச் சோத்து தடிராமி... நம்ம தலை எழுத்து. இந்தச் சனியன்களையெல்லாம் கட்டிச் சொமக்கணும்னு இருக்கு! ஹூம்... அவ அப்பங்காரனைச் சொல்லுங்கோ, மானங்கெட்டவன், பெத்ததுங்களுக்குச் சோறு போட வக்கில்லாம இங்க தள்ளிட்டுப் போயிட்டான்... தூத்தேறி... மனுஷனா அவன்... ஆம்பளையா அவன்?"

ராஜாமணி கோபத்துடன் பேசிக்கொண்டே போக, கிச்சாமி அவசரமாய் மங்களத்தை ஏறிட்டார். அந்தக் குழந்தையின் கண்கள் கலங்கி, அழுவதற்குத் தயாராக உதடுகள் துடிக்க முற்படுவதை உணர முடிய, "சரி... இப்ப அந்தப் பேச்சு எதுக்கு? நீ விஷயத்தச் சொல்லு... உனக்கு ஆபீஸுக்கு நாழியாறது... எனக்கும் வேல கிடக்கு..." என்று இடைமறித்தார்.

கையிலிருந்த சீப்பை ராஜாமணி அலட்சியமாய் ஸ்டாண்ட் மேல் எறிந்தான். அப்பாவைத் திரும்பிப் பார்க்காமல் பேசினான்.

"எனக்கு பெங்களூருக்கு டிரான்ஸ்ஃபர் ஆயிருக்கு..."

திடுமென சற்றும் நினைக்காத ஒரு சமாச்சாரத்தை அவன் போட்டு உடைத்ததும் அதன் அர்த்தம் விளங்காமல் கிச்சாமி விழித்தார். பின்னர் அரை நிமிஷத்தில் சேதியின் கனம் ஆளைத் தாக்க, "என்ன.... என்ன சொல்றே?" என்றார் நம்பமாட்டாமல்...

"என்னை பெங்களூருக்கு மாத்திட்டானு சொல்றேன்..."

இவன் பேசினது காதில் விழுந்துவிட, சேது சமையல்கட்டிலிருந்து எட்டிப்பார்த்தான். கொல்லைப் பக்கம் குளித்துவிட்டுத் திரும்பின வெங்கிட்டு, ஈரத்தலையைத் துவட்டுவதை நிறுத்திவிட்டு, அண்ணனை ஏறிட்டான். குழந்தைகள்கூட கைக் காரியத்தை மறந்து ராஜாமணியை வெறித்தன.

"என்னடா சொல்றே நீ?"

"தமிழ்லதானே சொன்னேன்... திரும்பத் திரும்ப என்ன என்னன்னா?"

"எப்ப ஆர்டர் வந்தது?"

"நேத்திக்கு..."

"என்னடாது திடும்னுட்டு."

"என்னைக் கேட்டா? ஆபீஸ்ல போய்க் கேளுங்கோ..."

"அதில்லடா வந்து.... நீ தனியா அங்க போய் என்ன பண்ணுவே? சமைச்சுப் போடக்கூட ஆளு கிடையாது. குழந்தைகளையும் வச்சுண்டு..... என்னடாது! எனக்குச் சரிப்பட்டு வராது, வேற யாரையாவது அனுப்புங்களேன்னு சொல்றதுதானே?"

ராஜாமணி பதில் கூறாது நிற்க, வெங்கிட்டு "எப்பப் போகணும்?" என்றான் மெதுவாக...

"வர்ர வியாழக்கிழமை நா அங்க ஜாயின் பண்ணணும்..."

"வியாழக்கிழமையா? இன்னும் அஞ்சு நாள்தானே இருக்கு?"

"என் மாளிகைய ஒழிச்சுண்டு கிளம்ப அந்த நாள் போறாது. ஒரு மாசம் ஜாய்னிங் டைம் வேணும்னு கேக்கச் சொல்றேளா?"

அவனுடைய நமுட்டுப்பேச்சை ஒதுக்கித் தள்ளிவிட்டு வெங்கிட்டு கேட்டான்,

"ப்ரமோஷன்ல போறியா?"

"அதெல்லாம் ஒண்ணும் இல்லே... போறியா, இல்ல சீட்டக் கிழிக்கட்டுமானு கேட்டான். வேற வழியில்லாம சரின்னேன். கம்பெனில போனு சொன்னா, மாட்டேன்னா சொல்ல முடியும்?"

"குழந்தேள் படிப்பு? அவள என்ன பண்ணறதா உத்தேசம்?"

விடாமல் கேள்வி மேல் கேள்வியாய் வெங்கிட்டு கேட்டது ராஜாமணியின் கோபத்தைக் கிளறியிருக்க வேண்டும். பதில் கூறினபோது வார்த்தைகள் காரத்தில் அமுங்கி வெளிப்பட்டன.

"இப்போதைக்கு பாதிப் படிப்புல எப்படி அலக்கழிக்கிறது? ஸ்கூல் முடிஞ்சப்புறந்தான் அங்க கூட்டிண்டு போறதப்பத்தி யோசிக்கணும். ஆனா, ஒண்ணு, கண்டிப்பா உன் தோள்ல உட்கார வைக்க மாட்டேன். கவலைப்படாத!"

இப்போது கண்களில் கோபம் வெளிச்சம்போட சரக்கென்று வெங்கிட்டு நிமிர்ந்தான்.

"இப்ப நா என்ன கேட்டுட்டேன்னு நீ இத்தனை ஆங்காரமா பதில் சொல்றே?"

"பெரிய மனுஷனுக்கு ஆங்காரமா பதில் சொல்றதுதான் புரியறதாக்கும்? தான் எடக்கா பேசறது உறைக்கலையோ?"

"நா எங்கடா எடக்காப் பேசினேன்? டிரான்ஸ்ஃபர்...னு சொன்னேங்கறதுக்காக குழந்தைகளை என்னடா பண்ணப் போறேனு அக்கறையா கேட்டேன். அது ஒரு தப்பா?"

"பெரியய... அக்கறை! சரிதான் போடா... உன்னை எனக்குத் தெரியாதாக்கும்? கூட சம்பாதிக்கறோம்ங்கற திமிர்ல 'டா' போட்டு அதட்டற வேலை எல்லாம் என்கிட்ட வேணாம்! மரியாதையா உன் வேலயப் பாத்துண்டு போடா, ராஸ்கல்!"

ராஜாமணி குரலெடுத்துக் கத்தினதில், அடிபட்டுப் போன வெங்கிட்டு அப்படியே நின்று அவனை வெறித்தான்.

பின், பளிச்செ ன்று நெற்றியில் ஓங்கி அறைந்துக்கொண்டு, "நீயும் உன் குழந்தைகளும் எக்கேடு கெட்டா எனக்கு என்னடா? பெங்களுருக்குத்தான் போங்கோ, இல்லை சுடுகாட்டுக்குத்தான் ஒழிங்கோ... எனக்கென்ன?" என்று உறுமிவிட்டு, இரண்டே நிமிஷங்களில் அரக்கப்பரக்க கையில் கிடைத்த உடைகளை அணிந்து, ஈரத்தலையைக்கூட வாராமல் ஆபீஸ் பையுடன் கிளம்ப, சேது வேகமாய் வெளியில் வந்து, "சாப்டலியா வெங்கிட்டு... சமையல் ஆயிடுத்து.... உனக்குப் பிடிக்குமேனு கத்தரிக்கா துகையல் அரைச்சிருக்கேன்..." என்றதைக் காதில் வாங்காமல் அகல அகலமாய்க் கால்களை வைத்து தெருவில் இறங்கி நடந்தான்.

அதற்குமேல் நிற்கப் பிடிக்காமல் கிச்சாமி மீண்டும் வாசத்திண்ணையில் வந்து உட்கார்ந்துக் கொண்டார்.

பதினைந்து நிமிஷங்களில் குழந்தைகளைக் கிளப்பி அவர்களுக்கு உணவு பரிமாறி, 'எனக்கும் பரிமாறிடுடா' என்று எதுவுமே நடக்காத மாதிரி சாப்பிட உட்கார்ந்த ராஜாமணியையும் கவனித்துவிட்டு, பள்ளி, ஆபீஸுக்கு அவர்கள் புறப்பட்டுப் போனதும் வாசத் திண்ணைக்கு வந்து கதவோரமாய்ச் சாய்ந்து நின்ற சேது, மெல்லக் கூப்பிட்டான்.

"அத்திம்பேர்…"

"……"

"அத்திம்பேர்…"

"என்…னடா?"

"குளிச்சுட்டுச் சாப்பிட வாங்கோ அத்திம்பேர்…"

"வரேன்… வரேன்… நீ போய் உனக்குப் பசிச்சா சாப்டுட்டு மீதிய மூடி வை… போ…"

அவன் பக்கம் திரும்பாமல் கண்களை மூடியபடி கிச்சாமி அமர்ந்திருக்க, சேது மீண்டும், "அத்திம்பேர்…" என்றான்.

"ஏண்டா எழவெடுத்தவனே… கொஞ்ச நேரம் என்னைத் தனியா விட்டுட்டுத் தொலைய மாட்டியா? எதுக்காகடா புள்ளைப் பூச்சியாட்டம் கிட்டக்கவே நின்னுண்டு நை நெனு பிடுங்கறே?"

"இல்லே அத்திம்பேர்… ஒரு வாரமா உங்களுக்கு அலைச்சல் ஜாஸ்தி. கண்ணெல்லாம் பொங்கியிருக்கு… அக்கா இருந்தா பொலம்பித் தீத்துடுவ… விடிகார்த்தால் என் கனவுல அக்கா வந்து 'என்னடாது, அவரை யாருமே கவனிக்க மாட்டேங்கறேளே'னு கொறப்பட்டுண்டா… அதான்… நல்லெண்ணெயில் வெத்தலை இஞ்சி போட்டுக் காச்சி, வெந்நீர் போட்டு வச்சிருக்கேன். அழுந்தத் தேய்ச்சுக் குளிச்சுட்டு, மிளகு ரசமா ரெண்டு வாய் கலகலன்னு சாப்பிடுங்களேன்னு சொல்லத்தான்…"

முடிக்காமல் இவர் என்ன சொல்வாரோ என்கிற தயக்கத்துடன் சேது நிறுத்த, பேசியவனை நிமிர்ந்து பார்த்தபோது கிச்சாமியின் இதயம் நெகிழ்ந்து, கண்ணோரங்களில் முத்துக்களாகப் பூத்திருந்தது.

முட்புதர்கள் நடுவில் ரோஜாவாய் இவன் மட்டும் எங்கேயிருந்து முளைத்தான்?

பெற்ற பிள்ளைகளிடம் பயத்தின் காரணமாய்க் குழைந்துவிட்டு, எரிச்சல் அத்தனையும் இவனிடம் கொட்டினாலும், இடிதாங்கிபோல அத்தனையும் வாங்கி, அன்பை ஏந்திக்கொண்டு 'அத்திம்பேர்' என்று வளைய வருவது இவனுக்கு மட்டும் எப்படிச் சாத்தியமாகிறது?

கிச்சாமி ஆள்காட்டி விரலால் கண்களை அழுந்தத் தேய்த்துக் கொண்டார்.

அருகில் நின்றவனைப் பார்த்து சின்னதாகப் புன்னகை புரிந்தார்.

"ஏண்டா, அலைச்சல், கண் எரிச்சல், சூடு எல்லாம் எனக்கு மட்டும்தானடா? உனக்குக் கிடையாதா? உன் உடம்பும் மூஞ்சியும்தான் வறவறன்னு வறண்டிருக்கு... போயி..."

"எம்மூஞ்சி எப்பவுமே இப்படித்தான் இருக்கும் அத்திம்பேர்."

"குறுக்கப் பேசாதடா, அதிகப்பிரசங்கி... போயி அந்த எண்ணெயத் தேச்சு வெந்நீர் விட்டுண்டு நீ குளி... நா நாளைக்கு தலைக்கு ஸ்நானம் பண்றேன்.... இன்னிக்குத் தலை பாரமா இருக்கு..."

"நா கார்த்தாலேயே குளிச்சாச்சு, அத்திம்பேர்!"

"பரவாயில்லேடா.... இன்னொருதரம் குளிச்சா தேஞ்சு போயிடமாட்டே! எண்ணெய வச்சுண்டு அரை மணி ஊறவிட்டுக் குளி... ஆச்சுனு ஓடிவர வேண்டாம்... இங்க தலைபோற வேல ஒண்ணும் காத்துண்டில்லே.... என்ன, மனசுல ஆச்சா?"

"அப்ப... வெந்நீர்ல நீங்க குளிங்கோ. நா மறுபடி போட்டுக்கறேன்..."

வேண்டாம் என்றால் இவன் விடமாட்டான் என்பதால் 'சரி' என்று கிச்சாமி தலையசைக்க, சேது உள்ளே எழுந்துப் போனான்.

தனியாக விடப்பட்டதும் சற்றுமுன் ராஜாமணி சொன்ன வார்த்தைகள் மனசுள் மீண்டும் மீண்டும் சுழன்றன.

பெங்களுருக்கு வேலை மாற்றம்...

இன்னும் ஐந்து நாள்களில் போக வேண்டும்.

என்ன திடீர்த் திருப்பம் இது?

இத்தனை வருஷங்களாகக் கஷ்டமோ நஷ்டமோ, அத்தனைபேரும் சேர்ந்தே இருந்திருக்கிறார்கள்...

குடும்பம் நடத்துவதற்கு 'இந்தா'வென்று எதையும் பிரமாதமாய்த் தூக்கி ராஜாமணி கொடுப்பதில்லை என்றாலும், அவனும் வெங்கிட்டுவும் ஆளுக்கு முன்னூறு ரூபாய் கொடுப்பது செலவுகளை இட்டுக்கட்டப் பெருமளவுக்கு உதவுவது வாஸ்தவம்தானே!

ராஜாமணியையும், குழந்தைகளையும் பிரிந்து வாழும் அவஸ்தையோடு, நினைத்த நினைப்பில்லாமல் பட்ஜெட்டில் முன்னூறு துண்டு விழுவதையும் சமாளிக்க முடியுமா?

அங்கே லாட்ஜில் தங்கி, சாப்பாட்டுக்கே திண்டாடப் போகிறவனிடம், 'உன் குழந்தைகளை நானே வைத்துக் கொள்கிறேன், ஆனால் சமாளிக்கப் பணம் கொடு' என்றால், அது கேவலம் இல்லையோ?

அவனும் கஷ்டப்பட்டு, நானும் திண்டாடி.... என்ன சோதனை இது, சற்றும் எதிர்பாராமல்!

என்ன, தூக்கமா மாமா?"

கிச்சாமி திரும்பினார்.

அலமேலும்மா...

"ஒண்ணுமில்ல. அலுப்பா இருந்தது... அதான் கண்ண மூடிண்டு செத்த நாழி உக்காந்துட்டேன்."

"பின்னே, கொஞ்சமாவா அலையறேள்? விசாலம் இருந்தா கண்டிச்சு வைப்பா... என்னே கிண்ணெய் தேச்சுக்கறேளா, இல்லியா?"

"ம்...ம்..." என்றார்

"மைதிலிய எங்க கண்ல காணோம்?"

"பொறந்தாத்துக்குப் போயிருக்கா..."

"என்ன விசேஷம்! நேத்து சினிமாவுக்குப் போறப்பகூட என்னண்ட ஒண்ணும் சொல்லலியே!"

கிச்சாமி சந்தேகத்துடன் கண்களை இடுக்கிக் கொண்டார்.

"சினிமாவுக்கா? நீங்களா?"

அலமேலும்மா சிரித்தாள்.

"ராம... ராம... அது ஒண்ணுதான் எனக்குக் கொறச்சல்! வத்ஸலா மாமிக்கு வயத்துல ஆபரேஷன் ஆயிருக்கு, தெரியுமோன்னோ? ஆஸ்பத்திரில தங்க மனுஷா இல்லாம கஷ்டப்படறா. என்னால முடிஞ்ச உதவியா, மத்தியானம் நாலைஞ்சு மணிநேரம் போய் கூட இருப்பேன். நேத்திக்குப் போற வழில பஸ் ஸ்டாண்டுல மைதிலியையும், சின்னப்பாப்பாவையும் பாத்தேன். 'சினிமாவுக்குப் போறோம், மாமி'ன்னா..."

மதியம் படபடைக்கும் வெயிலில் சினிமா போக முடிகிறவளைத்தான் வெங்கிட்டு அத்தனை கரிசனத்துடன் 'நாலு நாளா தள்ளவேயில்ல... அவ கஷ்டம் யாருக்குப் புரியறது' என்று பொத்தி வைத்துக் கொள்கிறானா!

இந்தச் சின்னப்பாப்பாவுக்கு மாட்னி போகத் தெம்பிருக்கிறது. காலையில் எழுந்து சமைக்க மட்டும் முடியவில்லையாமா?

என்ன சுயநலம் பிடித்த ஜன்மங்கள்!

அடித்துக் கொள்ள இரண்டு கை போதவில்லையே!

மனசு கசந்து போக, "சரி, நாழியாச்சு... நா குளிக்கப் போறேன்" என்று முனகியவாறு கிச்சாமி எழுந்து நின்றார்.

குனிந்து தரையில் வைத்திருந்த கணக்குப் புஸ்தகத்தைக் கையில் எடுத்தபோது, நானூறு ரூபாய் உதைத்ததும், அதைக் கேட்க சேதுவை அழைத்ததும், கேட்கும் முன்னர் ராஜாமணியின் டிரான்ஸ்ஃபர் சமாச்சாரம் தலைதூக்கி அத்தனையையும் அமுக்கி விட்டதும் ஞாபகத்துக்கு வந்தன.

நானூறு ரூபாய் எங்கே? யாராவது எடுத்திருப்பார்களோ?

பூட்டியிருக்கும் பெட்டியிலிருந்து பணத்தை எடுக்கத் துணிந்தது யார்?

ச்சே, அநியாயமாய் கண்ணால் பார்க்காமல் யாரையும் குற்றம்சாட்டுவது தவறில்லையா?

அ... பெரிய... தவறு.

பெற்றவரும் கூடப்பிறந்தவர்களும் தான் பெற்றதுகளும் எக்கேடு கெட்டால் என்ன? என்று எண்ணிச் செயல்படும் இவர்கள், திருட்டு என்ன, வேறு என்ன மாபாதகம் செய்யத்தான் துணிய மாட்டார்கள்?

கசப்பு வெறுப்பாக மாற, இப்போது வீடு இருக்கும் நிலையில் பணத்தைக் காணோம் என்றால், அவனவன் எண்ணெயில் போட்ட அப்பமாகக் குதிக்கலாம். தவிர, டவுன் கடைகளுக்குச் சென்று வாடிக்கைக் கடைக்காரர்களிடம் மறதியாய் பணத்தை விட்டுச் சென்றுவிட்டேனா என்று ஒரு முறைக்கு இருமுறை கேட்டுப் பார்த்து, சேதுவிடமும் பேசிவிட்டுப் பணத்தைக் காணோம் என்பதை உறுதியாகத் தெரிந்துக்கொண்டு, பிள்ளைகள், மருமகளிடம் பேசலாம் என்ற தீர்மானத்துக்கு வந்தவராய் கிச்சாமி உள்ளே வந்து கணக்குப் புஸ்தகத்தைப் பெட்டியில் வைத்துப் பூட்டிவிட்டுக் குளிக்கப் போனார்.

ஆனால் திட்டமிட்டப்படி டவுன் பக்கம் போக முடியாதபடி அடுத்தடுத்து அனுமார் வாலாய் வேலைகள் குறுக்கிட்டன.

தரகர் நடராஜனுடைய சம்பந்தி திடுமெனத் தவறிப்போக, அங்கு சென்று, எடுக்கும் வரை காத்திருந்து, மயானத்துக்குப் போய் தகனம் முடிந்து வீடு திரும்பியபோது, மணி இரவு ஏழரை என்றது.

பெரியபாப்பாவின் கொழுந்தனின் மூன்றாவது குழந்தைக்குத் தொட்டில்... அதற்குச் சென்று பத்து ரூபாய் ஓதிவிட்டு வந்தார்.

சங்கரனுக்கு வேலை தரும் சம்பந்தமாய் ஆடிட்டர் சிவப்பிரகாசம் வரச் சொல்ல, அங்கு சென்று, அவர் குறிப்பிட்ட அண்ணாநகர் விலாசத்துக்குப் போய்வர அரைநாள்...

இதற்கிடையே பெங்களூருக்குச் சாமான் கட்டும் ராஜாமணியின் வேலைகள்... 'சாக்கைப் பிரி... கோணி ஊசி எங்க? நாற்காலியை மடக்கிக் கட்டு' போன்ற ஏவல்கள்....

என்னத்திற்காக இத்தனை சாமான்களைக் கட்டுகிறான்? குடும்பம், சமையல், சாப்பாடு என்று எதுவும் இல்லாமல் லாட்ஜில் தங்கி, ஹோட்டலில் சாப்பிடப்போகும் ஒண்டிக்கட்டைக்கு, பாத்திரங்களும், கட்டில் நாற்காலியும் எதற்கு என்று கிச்சாமிக்கு உண்டான இதே சந்தேகம் வெங்கிட்டுவுக்கும் எழுந்து, அதையே அவன் கேள்வியாகக் கேட்டதும் ராஜாமணி எகிறிக் குதித்தான்.

"உன்னுடையதாடா தூக்கிண்டு போறேன்? எல்லாம் என்னுதுடா.... என் சம்பாத்யத்துல வாங்கினது! என் பொண்டாட்டிக்குச் சீதனமா வந்தது! நாக்கு பல்லுல பட யாராவது ஏதாவது பேசினா நா பொல்லாதவனா ஆயிடுவேன்! ஆமா... யார் ஏவிவிட்டு இப்படியெல்லாம் கேக்கச் சொன்னா? அந்தக் கிழவனா? இல்ல, துளி பொறுப்பு இல்லாம துசுக்குனா பொறந்தாத்துக்குச் சீராட ஓடிடற உன் பொண்டாட்டியா? சொல்லுடா! பெரிசா கேள்வி கேக்க வந்துட்டான்... பொண்டாட்டிய அடக்கி வைக்கத் துப்புக் கெட்டவன்..."

என்று இவன் கத்த, அவன் உறும்ப, இவன் கையை நீட்ட... அல்லு அசல் எல்லாம் வந்து வேடிக்கை பார்க்க, மொத்தத்தில் ரொம்ப ரசாபாசம்தான்.

ஒரு வழியாய் அத்தனை அமர்க்களங்களும் முடிந்து ஒரு டெம்போ கொள்ளாத சாமான்களுடன் அந்த புதன் மாலை ராஜாமணி கிளம்பிப் போக, ஊர் போயிருந்த நாணா வெள்ளிக்கிழமை ஊர் திரும்பி பதற்றத்தோடு, "கெஞ்சிக் கூத்தாடி ராஜாமணி பெங்களூருக்கு ட்ரான்ஸ்ஃபர் வாங்கிட்டாங்கறதும், புதன்கிழமை வடபழனி கோயில்ல சொர்ணாவுக்குத் தாலிகட்டி, அவளையும் தன்கூட அழைச்சிண்டு போயிட்டாங்கறதும் உங்களுக்கெல்லாம் தெரியுமாப்பா?" என்று கேட்டபோது, ராஜாமணியின் தலைகால் புரியாத நடத்தைக்குச் சுத்தமாய் விளக்கம் கிடைத்தது.

அத்தியாயம் 7

இருபது நாள்களாக நான்கு மாநிலங்களில் தொழில் நிமித்தம் சுற்றிவிட்டு, சரியான சாப்பாடு, தூக்கம் இல்லாமல் ஓய்ந்துப்போன நிலையில் நாணா வீட்டுக்குள் நுழைந்தபோது, இன்னும் நன்றாக விடியாத நிலையில் இருந்த காலைப்பொழுது, மணி ஆறு அடிக்கப் பத்து நிமிஷம் என்றது.

சந்தியை முடித்துவிட்டு வாசத் திண்ணையில் சேது கொண்டுவந்து தரும் காபிக்காகவும், எதிர்வீட்டு ராமநாதன் படித்த பின்னர் 'இந்தாரும்' என்று வேண்டா வெறுப்புடன் விட்டெறியப் போகும் 'தந்தி' பேப்பருக்காகவும் கிச்சாமி காத்திருக்கும் நாழிகை அது...

கிணற்றடியில் பல் தேய்த்துக் கொண்டு சேது...

சமையல்கட்டில், 'இந்த வீட்டுக்கு உழைக்கவென சுருக்க எழுந்து லோல்பட வேண்டியிருக்கிறதே, இன்னும் அக்கடா என்று படுத்துக் கிடக்காமல்' என்கிற எரிச்சலுடன்... ஃபில்டர் மண்டையில் ணங் என்று தட்டும் முதல் நாள் பிறந்தகத்திலிருந்து திரும்பிவிட்ட மைதிலி...

உறக்கம் கலையாத விழிகளுடன் அவளருகில் சின்னப்பாப்பா...

'எழுந்திருக்கலாமா, வேண்டாமா, டிகாக்ஷன் இறங்கியிருக்குமா, இருக்காதா' என்ற யோசனையுடன் பாயிலேயே புரளும் வெங்கிட்டு...

பந்துகளாய் சுருட்டிக்கொண்டு உறங்கும் குழந்தைகள்.....

வீட்டுக்குள் காலடி வைத்ததும் வைக்காததுமாய் பதற்றத்துடன், "என்ன அநியாயம்பா இது! கெஞ்சிக் கூத்தாடி

ராஜாமணி பெங்களுருக்கு ட்ரான்ஸ்ஃபர் வாங்கிண்டாங்கறதும். புதன்கிழமை வெடபழனி கோயில்ல சொர்ணாவுக்குத் தாலிகட்டி, அவளையும் தன்கூட அழைச்சுண்டு போயிட்டாங்கறதும் உங்களுக்கெல்லாம் தெரியுமா?" என்று கேட்டபோது, ஒரு நிமிஷம் அந்த வார்த்தைகளின் அர்த்தம் புரியாமல் கிச்சாமி திருதிருக்கவே செய்தார்.

பதற்றமாகப் பேசிய நானாவின் குரல், காலைப் பொழுதின் அமைதியைக் கிழித்துக்கொண்டு உரக்க ஒலித்திருக்க வேண்டும்... அரைநொடியில் உள்அறையில் இருந்த வெங்கிட்டு வாசலுக்கு ஓடிவந்தான். கூடவே எதிர்போர்ஷன் கண்ணபிரான் 'இது என்ன கூத்து?' என்கிற பாவத்துடன் திண்ணையை எட்டிப் பார்க்க, தன் வீட்டு வாசலில் கோலம் போட்டுக் கொண்டிருந்த அலமேலும்மா சரக்கென்று நிமிர, எதிர்வீட்டு ராமநாதன்கூட நாலே எட்டில் ரோட்டைக் கடந்து பேப்பருடன் கிச்சாமியின் அருகில் வந்து நின்றுக் கொண்டார்.

முதலில் மீண்டது வெங்கிட்டுதான்.

"என்னடா, வந்ததும் வராததுமா என்னமோ உளர்றே?"

"உளறல வெங்கிட்டு, நடந்தது தெரியுமானுதான் கேக்கறேன்."

"என்ன நடந்தது?"

"அதான் ஏற்கெனவே கேட்டுட்டேனே... கெஞ்சிக் கூத்தாடி பெங்களுருக்கு ராஜாமணி ட்ரான்ஸ்ஃபர் வாங்கிண்டதும், புதன்கிழமை கோயில்ல சொர்ணாவுக்குத் தாலிகட்டி தன்னோட கூட்டிண்டு போனதும்..."

அவன் முடிக்கும் முன் கிச்சாமி குறுக்கிட்டுக் கத்தினார்.

"போதும் நிறுத்துடா.... என்னாச்சு உனக்கு? நேர் போன எடத்துல மூளை கீளை பிசகிடுத்தா என்ன? கன்னாபின்னானு பேச உனக்கு வெக்கமா இல்லையா?" நானா தூணில் சாய்ந்துக்கொண்டு தன்னை ஆஸ்வாசப்படுத்திக் கொள்ள முயன்றான்.

"அப்படீன்னா? உங்களுக்கெல்லாம் ஒண்ணும் தெரியாதா? நா சந்தேகப்பட்டது சரிதான்."

"என்னடா சந்தேகப்பட்டே? தத்துபித்துனு எதையாவது உளறாம ஒழுங்காப் பேசப் போறியா, இல்லையா?"

"என்னைப் பேச விடுங்களேம்பா... நேத்து..."

மேலே நாணா பேசும் முன்னர்,

பக்கத்து வீட்டு வாசலில் நின்று நடப்பதையெல்லாம் பார்த்துக் கொண்டிருந்த அலமேலும்மா, கையிலிருந்த டப்பாவைத் திண்ணையில் வைத்துவிட்டு, வேகமாய் இவர்கள் வீட்டுப்பக்கம் வந்தாள்.

வெட்கம், மானம் இல்லாமல் வம்பு ஒன்று கிடைத்துவிட்ட குஷியில் கையில் பேப்பர் சகிதம் நிற்கும் ராமநாதனையும், ஃபேக்டரிக்குச் செல்ல நாழியாகிவிட்டதை உணராமல் வாயைத் திறந்தவாறு நிற்கும் கண்ணபிரானையும் அழுத்தமாக ஒருதரம் பார்த்துவிட்டு, தழைந்த குரலில் அதட்டலாய்ப் பேசினாள்.

"குடும்பச் சமாச்சாரங்களையெல்லாம் வாசத் திண்ணைல உட்காந்துண்டுதான் பேசணுமா மாமா? விவரம் புரியாம இவன்தான் பேச்சை எடுத்துட்டான்னா, உள்ள அழைச்சிண்டு போயி என்ன ஏதுனு நிதானமா விசாரிக்காம நீங்களும் நடுத்தெருல நின்னுண்டு கேள்விமேல கேள்வி கேட்டுண்டு இருக்கேளே! வெறும் வாய மெல்லற நம்ப ஜனங்க, அவல் கிடைச்சா விடுவாளா? முதல்ல, பிள்ளைகளக் கூட்டிண்டு உள்ள போயி, கோபப்படாம விவரத்தைக் கேளுங்கோ! போடா நாணா... போயி, கை கால அலம்பிண்டு, சித்த ஆஸ்வாசப்படுத்திண்டு, சொல்ல வந்ததச் சொல்லு! வெங்கிட்டு.... நீயும் உள்ள போடா. நன்னா வீட்டுச் சமாச்சாரங்களை அப்பாவும், பிள்ளைகளுமா திண்ணையிலே உட்காந்துண்டு அலசறேள்..."

தெளிவாக அலமேலும்மா அதட்ட, அப்போதுதான் சுயநினைவு வந்த திஞுசில் கிச்சாமி திடுக்கிட்டு இப்படியும் அப்படியும் பார்த்தார்.

எதிரில் ராமநாதன், அந்தப் பக்கம் கண்ணபிரான், ஜன்னல்களில் அல்லு அசல் பெண்களின் தலைகள்.

'ச்சே... என்ன இது... மாமி சொல்லுகிற மாதிரி பசங்களுக்குத்தான் நிதானம் இல்லை என்றால், நானுமா நிலை மறந்து எகிறிக் குதிப்பது?'

அரை நிமிஷம் மௌனித்து, தன் வீட்டுக்குச் சென்று, விட்டுவந்த கைக்காரியத்தை அலமேலும்மா தொடங்குவதையும், அசடு வழிய ராமநாதனும், கண்ணபிரானும் தம்தம் இல்லத்துக்குத் திரும்புவதையும் பார்த்தபடி அமர்ந்திருந்தவர், மெதுவாக எழுந்தார்.

"உள்ளே வாடா நாணா... எதுவானாலும் ஆத்துக்குள்ளே போயி பேசிக்கலாம்..." என்று முனகலாகப் பேசி உட்பக்கமாய் நகர, அலமேலும்மாவின் பேச்சோ, அதிலிருந்த யதார்த்தமோ உரைக்காத தினுசில் வெங்கிட்டு நின்ற இடத்திலிருந்தே காட்டமாகப் பேசினான்.

"ஆமா பெரிய்...ய்ய மாளிகை உள்ளறைல போய் பேசினா யார் காதுலேயும் விழாம இருக்கிறதுக்கு! இங்க நின்னுண்டாலும், அங்க நின்னுண்டாலும் எப்படியும் அடுத்த போர்ஷன் மனுஷா காதுலே விழாமலா இருந்துடப் போறது? இது என்ன வறட்டு ஐம்பம்? நாணா, நீ என்ன சொல்ல வந்தே, அதச் சொல்லி முடிடா..."

நாணா தூண் பக்கமாய் திண்ணையில் வைத்திருந்த பெட்டியை எடுத்துக் கொண்டான்.

'உனக்குத் தானாகவும் தெரியாது. அடுத்தவர் சொன்னாலும் எடுத்துக் கொள்ள மனம் கிடையாதா?' என்கிற பார்வை ஒன்றை வெங்கட்டுவை நோக்கி வீசிவிட்டு, அப்பாவைத் தொடர்ந்து உள்ளே வந்தான்.

வாசலில் நடந்த பேச்சு வார்த்தைகளால் உறக்கம் கலைந்துப் போய் எழுந்து உட்கார்ந்திருந்த குமாரை, "போய் பல் தேய்ச்சுட்டு,

சமையக்கட்டிலேயே உட்காந்துண்டு படிடா... போ..." என்று விரட்டின கிச்சாமி, சுவரில் சரிந்தவாறு அமர்ந்தார்.

கண்களை இடுக்கிக் கொண்டு கடைசி மகனை ஏறிட்டார்.

"இப்பச் சொல்லுடா.... காலங்கார்த்தாலே பெரிசா எதுக்காக ஒரு குண்டத் தூக்கிப் போடறே?"

நாணா கைகளை மார்பின் குறுக்காகக் கட்டிக் கொண்டான்.

"அப்போ, நடந்தது உங்களுக்கெல்லாம் தெரியாதா?"

இப்போது பின்னோடு வந்த வெங்கிட்டு சீறினான்.

"சொல்ல வந்ததை ஒழுங்கா சொல்றதுன்னாச் சொல்லு. அதை விட்டுட்டு, திரும்பத் திரும்ப 'உங்களுக்குத் தெரியாதா'ன்னு அதே பல்லவியப் பாடிண்டு நிக்காதே!"

நாணா இரண்டடி நகர்ந்து அறைக்கதவைச் சாற்றினான்.

"எதுக்காக இப்படிக் கத்தறே? இப்பத்தானே அலமேலும்மா சொல்லிட்டுப் போனா, 'உங்களுக்குள்ளே மட்டும் இருக்கவேண்டிய விஷயத்தை நாலு வீட்டுக்குத் தெரியும்படி சொல்லாதீங்கோ'னு..."

"அவ... கிடக்கா... புத்திமதி சொல்லாம விவரத்தைச் சொல்லப் போறியா இல்லையா? ராஜாமணி ட்ரான்ஸ்ஃபர் கேட்டு வாங்கிண்டானா? எதுக்கு? சொர்ணாவுக்குத் தாலி கட்டித் தன்னோடவே கூட்டிண்டு போயிட்டானா? எந்த சொர்ணா? இங்க பாடம் சொல்லிக்க வரேன்னு மாடு மாதிரி ஒரு பொண்ணு வருவாளே, அவளா? அந்தச் சின்னப்பொண்ணா? நல்ல கதைடா இது! எவனோ போக்கத்தவன் வேலை மெனக்கெட்டு உனக்குக் காது குத்தி அனுப்பி இருக்கான்... நீயும்..."

ஒருவிதச் சிரிப்போடு, நாணா கூறியதை நம்பாமல் வெங்கிட்டு பேச, கிச்சாமி இடைமறித்தார்.

"நீ கொஞ்சம் வாயை மூடிண்டு இருக்கியா வெங்கிட்டு? இவன் என்ன சொல்ல வரான்னு முழுசாக் கேட்டுக்காம... நீ

சொல்லுடா நாணா... பதற்றப்படாம என்ன சொல்ல வந்தேங்கறதை நிதானமாச் சொல்லு..."

"சொல்லு சொல்லுங்கறேளே தவிரவும், நீங்கள்ளாம் சேர்ந்துண்டு என்னை எங்கே பேச விடறேள்? குறுக்கே பேசாம கேக்கறேளா? நா சொன்னது நிஜம். ராஜாமணி வலியப் போய்த் தன் ஆபீசர் கால்ல விழுந்து, நூறு ரூபாய் குறைச்சு வந்தாலும் பரவால்லேன்னு, பெங்களூர்ல புதுக் கிளை திறக்கறதைக் கேள்விப்பட்டு, ட்ரான்ஸ்ஃபர் வாங்கிண்டானாம்... முந்தா நாள் வடபழனி கோயில்ல அந்த சொர்ணாவுக்குத் தாலி கட்டிட்டு, அன்னிக்கு ராத்திரி மெயில்ல புறப்பட்டுப் போனப்போ, தன் கூடவே அவளையும் அழைச்சிண்டு போயிட்டானாம்..."

இதற்குள் சமையலறையிலிருந்து வாசல் அறைக்கு வந்து கதவோரமாய் நின்று இவர்கள் பேச்சைக் கேட்டுக் கொண்டிருந்த மைதிலி, வாயில் இரண்டு தரம் தட்டி "ஐயோ.. ஐயோ...!" என்றாள் பதைப்புடன்...

மனைவியின் செய்கை வெங்கிட்டுவின் ரோஷத்தைத் தூண்டிவிட, தம்பியை நெருங்கி முறைப்பாகப் பேசினான்.

"உள்ளூர்ல கூடவே இருந்த எங்களுக்கெல்லாம் தெரியாத சேதி, உனக்கு எப்படிடா தெரிஞ்சுது?"

"ராஜாமணியோட ஆபீஸ்ல அகௌண்டண்டா வேலை பார்க்கற திருநாவுக்கரசு சொன்னார்."

"அவருக்கு எப்படித் தெரியுமாம்?"

"இதென்ன அசட்டுக் கேள்வி... ஒரே ஆபீஸ்ல வேலை பார்க்கறவாளுக்கு அங்க நடக்கற விவரமெல்லாம் தெரியாமலா போயிடும்?"

"நம்பகூடத்தான் ஒரே வீட்டுல இருக்கோம்... அப்போ, நடக்கிறதெல்லாம் நமக்குத் தெரிஞ்சிருக்க வேண்டாமா?"

"டே வெங்கிட்டு... குதிர்க்கவாதம் பண்ணாம சும்மா இருக்கப் போறியா இல்லையா? திருநாவுக்கரசை நீ எங்க பார்த்தே நாணா?"

"நேத்து காஞ்சிபுரத்துல எனக்கு வேலை. டாக்டர்களப் பார்த்து முடிச்சுட்டு, பஸ் ஸ்டாப்புக்கு வந்துண்டிருந்தப்போ அவரைப் பார்த்தேன். ஆச்சார்ய சுவாமிகளைப் பார்க்க வந்தாராம்... தரிசனம் பண்ணிட்டுத் திரும்பறப்போ பஸ் ஸ்டாண்டில் எதேச்சையா சந்திச்சோம். ஒரே பஸ்ஸுல ஒண்ணா மெட்ராஸ்க்கு வர்றப்போ, தாங்கமாட்டாம அத்தனையும் சொல்லிட்டார். 'ஆனாலும் ராஜாமணி இத்தனை சுயநலத்தோட நடந்துக்க வேண்டாம். ஆபீஸே அவன் முதுகுக்குப் பின்னால் சிரிக்கிறது...'னு அவர் வருத்தப்பட்டுண்டப்போ எனக்கு வாஸ்தவமா ஒண்ணுமே புரியலே... 'என்ன சொல்றேள் சார்'னேன். எனக்கு எதுவுமே தெரியாதுன்னு புரிஞ்சப்பறம் ரொம்பத் தயங்கினார். விடாம துருவினப்பறம் ஒண்ணொண்ணா வெளியில வந்தது... கேக்கக் கேக்க மனசு கொதிச்சுத்தான் போச்சு! ஆம்பிள்ளைங்கற நினைப்புகூட இல்லாம 'இதெல்லாம் நிஜமா சார்'னு அவர் கையைப் பிடிச்சிண்டு அழமாட்டாக் குறையாக் கேட்டேன்... 'சத்தியமா அத்தனையும் நடந்ததுதான் நாணா... உன்னண்ட நா ஏன் பொய் சொல்லணும்'னு சொன்னார். வாயப் பொத்திண்டு பிரமை பிடிச்ச தினுசில் உட்காந்துண்டிருந்துட்டு, பஸ்ஸ விட்டு இறங்கினதும் பதறிண்டு ஓடி வரேன்..."

பேசிக்கொண்டே போன நாணாவின் குரல் சட்டென்று செம்மிப்போனது. நா தழுதழுத்து. துக்கம் தொண்டையை அடைத்துக் கொள்ள, மேலே அவன் பேசினபோது வார்த்தைகள் கிசுகிசுப்பாய் வெளிப்பட்டன.

"இப்ப ராஜாமணி நம்மகூட இல்லையாப்பா? பெங்களூருக்கு மாத்திண்டு போயிட்டானா? ஏம்பா? அவனுக்கு இங்க என்ன கஷ்டம்? பெத்த குழந்தைகளைக்கூட விட்டுட்டு, எப்படிப்பா... எப்படிப்பா?"

கேட்ட சேதியை நம்பமுடியாமல், அத்தனைபேரும் அதிர்ந்துப் போக, ஒருசில நிமிஷங்கள் மெளனத்தில் கரைந்தன.

"ஈஸ்வரா.... என்னப்பனே..." என்று முணுமுணுத்த கிச்சாமி, கலங்கிவிட்ட கண்களை மூடிக்கொள்ள,

"அட க்ருஹச்சாரமே! இந்த வயசுல இந்த மனுஷனுக்குப் புத்தி இப்படியா போகணும்? பொண்டாட்டி செத்துப் போயிட்டா என்ன, அதுக்காக இப்படியா அசிங்கமா ஒரு காரியத்தப் பண்ணணும்? தூத்தேறி! அந்த மனுஷனோட மூஞ்சியும் மோரையும் பாக்கறப்ப எனக்கு அப்பவே பத்திண்டு வரும்... குளிச்சிட்டு வந்தா விவஸ்தையில்லாம ஓரக்கண்ணால் பார்க்கறப்போ, வெக்கத்துல தேகம் குன்னிப் போயிடும். அந்த சொர்ணாவைத்தான் சொல்லு.... ஏதோ பாடம் சொல்லிக்கத்தான் வராளாக்கும்னு நினைச்சா, இப்படியா? தத்... சரியான நாய் ஜன்மங்கள்... எங்காத்துல கேட்டா அவமானம் தாங்காம நாக்கப் புடுங்கிக்கத்தான் போறா! ஆமா! ஏன்னா... அப்படியே மரமாட்டம் நின்னுண்டிருந்தா என்ன அர்த்தம்... முதல்ல..."

கையைத் தட்டிக்கொண்டு நீளமாய் மைதிலி பேசிக்கொண்டே போக, கிச்சாமி கண்களைத் திறந்து பளிச்சென்று கத்தினார்.

"எவளாவது ஏதாவது இப்பப் பேசினா, நா பொல்லாதவனாயிடுவேன்... ஆமா! கண்ட கழிசடைகளை வீட்டுக்கு வரச்சொல்லி, அவகிட்டயிருந்து கண்ட கண்ட புஸ்தகத்தையெல்லாம் வாங்கி வெக்கம் மானம் இல்லாமப் படிச்சு, அவளோட சினிமாவுக்கும், எக்ஸிபிஷனுக்கும் சுத்தறப்போ மட்டும் எந்த அசிங்கமும் யாருக்கும் உறைக்கலையாக்கும்? நடந்தது நிஜமா, பொய்யானு விசாரிக்கறத்துக்கு முன்னால அடுத்தவாள எதுக்காக அனாவசியமா பழிக்கணும்? நா ஒருத்தன் பெரியவனா இருக்கறத மறந்துட்டு வீணா வம்பு பேசிண்டு, தூஷிச்சா எனக்குக் கெட்ட கோபம் வரும்... ஆமா! போங்கோ எல்லாரும் உள்ள... முதல்ல அவா அவா தங்களை சரியா வச்சுக்கற வழியப் பாருங்கோ. அப்புறமா மத்தவாளைப் பார்த்து கை கொட்டிச் சிரிக்கலாம்! சின்னப்பாப்பா... என்னடி பண்றே அங்க? உள்ள போயி சமையல் வேலையக் கவனிடி.... வந்துட்டா பெரிய மனுஷியாட்டம் பேச்சைக் கேக்க! குரல் கேட்டுதுன்னா வந்து மென்னியத் திருகிடுவேன்! இந்தாடா வெங்கிட்டு, உனக்கும் சொல்றேன்... நடந்தது என்னனு விசாரிச்சு

புரிஞ்சுக்கற வரைக்கும் உன் பொண்டாட்டிய வாய்க் காட்டாம இருக்கச் சொல்லு! குழந்தைகள் இருக்கறதைக்கூட மறந்துட்டு தணல வாரிக்கொட்டற மாதிரி அவ கத்தறா, நீயும் கேட்டுண்டு நிக்கறயே... உன்கூடப் பிறந்தவன்தானே ராஜாமணி? அவனைச் சொன்னா உனக்கு உறைக்கலை?"

அத்தனை பேர் முன்னிலையில் என்றைக்கும் இல்லாத அதிசயமாய் மாமனார் திட்டிவிட்டது அவமானத்தைக் கிளப்பிவிட, "என் புத்திய செருப்பால அடிக்கணும். யார் எக்கேடு கெட்டா எனக்கென்ன? எனக்கு இதுவும் வேணும்... இன்னமும் வேணும்!" என்று புலம்பலுடன் தலையில் மைதிலி ஓங்கி அடித்துக்கொள்ள, வழக்கம்போல மனைவியின் வேதனையைத் தாங்காத வெங்கிட்டு வெகுண்டு எழுந்தான்.

"ஒரே குடும்பத்துல பிறந்துட்டதுக்காக அவன் கொலை பண்ணாக்கூட, 'ஆஹா! எங்கண்ணா என்னமாக் கொலை பண்ணியிருக்கான்!'னு கூத்தாடச் சொல்றேலா? உங்களுக்குத்தான் சூடு சொரணை இல்லேன்னா, எங்களுக்கும் இல்லேன்னா நினைக்கறேள்? உங்க மனசுல என்னதான் நினைச்சுண்டு இருக்கேள்? இப்ப மைதிலி பேசினதுலே என்ன தப்பு? அவ எது சொன்னாலும் உங்களுக்குத்தான் ஆகமாட்டேங்கறது... நானும் பார்த்துண்டுதான் இருக்கேன்... வரவர என் பொண்டாட்டியும் நானும்ன்னா, இருந்தாத்துல நிஷித்தம்... ஊருக்கு இளைச்சவன் பிள்ளையார் கோயில் ஆண்டிங்கற மாதிரி எதுக்கெடுத்தாலும் பாய உங்களுக்கு நாங்கதான் அகப்பட்டோமா? போனாப் போறது, போனாப் போறதுனு தலைஞ்சுப் போனா, ரொம்பத்தான் தலைல மொளகா அரைக்கறேளே? நீங்களும் உங்க பிள்ளையும் எக்கேடு கெட்டா எங்களுக்கென்ன? மைதிலி, இந்தக் கிழவன் சொன்னதுக்காக நீ ஏண்டி அழறே? நீ கிளம்பு, சுரேஷ் எழுப்பு.... உங்காத்துல விட்டுட்டு நா ஆபீஸுக்குப் போறேன்! வீடா இது? சுடுகாடு! எழவு எடுத்த சுடுகாடு! மனுஷன் இருப்பானா இங்க?"

காலடியில் கிடந்த தலைகாணியை ஓர் உதை விட்டுவிட்டு வெங்கிட்டு கோபத்துடன் திரும்ப, நாணா அவன் கையை

எட்டிப்பிடித்து, "ஏய்... வெங்கிட்டு... ஏற்கெனவே எல்லாரும் மனசு வேதனைப்பட்டுண்டு இருக்கறப்போ நொந்த புண்ணக் கிளறி விடற மாதிரி ஏன் இப்படிப் பேசறே? அப்பா வருத்தத்துல பேசறதப் போயி பெரிசா எடுத்துக்கலாமா வெங்கிட்டு... நில்லேன்..." என்று கெஞ்சியதைத் துளி லட்சியம் பண்ணாமல், "விடுடா கைய, மனுஷனா இவர்? சரியான காட்டெருமை.... இவர் நிழல்ல நின்னாக்கூடப் பாவம்! நா ஒழியறேன்!" என்று கத்தியவாறு தம்பியின் கையை உதறிவிட்டுக் கொல்லைப் பக்கம் போனான்.

கிணற்றடியில் மற்ற போர்ஷன் பெண்கள் தண்ணீர் எடுக்கும், பத்துத் தேய்க்கும் சாக்கில் கூட்டமாய் நின்று இவர்கள் வீட்டு நடப்பை வேடிக்கை பார்ப்பது சங்கடத்தை அதிகமாக்க, அண்ணனின் பின்னோடு போய் அவனைச் சமாதானப்படுத்தும் எண்ணத்தைக் கைவிட்டு விட்டு நாணா, திகைத்துப் போயிருந்த அப்பாவின் அருகில் அமர்ந்து கொண்டான்.

பல் தேய்த்துவிட்டு மூலையோடு மூலையாய் ஒண்டிக்கொண்டு, பேசிய பேச்சுகள் ஒரு தினுசாய் புரிந்துவிட்டதில் துடிக்கும் உதடுகளோடு குமார்...

இது என்ன அநியாயம் என்கிற அதிர்ந்த பார்வையுடன் சமையல்கட்டு வாசலில் சேது...

எது பற்றியும் கவலையில்லாமல் தூங்கும் சுரேஷ், சுந்தரி...

எந்தப் பட்டிணம் கொள்ளை போனால் எனக்கென்ன என்ற விட்டேத்தியான குணத்துடன் பின்னலை அவிழ்த்துப் பின்னும் சின்னப்பாப்பா...

கொல்லைப்புறத்தில் யாரிடமோ குரலெடுத்து புகார் படிக்கும் வெங்கிட்டு...

நிற்க வைத்து நாலு அடி கொடுத்துவிட்ட மாதிரி சமையலறையில் படுத்து விசும்பும் மைதிலி...

கிச்சாமி மீண்டும், "என்னப்பனே முருகா..." என்று முணுமுணுத்துக் கண்களை மூடியபோது, மூடிய இமைகளின் வழியாக நீர் இறங்கிக் கன்னத்தில் கோடு போட்டது.

அப்பாவின் வருத்தம் ஆளைத் தாக்க நாணா கிட்டத்தில் குனிந்து, "அப்பா.... என்னது இது? மேற்கொண்டு என்ன செய்யணும்னு யோசிக்கிறதை விட்டுட்டு... சின்னக் குழந்தை மாதிரி அழறேளே... அப்பா..." என்று தேற்ற, கிச்சாமி கண்களைத் திறந்து பரிதாபமாய் விழித்தார்.

"நா என்னடா பண்ணுவேன்? மாபாரமா தாக்கிட்டானே... தாங்க முடியலையேடா... நாணா... ஏண்டா நீ சொன்னது பொய்யா இருக்கச் சாத்தியம் இருக்காதாடா? ராஜாமணி இவ்வளவு கீழ்த்தரமா நடந்துப்பான்னா நீ... நீ..."

"என்னண்ட பொய் சொல்றதால திருநாவுக்கரசுக்கு என்னப்பா லாபம்? தவிர, முந்தாநாள் நடந்த கல்யாணத்துக்கு அவரே போயிட்டு வந்திருக்கார்."

"ஈஸ்வரா... ஈஸ்வரா...!"

"சாட்சி வேணும்னுட்டோ என்னவோ, ஆபீஸ்லேந்து ரெண்டு பேரையும் சொர்ணாவோட வீட்டுலேந்து கூடப்பிறந்தவனையும் ராஜாமணி கூப்பிட்டிருந்தானாம்."

கிச்சாமி திகைப்புடன் நிமிர்ந்தார். "அப்ப, சொர்ணாவோட கூடப்பொறந்தவன் சம்மதத்தோடதான் இந்தக் கல்யாணம் நடந்திருக்குன்னா சொல்றே?"

"அப்படித்தான் திருநாவுக்கரசு சொன்னார்!"

நாணா கூறியதை ஜீரணிக்க முயலும் யத்தனத்தில் கிச்சாமி தலையைக் குனிந்துக்கொண்டார்.

தோளுக்கு மிஞ்சின பிள்ளையும், பெண்ணும் இருக்கையில், தன் உடம்பு சுகம் மட்டும் பிரதானமாகிப் போய் ராஜாமணி இப்படி நடந்துக்கொண்டதை நினைக்கையில், அடிவயிறு வெறுப்பில் கலங்கியது.

அந்த சொர்ணாதான் எத்தனை சின்னப்பெண்?

இன்றைக்கெல்லாம் இருந்தால் அவளுக்குப் பதினேழு வயசு இருக்குமா?

இவன்தான் புத்தி கெட்டுப் போனான் என்றால், அந்தப் பெண்ணுமா? அவள் கூடப்பிறந்த அண்ணனுமா?

அட விவஸ்தை கெட்ட ஜென்மங்களா...

இந்தக் காதல் நாடகம் எத்தனை நாளாக நடந்திருக்கிறது? இது பற்றி சின்னப்பாப்பாவுக்கு ஏதாவது தெரிந்திருக்குமோ?

சரக்கென்று நிமிர்ந்தார். "டீ சின்னப்பாப்பா... இங்க வா..." என்று அழைத்தார்.

"என்ன?"

"இந்தக் கண்ராவியெயெல்லாம் உனக்கு ஏற்கெனவே தெரியுமாடி?"

"ம்ஹ்ஹ்ம்."

"நிஜத்த சொல்லலேன்னா, முதுகுத்தோல் வழண்டுடும்! சொல்லு..."

"நிஜமா தெரியாது தாத்தா... ஆனா, பெரிய மாமாவும், சொர்ணாவும் காரணமே இல்லாம பார்த்துப் பார்த்துச் சிரிச்சுப்பா... அசடு வழிவா... இப்பல்லாம் முன்ன மாதிரி சொர்ணா இங்க வர்றதில்லை... பத்து நாள் முந்தி சொர்ணாவுக்குப் பிறந்தநாள் வந்தது. அப்ப புதிசா டெர்கோஸா புடைவைக் கட்டிண்டு அதிசயமா இங்க வந்தா... 'நன்னா இருக்குடி'னு சொன்னேன்.... 'எல்லாம் உங்க மாமா செலக்ஷன்தான்'னு சொன்னா.... நான்கூட சித்திகிட்டே, 'மாமா செலக்ஷன்னா என்ன அர்த்தம்? இவகூட அவரும் கடைக்குப் போயிருந்தாரா என்ன?'னு கேட்டேன். நீங்க வேணா சித்திய கேட்டுப் பாருங்கோ..."

"சொர்ணாவப் பெத்தவா எங்க இருக்கா?"

"அவா இல்லே.. ரொம்ப சின்ன வயசுலயே செத்துப்போயிட்டா... அண்ணா மன்னி மட்டும்தான்."

மேலே எதுவும் கேட்கப் பிடிக்காத மாதிரி கிச்சாமி முகத்தைத் திருப்பிக் கொண்டார்.

கூடப் பிறந்தவனுக்கு, தங்கைக்கு இரண்டு வேளை சோறு போடுவது பாரமாக இருந்திருக்க வேண்டும். அதுதான், இரண்டு குழந்தைகள் உள்ள நாற்பது வயசுக்காரன் என்றுகூடப் பார்க்காமல் அவர்கள் காதலை உற்சாகப்படுத்தி, தானே முன்நின்று கல்யாணத்தை நடத்தி வைத்திருக்கிறான்.

"இப்ப என்னப்பா பண்ணறது?"

"ம்?"

"ராஜாமணியோட பெங்களூர் அட்ரஸ் தெரியுமா உங்களுக்கு?"

நீளமாய்ப் பெருமூச்சு விட்ட கிச்சாமி கண்களை இடுக்கிக்கொண்டு கேட்டார்,

"தெரிஞ்சா என்ன பண்ண உத்தேசம், நானா?"

"போய், 'என்னடா இது - உனக்கே நன்னா இருக்கா? குழந்தைகளை மனசுல நினைச்சுப் பார்க்காம என்ன காரியம் பண்ணிட்டே?'னு பெரியவரா நீங்க அதட்டலாம்."

"அதட்டி...?"

அப்பாவின் கேள்விக்குப் பதில் கூறமுடியாமல், நானா விழிகளைத் தழைத்துக் கொண்டான்.

ராஜாமணியைத் தெரிந்தவரைக்கும் இந்த ரீதியில் கேள்விகளைக் கேட்பதும், நியாயத்தை எதிர்பார்ப்பதும் வீணான காரியங்கள்தான்.

'உங்களுக்கு என்ன?' என்பான்.

"போங்கடா உங்கள் ஜோலியைப் பார்த்துக் கொண்டு" என்பான்.

இன்னும் மிஞ்சிப்போனால் "என் இஷ்டம். என்ன வேணா செய்வேன். எவனாவது கேள்வி கேட்டால் சொந்தம் முறிஞ்சிடும்" என்பான்.

இதுநாள்வரை ஒரு தரமாவது அடுத்தவர், அவர்கள் மனசு என்று ஒன்று இருப்பதாக அவன் உணர்ந்திருந்தால் தானே, இன்று துளி மனிதாபிமானத்தையாவது எதிர்பார்க்க...

ம்ஹூம்...

கல்லிலிருந்து, நார் உரிக்கலாம் என்றால் ராஜாமணியிடமிருந்து நியாயத்தை எதிர்பார்க்கலாம்.

வேதனையுடன் பார்வையைச் சுழட்டியபோது, முயல் குட்டியாக நடுங்கியபடி உட்கார்ந்திருந்த குமார், கண்களில் விழ, துண்டை உதறிக்கொண்டு கிச்சாமி எழுந்தார்.

"டீ... சின்னப்பாப்பா... அந்த சொர்ணாவோட வீடு எங்க இருக்குனு உனக்குத் தெரியுமா?"

"தெரியும்..."

"விலாசத்தைச் சொல்லு..."

அவள் கூறியதை புத்தியில் வாங்கியபடி, ஆணியில் தொங்கின சட்டையைக் கிச்சாமி தலைவழியாக மாட்டிக்கொண்டபோது, தானும் கூட வருவதை உணர்த்த நாணாவும் எழுந்து நின்றான்.

"காபி சாப்பிடலயா, அத்திம்பேர்" என்ற சேதுவின் தயக்கம் நிறைந்த கேள்விக்கு 'வேண்டாம்' என்று தலையசைத்துவிட்டு மகன் பின்தொடர கிச்சாமி படிகளில் இறங்கினார்.

இவர்கள் வீட்டில் நடக்கும் நாடகத்தைப் பார்க்கவென, எதிர், அடுத்த வீடுகளின் வாசல்களில் குடித்தனக்காரர்கள் காத்திருப்பது புரிய, கால்களை அகல அகலமாய் வைத்து தெருவில் நடந்தார்.

சொர்ணா வீட்டில், கிச்சாமி எதிர்பார்த்ததைவிட வரவேற்பு மட்டமாகத்தான் இருந்தது.

சேதி தெரிந்து பெற்றவர் சண்டைக்கு எந்த நிமிஷத்திலும் வரலாம் என்று எதிர்பார்த்ததுபோல இவர்கள் தலையைக் கண்டதுமே, சொர்ணாவின் அண்ணன் பாயத் தயாராக இருந்தான்.

"நா ராஜாமணியோட அப்பா. இவன் தம்பி. வந்து நாங்க... என்னமோ கேள்விப்படறோமே... அது நிஜம்தானா?" என்று கிச்சாமி சின்னக்குரலில் தொடங்கியதும், மேலே பேசவிடாமல் அண்ணன்காரன் தாண்டிக் குதித்தான்.

மனைவி இறந்ததும் ராஜாமணி தவித்த தவிப்பு சொல்லி மாளாதாம். சரியாய் ஒரு வாய் சாப்பாடு போட நாதியின்றி அநாதையாய் அல்லல்பட்டவனைக் கண்டு அவனுடைய தங்கை மனசு இரங்கிப் போய்விட்டாளாம். 'வயசு என்ன, அந்தஸ்து என்ன, ஒரு மனிதர் அன்புக்காக ஏங்கும்போது அதைக்கூடக் கொடுக்க முடியாமல் எப்படி?' என்று அவள் உருக, தங்கையின் பேச்சில் நியாயத்தை உணர்ந்து இவனும் முன்னால் நின்று அவர்கள் திருமணத்தை நடத்தி வைத்தானாம்...

மூச்சுவிடாமல் தங்களை உயர்த்தி, இவர்களை மட்டம் தட்டி அண்ணன் பேச, கேட்டவரைக்கும் போதும் என்கிற எரிச்சலுடன், வாங்கோப்பா போலாம்..." என்று நாணா கிச்சாமியைக் கிளப்பிக் கொண்டு வந்தான்...

அடுத்து ராஜாமணியின் ஆபீஸுக்குச் சென்றார்கள். அது திறக்கும்வரை காத்திருந்து திருநாவுக்கரசைச் சந்தித்தார்கள்.

நடந்தது அத்தனையும் கனவல்ல, நனவுதான். ரொம்ப நாள்களாகவே ராஜாமணி திட்டம் போட்டு அத்தனையும் கச்சிதமாய் நடத்தியிருக்கிறான் என்பதோடு, பிராவிடெண்ட் ஃபண்டில் நான்காயிரம் ரூபாய் கடன் வாங்கி, சொர்ணாவின் அண்ணனுக்கு வாய்க்கரிசியாகப் போட்டிருக்கிறான் என்பதும் திருநாவுக்கரசு மூலமாகத் தெரியவர, கிச்சாமி ரொம்பவும்தான் அடிபட்டுப் போனார்.

வீட்டுக்கும், பெற்ற குழந்தைகளுக்கும் ஒற்றை ரூபாய் தர மனசாகாதவன், நான்காயிரம் ரூபாய் கடன் வாங்கித் தந்திருக்கிறானா? நிஜமாகவா?

அந்த அளவுக்கு சொர்ணா வெறி, இல்லை அவள் உடம்பு மோகம், அவனை ஆட்டிப் படைத்திருக்கிறதா?

முதுகுக்குப்பின் இன்று இத்தனை செய்துவிட்டுப் போனவன், நாளைக்கு அவளுக்குக் குழந்தை குட்டி என்று ஆகிவிட்டால் எப்படி நடந்து கொள்வான்?

அப்புறம், குமார், சுந்தரியின் கதி?

ஏற்கெனவே இறந்துவிட்ட மூத்த மகள் சீதாலஷ்மியின் குழந்தைகள் சின்னப்பாப்பா, மங்களத்தின் சுமையைத் தாங்கும் தோளில், இனி குமார், சுந்தரியின் பொறுப்பையும் சுமக்க வேண்டி வருமோ?

திடுமென அந்தச் சுமைகளின் பாரத்தைத் தன்னால் சமாளிக்க முடியுமா என்கிற பயம் எழுந்து உடம்பையும், மனசையும் வெலவெலக்கச் செய்ய, ஆபீஸ் என்பதையும் மறந்து அப்படியே குத்திட்டு உட்கார்ந்து, "நா என்ன பண்ணுவேண்டா, நாணா!" என்று பரிதாபமாய் புலம்பியபோது, கண்களிலிருந்து பெருகிய நீரை கிச்சாமியால் கட்டுப்படுத்த இயலாமல் போனது.

அத்தியாயம்  8

இரண்டு நான்காகி, நான்கு பத்தாகி, பத்து இருபது முப்பது நூறாகி, கை, கால் முகம் என்று பாட்டுப் பாடிக்கொண்டு கொசுக்கள் கடிக்க முற்பட, அது நாழிகை எந்த அசைவும் இல்லாமல் மூலையோடு மூலையாய் முடங்கிக் கிடந்த கிச்சாமி அசைந்து கொடுத்தார்.

"சை... சனியன்கள்..." என்கிற முணுமுணுப்போடு புறங்கையைத் தட்டினபோது ஒரு கொசு அகப்பட்டு கூழாகிப் போய், ரத்தம் வெளிப்பட்டதில் விரல்கள் சொதசொதத்தன.

வேட்டி, பனியனில் பட்டுவிட்டால் அசிங்கமாய்க் கறை தெரியும் என்கிற எண்ணம் எழ, முன் ஜாக்கிரதையோடு நசநசத்த விரல்களைத் திண்ணையின் விளிம்பில் தேய்த்தார். ஒரு தரம் விரல்களைக் கூட்டிப் பார்த்துவிட்டு, இன்னும் கொஞ்சம் ரத்தம் ஒட்டிக்கொண்டிருக்கிற மாதிரிபட, மீண்டும் திண்ணையில் தடவி, கையை முகத்துக்கு எதிராகத் தூக்கி ஊன்றிப் பார்த்தார்.

நான்கு வீடு தள்ளியிருந்த தெருவிளக்கின் வெளிச்சம் மிகமிக லேசாக மட்டுமே இவர் வீட்டுத் திண்ணை வரையிலும் வந்ததில், கைவிரல்களோ, அதில் பட்ட ரத்தக்கறையோ பார்வையில் புரிபடாமல் போக, அலுப்புடன் 'ப்ச்' என்றார்.

தெரு வெறிச்சோடிக் கிடந்தது.

அத்தனை நேரமாகிவிட்டதா, என்ன?

இருக்காதே... மிஞ்சிப்போனால் ஏழரை இருக்...

மேலே யோசிக்கத் தேவையில்லாதபடி அன்று ஞாயிற்றுக்கிழமை என்பது நினைவுக்கு வந்தது.

டி.வி-யில் தமிழ்ப்படம் போடும் நாள்.

வெள்ளிக்கிழமை ஒளிபரப்பப்படும் ஒளியும் ஒலியும் நிகழ்ச்சிக்கே அடித்துப் பிடித்துக்கொண்டு ஓடும் கூட்டம், தமிழ்ப்படம் என்றால், பறப்பாய் பறப்பதற்குக் கேட்க வேண்டுமா?

நான்கு நாள் முன்னாலிருந்தே அந்த வாரம் என்ன படம் என்று ஆளோளுக்குப் பேசி மகிழ்வார்கள்.

எல்லோர் வீட்டிலேயும் டிபன் முடிந்த கையோடு சமையல் தயாராகிவிடும்.

ஐந்துக்கெல்லாம் கோயில் திருவிழாவுக்குப் போகிற மாதிரி டி.வி. இல்லாத வீட்டு நபர்களெல்லாம், குஞ்சிலிருந்து கிழவி வரை, வக்கீலாத்துக்கும் டிரான்ஸ்போர்ட் மானேஜர் வீட்டுக்கும் ஆடிட்டர் இல்லத்துக்கும் படையெடுத்து விடுவார்கள்.

முன்கூட்டியே போனால்தான் நல்ல இடமாய்க் கிடைக்குமாம்....

டிரான்ஸ்போர்ட் மானேஜர் மனைவி வாரம் கிட்டத்தட்ட பத்து ரூபாய் தமிழ் சினிமாவுக்குக் காசு வாங்கியே சம்பாதிப்பதாய் கேள்வி.

ஸீலிங் ஃபேன், விஸ்தாரமான கூடம், கலர் டெலிவிஷன், கூட்டம் முண்டுவதற்குக் கேட்பானேன்? எல்லாம் சின்னப்பாப்பா, மைதிலி சொல்லித்தான் கிச்சாமிக்குத் தெரியும்.

மற்றபடி...

தெருக்கோடியில் நிழலாய்த் தெரிந்த ரூபம் பரிச்சயமானதாக இருக்க, கிச்சாமி கண்களை இடுக்கிக் கொண்டு வெறித்தார்.

கக்கத்தில் குடை, வேஷ்டியின் நுனியைத் தூக்கிப்பிடித்த இடக்கை, வலக்காலை விட இடக்கால் நீளத்தில் அரை இஞ்ச் கம்மியாக இருக்கக்கொண்டு, ஒரு தினுசாய் ஆடி ஆடி வரும் நடை...

தெருவிளக்கைத் தாண்டுகையில் வருவது தரகர் நடராஜன் என்பது புரிந்துப்போனது.

மனசு இருக்கும் இருப்பில் யாரையும் சந்திக்கப் பிடிக்காமல் போக, இவர் எதற்காக இப்போது வருகிறார் என்கிற ஆயாசம் எழுந்தது.

இருட்டில் கிச்சாமி உட்கார்ந்திருப்பதைக் காண முடியாமல், வாசற்படியில் நின்று நடராஜன் "கிச்சாமி... ஓய் கிச்சாமி..." என்று குரல் கொடுக்க, "இங்கதாண்ணா இருக்கேன்..." என்றார் மெதுவாக.

"எங்கய்யா இருக்கீர்? இருட்டுல என்ன பண்றீர்? திண்ணை விளக்கைப் போடக்கூடாதா?"

இதற்குள் இருட்டு கண்களுக்குப் பழகிவிட, கிச்சாமி இருந்த மூலையைப் பார்த்துப் பேசின நடராஜன் திண்ணையில் உட்கார்ந்து... "ஸ்..... அப்பாடா!" என்று பெருமூச்சு விட்டார்.

"மணி எட்டாகப் போறது, இன்னும் என்ன கசகசப்பு, வியர்வை...! கோடைகாலம் மாதிரின்னா வெயில் சுட்டெரிக்கிறது!"

எதற்கும் கிச்சாமி பதில் கூறாமல் இருக்க, நடராஜன் குரலைத் தளர்த்திக் கொண்டார்.

"என்ன ஓய்... நான் பாட்டுக்குப் பேசிண்டே இருக்கேன். நீர் பதில் ஏதும் சொல்லாம இருக்கீரே?"

"உடம்பு கிடம்பு சரியில்லையா கிச்சாமி?"

"மனசு சரியில்லே.... அதானே? சங்கரன் வந்து வெவரத்தச் சொன்னான். ரொம்ப கஷ்டமா இருந்தது. உடனே வருவம்னா முடியாம, அடுக்கடுக்கா வேல... சுந்தரேசன் பொண் கல்யாணம், ராமானுஜம் வீட்டுச் சீமந்தம் ரெண்டையும் நீர் இல்லாம ஒப்பேத்தி முடிக்கறதுக்குள்ளே, எனக்கு விழி பிதுங்கிப் போச்சு! சங்கரன் நல்ல பையன்தான்... ஆனாலும் உம்ம அனுபவம் அவனுக்கு இல்ல பாருங்கோ, திணறிட்டான். சேஷு, அம்பி, ராஜம் மாமா எல்லாருமே 'கிச்சாமி மாமா இல்லாம ஒண்ணுமே தோதுப்படலை'னு பத்துத் தரமாவது சொல்லியிருப்பா... என்னமோ நல்ல காலம்... பெரிசா விவகாரம் எதுவும் எழாம

ரெண்டும் நடந்துடுத்து. சின்னக் கல்யாணம்தானே... என்ன, மூணு வேளையும் சேர்த்து முன்னூத்து அம்பது எலைகூட விழலைனா பாத்துக்குமே...

அந்த மட்டுக்கும் சுலபமா என்னால சமாளிக்க முடிஞ்சது... வர்ற பத்தாம் தேதி கோபால கிருஷ்ணனாத்துக் கல்யாணம் இருக்கு... நினைப்பு இருக்கோல்லியோ? பெரிய எடம்... ஹேமமாலினிலே நடக்கறது. ஜாக்கிரதையா இருக்கணும்... என்ன, அட்வான்ஸ் வந்து எப்ப வாங்கிக்கறதா இருக்கீர்? பொண் ஆத்துக்குப் போயி 'மெனு' இதர வகையறா லிஸ்ட் வாங்கிக்கணும்... நாளைக்குப் போலாமா?"

மூச்சுவிடாமல் நடராஜன் பேசி நிறுத்த, கிச்சாமி 'ப்ச்' என்றார் பதிலுக்கு.

"என்னய்யா ப்ச்?"

"எனக்கு உடம்புக்கு முடியலைண்ணா... நீங்க ராஜம் மாமாவ வச்சுண்டு காரியங்களைக் கவனிக்க முடியுமானு பாருங்கோளேன்..."

கழுத்தில் கடித்த கொசுவை நடராஜன் ஓங்கி அடித்தார்.

பின், "இந்தத் திண்ணை விளக்கோட ஸ்விட்ச் எங்க இருக்கு?" என்றார் அதட்டலாய்.

"பல்ப் ஃப்யூஸ் ஆகியிருக்குண்ணா..."

"முன்னறை விளக்கையாவது போடுமே, கிச்சாமி... முகம் தெரியாம பேசறது கஷ்டமா இருக்கு... ஆத்துல யாருமே இல்லியா? எங்க எல்லாரும்?"

"டி.வி-ல தமிழ்ப் படம் பார்க்கப் போயிருக்கா..."

இனியும் சும்மா இருப்பது மரியாதையல்ல என்று உணர்ந்த கிச்சாமி, எழுந்து போய் முன்னறை விளக்கைப் போட்டார்.

அறுபது வாட் பல்பின் வெளிச்சம் ஜன்னல் வழியாகத் திண்ணையில் பரவியது.

"தாகத்துக்கு ஏதாவது சாப்பிடறேளாண்ணா?"

"ஒண்ணும் வேண்டாம் ஜில்லுனு தண்ணி மட்டும் குடும்."

கிச்சாமி கொணர்ந்து நீட்டிய தம்ளரை வாங்கி, ஒரே வாயில் குடித்து சின்னதாக ஏப்பம்விட்ட நடராஜன், நிமிர்ந்து முன்னால் நின்றவரைப் பார்த்து திடுக்கிட்டார்.

அரைகுறை வெளிச்சத்திலும் கிச்சாமியின் சிவந்து வீங்கிய கண்கள் பளிச்சென்று தெரிய, "என்ன கிச்சாமி?" என்றார் பதற்றத்துடன்.

"என்ன ஓய்... எப்படியோ இருக்கீர்? அழுதீரா என்ன? முத்தவனோட சுயநலமான காரியத்த நெனைச்சு இன்னுமா கலங்கிண்டிருக்கீர்?"

நிஜமான கரிசனத்துடன் நடராஜன் வினவ, அடங்கியிருந்த கண்ணீர் கிச்சாமியின் கண்களைத் துளையிட்டுக் கொண்டு மீண்டும் வெளிப்பட்டது.

நடராஜன் பதறினார்.

"என்ன கிச்சாமி இது... பச்சைப் பிள்ளையாட்டம் அழுதுண்டு? கண்ணத் துடையும். வாழ்க்கைனா நாலும் இருக்கத்தான் செய்யும். உங்களுக்குத் தெரியாததா... இல்ல நீங்க அனுபவிக்காததா? ம்? முதல்ல கண்ணத் துடையும். வீட்டுக்குள்ள யாராவது இருந்தா கூப்பிட்டு ஒரு வாய் காபி சூடா கலந்து தரச்சொல்லும்... இப்படி உட்காரும்... ம்ம்..."

சுவாதீனத்துடன் அதட்ட, கிச்சாமி உட்கார்ந்தார்.

"தான் ஆடாவிட்டாலும் சதை ஆடும்பா... சரியா இருக்கு! அவன் போயிட்டான்... பந்தம், பாசம், உங்க சகாப்தம் எதுவும் வேண்டாம்னு... ஆனா, நீங்க இங்க கெடந்து அல்லாடறீர்... இதான் சுவாமி, கலியுக நடப்புங்கறது... ஆமா, நாணா பெங்களுக்கு என்ன ஏதுனு விசாரிக்கப் போயிருக்கான்னு சங்கரன் சொன்னானே, வந்துட்டானா? அங்க அவனப் பார்த்தானாமா, பேசினானாமா? என்ன சொன்னானாம்?"

ஒரு வாரத்து தாடியைச் சொறிந்து கொண்டே, கேள்விமேல் கேள்வியாகக் கேட்டவரை கிச்சாமி ஏறிட்டார்.

"நாணா இன்னும் பெங்களூர்லேந்து வரல. வந்தாத்தான் எல்லாம் தெரியும்..."

"அட ஏழுமலையானே! இன்னும் சேதி எதுவும் தெளிவாத் தெரியாதப்பதான்... இப்படி இடிஞ்சுபோய் உட்கார்ந்திருக்கிறீரா? சரியாப் போச்சு போங்கோ... நா என்னமோ ராஜாமணி தடாபுடானு பேசி நாணாவ பொறுப்பில்லாம விரட்டிட்டான்... அதான் நீர் இப்படி உடைஞ்சு போயிட்டீர்னு நினைச்சு ஒரு நிமிஷம் பதறித்தான் போயிட்டேன்! சரி... சரி... எழுந்திரும்... முகத்த அலம்பிண்டு, கணக்குப் புஸ்தகத்த எடுத்துண்டு வாரும். இன்னும் நாடார் வீட்டு மஞ்ச நீர் கல்யாணக் கணக்கே நாம் முடிக்கலை... அதப் பார்த்துட்டு, நாளைக்கு கோபால கிருஷ்ணனாத்துல என்னத்த பேசப் போறோம், எத்தன அட்வான்ஸ் வாங்கப் போறோம்னு தீர்மானிச்சுடலாம். எழுந்திரும் கிச்சாமி... அசமஞ்சமா உக்கார உக்கார மனசு இன்னும் பேதலிச்சுத்தான் போகும். வீட்டுல யாராவது மைதிலி, சின்னப்பாப்பா இருந்தா சூடா ஒரு வாய் காபி கலந்துண்டு வரச்சொல்லும். குடிச்சிட்டு உக்கார்ந்தா அலுப்பும் சலிப்பும் ஓடிடும்..."

வெண்கலக்குரலில் உரக்க நடராஜன் பேசுவது சங்கடத்தை அதிகரித்துவிட, கிச்சாமி தலையைக் குனிந்துகொண்டு சின்னக் குரலில் பேசினார்.

"ஆத்துல யாரும் இல்லேண்ணா..."

"ஓ... டி.வி-ல தமிழ்ப்படம் பார்க்கப் போயிட்டாளோ? இன்னிக்கு ஞாயித்துக்கிழமைங்கறதை மறந்துட்டேன்."

"குழந்தைகள் படம் பார்க்கத்தான் போயிருக்கா... வந்து... மைதிலி.... வந்து..."

துக்கம் தொண்டையை அடைத்த மாதிரி கிச்சாமியின் உதடுகள் கோணிக்கொள்ள, எதுவும் புரியாமல் விழித்த நடராஜன் உரக்க அதட்டினார்.

"என்ன ஆச்சு ஓய் உமக்கு? துசுக்குன்னா இப்படிக் கண் கலங்கறீர்? ம்...? மைதிலிக்கு என்ன? உடம்பு சரியில்லையா? மறுபடியும் உண்டாயிருக்காணு சொன்னீரே, அசம்பாவிதமா ஒண்ணும் நடக்கலியே? உடம்பு சரியில்லேன்னா டாக்டரைப் பார்த்து மருந்து சாப்பிட்டா போச்சு! அதுக்காகக் கண் கலங்குவாளா... என்ன கிச்சாமி இது?"

"அதில்லேண்ணா... வந்து..."

"வந்து?"

"மைதிலியையும், சுரேஷையும் கூட்டிண்டு வெங்கிட்டு ஆத்த விட்டுப் போயிட்டான்..."

இப்போது பீறிட்ட அழுகையை அடக்க கிச்சாமி ரொம்பவும் பிரயத்தனப்பட வேண்டி வந்தது.

விவரம் தெளிவாகப் புரியாத குழப்பத்தில் நடராஜன் முன்னால் சாய்ந்தார்.

"நாலு நாள் முந்தி நாணா ஊர்லேந்து வந்து ராஜாமணி சேதி இப்படினு சொன்னதும் கோச்சுண்டு பொண்டாட்டிய பொறந்தாத்துக்கு வெங்கிட்டு அனுப்பினதைத்தானே சொல்றீர்?"

"இல்லேண்ணா. இங்க எங்ககூட இருக்கறது அவமானமா இருக்குனு, சாமான் எல்லாத்தையும் சப்ஜாடா எடுத்துண்டு பொண்டாட்டி குழந்தையோட போயிட்டாண்ணா..."

"என்னது... என்னது? இந்தக் கூத்து எப்ப நடந்தது?"

"இன்னிக்குத்தான். ஒரு வாரமாவே வீட்டுப் பக்கம் வராம இருந்தவன், இன்னிக்கு ஒரு கை வண்டியக் கூட்டிண்டு வந்தான். 'ராஜாமணி இப்படிச் செஞ்சப்புறம் உங்களோட எல்லாம் சேர்ந்து இருக்கறதும் உங்களை அப்பானு சொல்லிக்கறதுமே எனக்கு அவமானமா இருக்கு... நா ஒருத்தன் இருக்கறத மறந்து, தலைக்குக் குளிச்சிடுங்கோ'னு மொறப்பா நாலு வரி பேசினான். மேற்கொண்டு என்ன ஏதுனு எந்த விவரமும் சொல்லாம தன் சாமான்களை மூட்டைகட்டி ஏத்திண்டு மளமளனு போயிட்டாண்ணா..."

இனியும் அப்பாவோடு இருந்தால் குடும்பச் சுமை தன் தோளில்தான் ஏறிக்கொள்ளும், அண்ணன் விட்டுப்போன குழந்தைகளின் பொறுப்பும் தன்னுடையதாகி விடும் என்கிற பயம் எழுந்து ஆளை விரட்டினதில், வெங்கிட்டு மகா சுயநலத்தோடு செயல்பட்டு உடனடியாய் பிய்த்துக்கொண்டு போய்விட்டதைத் தெளிவாக உணரமுடிய, என்ன சொல்லி கிச்சாமியைச் சமாதானப்படுத்துவோம் என்று புரியாது, சில நிமிஷங்களுக்கு நடராஜன் தவித்துத்தான் போனார்.

'என் பிள்ளைகள் சத்புத்திரர்கள்' என்று ஏகப்பட்ட நம்பிக்கை வைத்துவிட்டு, இன்று அந்த எதிர்பார்ப்பு வேரிலேயே வெட்டப்பட்டுவிட, தூள்தூளாக உடைந்துபோய்க் கலங்கும் வேதனை புரிய, கிச்சாமியின் தோளைத் தட்டிக்கொடுத்தார். பின்னர் சரியான வார்த்தைகள் ஏதும் வராமல் போக, ஒருவித கையாலாகாதத்தனத்துடன், சும்மா இருத்தலே சிறந்தது என்பதுபோல் மௌனத்தைக் கடைப்பிடித்தார்.

தமிழ்ப்படம் முடிந்துவிட்டது.

தெருவில் ஒருவராய், இரண்டு மூன்று நபர்களாய் தம் தம் வீட்டுக்குத் திரும்புவோர்களின் நடமாட்டம். குமாரும், மங்களமும் மெல்ல நடந்து வந்து வாசற்படி ஏறுகிறார்கள்.

கிச்சாமி கேட்காமலேயே குமார், "படம் முடிஞ்சுடுத்து தாத்தா" என்றவன், அவர் ஏதாவது கேட்கலாம் என்கிற எதிர்பார்ப்புடன் அங்கேயே நின்றான்.

உதட்டைக் கடித்து, தன்னை ஆஸ்வாசப்படுத்திக் கொண்ட கிச்சாமி, விழிகளை உயர்த்தி "அவ எங்கடா?" என்றார்.

"யாரு, சின்னப்பாப்பாவா? அவ எங்களோட படம் பார்க்க வக்கீலாத்துக்கு வரலை தாத்தா. அவ எப்பவுமே காசு கொடுத்து ட்ரான்ஸ்போர்ட் மானேஜர் ஆத்துல கலர் டி.வி-தான் பாக்கப் போவா..."

"அவட்ட ஏதுடா காசு?"

"சரி... சரி... உள்ள போயி கை கால அலம்பிக்கோ. நா வந்து சாப்பாடு போடறேன்..."

குழந்தைகள் வீட்டுக்குள் சென்றதும் நடராஜன் எழுந்து நின்றார்...

"என்ன சொல்லி உம்மைத் தேத்தறதுனு எனக்குப் புரியல்.... தைரியமா இரும். கோபுரத்த, தாங்கதான் தாங்கறதா பொம்மைகள் நினைச்சுண்டா, அது பொம்மைகளோட அகம்பாவம்தானே தவிர, நிஜம் இல்லே... காலம் எப்பேர்ப்பட்ட ரணத்தையும் ஆத்தும்னு பெரியவா சொல்லுவா... அந்தக் காலம்தான் உம்ம பையன்களுக்குப் புத்தியக் குடுத்து, உங்களையும் ஆஸ்வாசப்படுத்தணும். வெங்கிட்டு இப்படிச் செஞ்சுட்டாலும் நாணா வந்து நல்ல சேதிய சொல்லுவான்னே நம்பலாமே... சரி, நா பொறப்படறேன்... ரெண்டு நாள் கழிச்சு, மனசு செத்த தெளிஞ்சப்பறம் ஆத்துப்பக்கம் வாரும்... என்னால ஏதாவது உபகாரம் ஆகணும்னா தயங்காமக் கேளும்... மனசை ரணப்பட விட்டுடாதீர்... நா வரட்டுமா?"

எழுந்து நின்றவரின் பின்னோடு கிச்சாமியும் எழுந்தார்.

"நாடார் ஆத்து மஞ்ச நீர் கணக்கைப் பார்த்துடலாம்னு சொன்னேளேண்ணா..."

நடராஜன் வேண்டாம் என்று தலையசைத்தார்.

"வெங்கிட்டு சமாச்சாரம் கேள்விப்பட்டதுலேந்து எனக்கும் மனசு சரியில்லாமப் போயிட்டது, கிச்சாமி. இன்னிக்கு வேண்டாம். என்ன அவசரம்? ரெண்டு நாள் கழிச்சு செட்டில் பண்ணிண்டா போறது. கணக்கும் காசும் ஓடியா போயிடும்?"

பதில் ஏதும் சொல்லாமல் கிச்சாமி நின்றாலும், ஓடித்தான் போய்விட்டது என்று மட்டும் மனசுக்குள் நினைத்துக் கொண்டார்.

நானூறு ரூபாய்...

முழுசாய் முள்ளங்கிப் பத்தையாய் நானூறு ரூபாய்...

எங்கே போய்விட்டது?

சேதுவை, மற்ற கடைக்காரர்களை விசாரித்த வரையிலும், எங்கும் தட்டுகிட்டு வைக்கவில்லை என்று உறுதியாகத் தெரிந்துவிட்டது. அப்புறம்?

கால் முளைத்துப் போய்விட்டதா?

மாற்றுச்சாவி போட்டு யாராவது எடுத்து விட்டார்களா?

யாராவது என்றால்,

ஓடிப்போன ராஜாமணி?

பொறுப்புகளுக்குப் பயந்துக்கொண்டு விலகிப்போன வெங்கிட்டு?

மேலே அவரை யோசிக்க விடாதபடி நடராஜன் பேசினார்.

"அப்ப நா வரட்டுமா, கிச்சாமி? எல்லாம் நல்லதுக்கு. ஈஸ்வரோ ரக்ஷதுனு தைரியமா இரும். என்ன?"

செருப்பை மாட்டிக்கொண்டு நடராஜன் இறங்கிப்போக, சற்றுநேரம் அப்படியே நின்று தெருவை வெறித்தவர், எதிர், அடுத்த வீட்டு மனிதர்கள் வாசலில் நின்று ஏதாவது அமளி நடக்காதா என்கிற எதிர்பார்ப்போடு தன் வீட்டு வாசலை ஏறிடுவதைப் புரிந்துக்கொள்ள முடிய, அவசரமாய்த் திரும்பி உள்ளே போனார்.

வாசலறையில் குமார் புத்தகத்தோடு உட்கார்ந்திருந்தான். பக்கத்தில் தூக்கக் கலக்கத்தில் சுருண்டு படுத்துவிட்ட மங்களம்.

குழந்தைகளின் முகங்களில் பசி முள்ளாய் முளை விட்டிருப்பதைக் காணமுடிய, சட்டென்று கிச்சாமியினுள் கோபம் வெடித்தது...

துப்புக்கெட்ட சின்னப்பாப்பா...

படம் முடிந்து அரைமணியாகிறது. இன்னும் அந்நியர் வீட்டில் உட்கார்ந்து கொண்டு என்ன பண்ணுகிறாள்?

பொறுப்பத்த தடிமாடு...

நிற்கவைத்து நாலு வார்த்தை உறைக்கற மாதிரி கேட்டாலும், காதில் ஏறாமல் எருமை மாடு கணக்காய் துடைத்துப்போட்டு விடுபவளை எப்படித்தான் வழிக்குக் கொண்டுவருவது?

மூத்த மாமாக்கள் மாதிரி இவளும் அலாதி சுயநலம் பிடித்தவள்தான் என்கிற நினைப்பு கிச்சாமிக்குள் பயத்தை உற்பத்தி செய்ய, கவனத்தை வேகமாய் சின்னப்பாப்பாவிடமிருந்து கிளப்பினார்.

"சேதுக்கடங்காரன் எங்கடா?"

"தெரியாது தாத்தா..."

"உங்ககூட டி.வி. பார்க்க வரலையா?".

"ம்ஹூம்..."

"படம்னா விடமாட்டானேடா?"

"நாங்க கூப்பப்போ 'நா வரலை. எனக்கு வேலை இருக்கு'னு சொல்லிட்டான், தாத்தா."

"ஆமா, பெரிய கலக்டர் துரை, வேலை பாழ்பட்டுப் போறதுக்கு.... வேற ஏதாவது இன்னும் நல்ல படமா வெளியாயிருக்கும்; கொட்டகைக்கே போயிருப்பான் அவனைத் தெரியாதா?"

சொல்லிவிட்டாரே தவிரவும் தன்னிடம் பணம் ஏதும் சேது கேட்காததால் அதுவும் சாத்தியம் இல்லை என்பது நினைவுக்குவர, அரை நிமிஷம் அப்படியே நின்று எங்கே போயிருப்பான் என்று யோசனை பண்ணிவிட்டு, எதுவும் திட்டவட்டமாகப் புரிபடாது போக, "சரி, கை காலை அலம்பிண்டேளா? சாப்பிட வாங்கோ..." என்றபடி சமையலறைக்குள் போகத் திரும்பியவருள் சட்டென்று சின்னப்பாப்பா ஏதாவது சமைத்து வைத்திருக்கிறாளோ, இல்லையோ என்கிற பதைப்பு உண்டானது.

ஐயோ... புத்திகெட்டு இத்தனை நேரம் அசமஞ்சமாய் உட்கார்ந்திருந்து விட்டேனே! சின்னப் பாப்பா ஏதும்

செய்யாமல், வழக்கமான வணங்கா முடித்தனத்துடன் ஊர் சுற்றப் போயிருந்தால்...?

குழந்தைகள் பசியுடன் வருவார்களே, ஏதாவது பொங்கி வைப்போம் என்கிற பொறுப்பு இல்லாமல் தானும் இது நாழிகை வேண்டாத வருத்தத்தோடு இருந்துவிட்டது தம் மேலேயே எரிச்சலை மூட்ட, அவசரமாய் சமையல் மேடையை நெருங்கினார்.

குமுட்டியில் ஈயச்சொம்பில் ரசம்... வெண்கலப் பானையில் சாதம். பக்கத்தில் கிண்ணத்தில், அது என்ன, முகர்ந்து பார்த்தார். பருப்புத் துவையல்.

ஈயச்சொம்பை மூடியிருந்த அலுமினியத் தட்டை அகற்றினதும் சீரகம், மிளகு அரைத்துவிட்ட ரசம் கமகமக்க, சின்னப்பாப்பாவின்பால் கனன்ற கோபம் பளிச்சென்று மறைந்தது.

செய்யமாட்டாளே தவிரவும், வணங்கிவிட்டால், காரியத்தில் பாட்டியேதான்...

விசாலத்தின் சீரக ரசம் ஒன்றுதான் இந்த மாதிரி மணக்கும்.

கொட்டைப்பாக்கு புளியைக் கரைத்து, உப்பு, ரசப்பொடி போட்டுக் கொதிக்க வைத்து, பொடி வாசனை போனதும் துளி சீரகம், மிளகு, துவரம் பருப்பு, ஆர்க்கு கறிவேப்பிலையை நறநறவென்று அரைத்து, கலந்து, விளாவி ஒரு கொதி வந்ததும் தாளித்தால், வீடே என்னமாய் கமகமத்துப் போகும்...!

விசாலத்தின் நினைப்பைத் தொடர்ந்து, அவள் இருந்து இந்த ஒரு வாரத்தில் நடந்துவிட்ட சம்பவங்களைப் பார்க்க நேர்ந்திருந்தால் எப்படித் துடித்துப் போயிருப்பாள் என்கிற எண்ணம் கண்களைக் கலங்கச் செய்ய, விரல்களால் விழிகளைத் தேய்த்து, "டே.... சாப்பிட வாங்கோ..." என்று குரல் கொடுத்தார்.

குழந்தைகள் இரண்டையும் தட்டுகளோடு உட்கார வைத்து துவையலைப் பரிமாறிவிட்டு சாதத்தை எடுத்தபோது, வாசற்படியில் நிழல் தட்டியது.

அலமேலும்மா... கையில் தகர டப்பா...

"ரசமும் துவையலும் செஞ்சு வச்சுட்டேன் மாமி... நேத்தே அடுத்தாத்துல எண்ணெய் வச்சு அப்பளம் பொரிச்சப்போ, மங்களம் பொரிச்ச அப்பளம் சாப்ட்டு எத்தனை நாளாச்சு, இல்லடா குமார்?'னு கேட்டுண்டு இருந்தது. நாங்க போற, வர்ற எடத்துல சமைக்கறப்போ திணுசு திணுசா சாப்பிடறோம். இந்தக் குழந்தைகளுக்குத்தான் வக்கணையா ஒண்ணுமே செஞ்சுபோட முடிய மாட்டேங்கறது... எண்ணெய் இல்ல... அத்திம்பேர் கேட்டா வைவார். நாள், நாளன்னிக்காவது எண்ணெய் வாங்கிண்டு வந்து பொரிச்சுத் தரணும்னு வெளில போறதுக்கு முன்னால் சேது சொல்லிண்டிருந்தான். என்கிட்ட எண்ணெய் இருந்தது.... சுந்தரேசன் ஆத்துல மடி அப்பளம் இட்டப்போ எனக்கு அவா குடுத்த பத்து அப்பளமும் போன வருஷத்து வடாமும் அப்படியே இருந்தது. அதுல நாலு பொரிச்சுண்டு வந்தேன். குழந்தேள் இன்னும் சாப்பிடலையோன்னோ?"

பேசிக்கொண்டே உள்ளே வந்தவள், "நீங்க தள்ளுங்கோ, மாமா... நா சாப்பாடு போடறேன்" எனவும்,

கிச்சாமி எழுந்து கிழக்குப் பக்கமாக நகர்ந்து சுவரில் சாய்ந்து உட்கார்ந்து கொண்டார்.

காலையில் வெங்கிட்டு வந்து தன் சாமான்களைத் தூக்கிக்கொண்டு போன கையோடு தன்னாலான விதத்தில் கிச்சாமிக்கு அலமேலும்மா சமாதானம் சொல்லிவிட்டிருந்ததில், மீண்டும் வெங்கிட்டு பேச்சு வேண்டாம் என்கிற முடிவோடு கண்களை மூடிக் கொண்டார்.

"நாணா பெங்களூர்லேந்து வந்துட்டானா?"

"இன்னும் இல்ல... அவன் எந்த மாதிரி சேதியோட வரப் போறானோ தெரியல..."

"எல்லாம் நல்ல சேதியோடதான் வருவான்... வீணா மனசைக் குழப்பிக்காதீங்கோ! சாப்பிடறேளா? இலை போடட்டுமா? சின்னப்பாப்பா எங்க? இன்னுமா டி.வி. பார்த்துட்டு வரல? சேதுவ காணோமே... எங்க அவன்?"

அலமேலும்மா கேட்டுக்கொண்டிருக்கும் போதே, ஏதோ பாட்டை முணுமுணுத்தபடி வீட்டுக்குள் சின்னப்பாப்பா நுழைந்தாள்.

செருப்பை முன்னறையில் அலட்சியமாய் உதறிவிட்டு சமையல்கட்டில் எட்டிப் பார்த்தவளைக் கிச்சாமி வெறித்தார்.

"எங்கடி ஊர்சுத்திட்டு வரே?"

"டி.வி. பாத்துட்டு வரேன்..."

"படம் முடிஞ்சு இத்தன நாழி என்ன பண்ணே?"

"நியூஸ் கேட்டுட்டு வரேன்..."

"ஆமா பெரிய மனுஷி இவ... நியூஸ் கேக்காட்டா தலைவெடிச்சுடும்! ஏண்டி, சாயங்காலம் நீ சமைக்கலியா? சேதுவையா செய்யச் சொன்னே?"

சின்னப்பாப்பா அலட்சியமாய் பின்னலைப் பின்னுக்குத் தள்ளிக்கொண்டாள்.

"எனக்கு நகச்சுத்தி வந்திருக்கு... ஒரே வலி... என் கஷ்டம் பொறுக்காம சேதுவாதான் சமைக்கறேன்னான்..."

ட்ரஸ் பண்ணிக்கொள்ள, ஊர்சுற்ற நகச்சுத்தி வலிக்காது. ஆனால் வேலை செய்ய, சமைக்க என்றால் மட்டும் வலி தாளாமல் போய்விடுமா? ஐயோ தெய்வமே, இந்தப் பெண்ணுக்கு என்றைக்குத்தான் புத்தி, பொறுப்பு வரும்?

கிச்சாமி புருபுருத்த கோபத்தை அடக்கிக் கொண்டார்.

"சரி... சரி... தட்ட வச்சுண்டு சாப்பிட உட்காரு... ஆளாளுக்குத் தனித்தனியா எத்தனை பந்தி போடறது?"

"எனக்குச் சாப்பாடு வேண்டாம்."

"ஏண்டி?"

"ட்ரான்ஸ்போர்ட் மானேஜர் ஆத்துலே, மாமியோட தம்பி வந்திருக்கார்னு வெஜிடபிள் போண்டா பண்ணியிருந்தா... சாப்பிடுன்னு மாமி ரொம்ப சொன்னா... நாலு சாப்பிட்டேன்..."

வெட்கம், மானம் இல்லாமல் வயசு வந்த பெண் அடுத்தவர் வீட்டில் போய் அனாவசியமாய் உட்காருவது, சாப்பிடுவது தவறு என்று கத்த கிச்சாமி வாய் திறந்த நிமிஷத்தில், வேகுவேகென்று சேது உள்ளே வந்தான்.

கையிலிருந்த துணிப்பையை முன்னறையில் ஒரு பக்கமாய் வைக்க முற்படுவதை உட்கார்ந்திருந்த இடத்திலிருந்து பார்க்கமுடிய, "எங்கடா ஊர் சுத்திட்டு வர்றே? அதென்ன பையில? எதை மறைக்க இந்தப் பாடு படறே? இதென்ன வீடா, சத்திரமா? அவா அவா தன் இஷ்டத்துக்குக் காரியங்களச் செய்ய? ம்? வாடா இங்க, கடங்காரா..." என்று கிச்சாமி உறும, பையுடன் சேது அவர்முன் வந்து நின்றான்.

"கேக்கறேனே, காதுல விழல...? பையில என்னடா? எங்க போயிருந்த இத்தன நாழி? சினிமாவுக்கா?"

சேது கொஞ்சம் தயங்கினான். பின், பையில் கையை விட்டு உள்ளிருந்த பொருளை வெளியில் எடுத்தான்!

நீல நிறத்தில் அரைநிக்கர், வெள்ளை ஷர்ட்டுகள் தலா இரண்டு....

ஒன்றும் புரியாமல் கிச்சாமி விழிக்க, சேது தயக்கத்துடன் பேசினான்.

"ஸ்கூல் திறந்து ஒரு மாசமாச்சு, இன்னும் ஏண்டா யூனிஃபார்ம் போடலைனு நேத்துக்கூட குமார் வாத்தியார் க்ளாஸ்க்கு வெளில நிக்க வெச்சாரம்... குழந்தை ராத்திரி அழுதான். 'ஹுசேன் பாய் கடை இன்னிக்குத் திறந்திருக்கும். பத்து நாள்ல பணம் குடுத்துடறேன்'னு சொல்லிட்டுத் துணிய எடுத்து, கடை வாசல்ல இருந்த டெய்லர்கிட்ட தைக்கச் சொல்லிக் கிட்ட நின்னு வாங்கிண்டு வரேன்... உங்களண்ட சொல்லாம செஞ்சது தப்புதான்... ஆனா, உங்க மனசு சரியில்லை. கேட்டா கோச்சுப்பேள்... அதான்..."

கண்ணகல வெகுளியாய் முன்னால் நின்று சேது பேசப்பேச, யாருக்குமே இல்லாத அக்கறை அவனுக்கு மட்டும் இருப்பது

இருதயத்தை என்னமோ செய்தது. இந்த நெகிழ்ச்சியை வெளியில் காட்டிக்கொள்ள விருப்பம் இல்லாமல், "சரி, சரி... பேசிண்டு நிக்காம, கையை அலம்பிண்டு சாப்பிட வா... ஊர் சுத்தப் போயாச்சுன்னாதான் உனக்குப் பசி, தாகம்னு ஒண்ணுமே இருக்காதே..." என்றார் கிச்சாமி.

அன்றிரவு பத்தரை மணி சுமாருக்கு நாணா பெங்களூரிலிருந்து திரும்பினான்.

முகத்தைப் பார்த்ததுமே போன காரியம் சரியான காய் என்பது கிச்சாமிக்குப் புரிந்து போனது.

முன்னறையில் குழந்தைகளும், சேதுவும் உறங்கிக் கொண்டிருந்ததால், சமையறையில் நின்று நாணா பேசினான்.

"நா போன அன்னிக்கு ராஜாமணி ஆபீஸுக்கு வரலை... நேத்தும், இன்னிக்கும் அவன் ஆபீஸ் லீவு. எப்படியோ படாதபாடு பட்டு வீட்டு விலாசம் தெரிஞ்சுண்டு கார்த்தால போனா, 'எங்கே வந்தே? உங்க சாகாப்தமே வேண்டாம்னு தானே ஊரை விட்டே வந்துட்டேன்? தொறத்திண்டு வர வெக்கமா இல்லையா?'னு கன்னாபின்னானு பேசிட்டான்பா... தாங்க மாட்டாம போயி, 'பெத்த குழந்தைகளை அம்போனு விட்டுட்டு வந்த நீதாண்டா மானம் கெட்டவன். அவாளுக்கு ஒரு வழி சொல்லு'னு கேட்டா, அதுக்கு அவன்... அவன்... 'சீதாலட்சுமியோட குழந்தைகளை மட்டும் அப்பா பாத்துக்கலியா? நானும் செத்துப் போயிட்டேன்னு நினைச்சுண்டு இந்த ரெண்டு சனியன்களையும் அவரையே பாத்துக்கச் சொல்லு... முடிஞ்சா வச்சு சம்ரட்சிக்கட்டும், முடியாட்டா கழுத்தை நெரிச்சுக் கூவத்துல போடட்டும். எனக்குக் கவலை இல்லே!'னு நாக்குத் தடிக்க, கூசாமப் பேசிட்டான்பா..."

அடப்பாவி...

நாசகாரப் பாவி.

பெண்பித்து தலைக்கேறி விட்டது என்பதற்காக பெற்ற குழந்தைகளை நாக்கூசாமல் இப்படி...

அவளை...

தாங்கமாட்டாமல் கத்த நினைத்த கிச்சாமி, யாரோ விசும்பும் குரல் கேட்டுத் திரும்பினார்.

வாசற்படியில் முகம் நசுங்கிப்போக குமார்.

நாணா சட்டென்று அவனருகில் சென்று குனிந்தான்.

"ஏண்டா, தூங்கிண்டிருந்தவன் எப்ப எழுந்தே? ஏண்டா அழறே... குமார்..."

சித்தப்பாவின் பேச்சு காதில் விழாத மாதிரி குமார், தாத்தாவிடம் ஓடிவந்தான். அவர் இடுப்பைக் கட்டிக் கொண்டான்.

அழுகையை நிறுத்தாமல் கேட்டான்.

"எங்கப்பா சொன்ன மாதிரி எங்களைக் கழுத்த நெரிச்சுக் கொன்னுடப் போறியா தாத்தா? உனக்கும் எங்களைப் பிடிக்காமப் போயிடுமா தாத்தா?" பேசியனவனை கிச்சாமி தேற்றும் முன்னர் நாணா அலாக்காகத் தூக்கி அணைத்துக் கொண்டான்.

"தாத்தாவுக்கு மட்டுமில்லே, குமார்! எனக்கும் நீங்க வேணும்... சித்தப்பா நா ஒருத்தன் இருக்கறத மறந்துட்டு ஏண்டா இப்படியெல்லாம் பேசறே? அவன் கிடக்கான்டா அசடு... ஏதோ உளர்றான்... நா இல்லே? தாத்தா இல்லே? நாங்க இருக்கோம்டா உனக்கும், மங்களத்துக்கும்! நீ எதுக்கும் கலங்காத... ஆமா..."

ஆணித்தரமாய், நிஜமான கரிசனத்துடன் நாணா பேசியது, அடிபட்ட மனசை வருடிக் கொடுக்கும் மருந்தாக இருந்தது. சட்டென்று எழுந்த நிம்மதியில் கண்களில் ஜலம் பெருக, கிச்சாமி சுவரில் சாய்ந்தார்.

நாணா மாதிரி ஒருத்தன் இருக்கையில் எதற்காகக் கவலைப்பட வேண்டும்? என்பதால், நாணா ஒருவன், நூறு ராஜாமணி, வெங்கிட்டுகளுக்குச் சமம்.

'நான் இருக்கிறேன். கவலை என்ன?' என்று சின்னப்பிள்ளை சொல்கிறான். பிறகும் எதற்காக இடிந்து போகவேண்டும்?

குமாரைத் தூக்கிச் சென்று நாணா தூங்க வைத்த நிமிஷத்தில் தன்னை ஒரு தினுசாய்த் தேற்றிக் கொண்டதோடு, முடங்கிக் கிடப்பது மனசுக்கு நல்லதில்லை... நாளைக்கே நடராஜனைப் பார்த்து, புது வேலைகளின் பொறுப்புகளை ஏற்க நான் தயார் என்று சொல்ல வேண்டும் என்றும் கிச்சாமி தீர்மானித்துக் கொண்டார்.

அத்தியாயம் 9

"அம்பி...ஈ..."

".....”

"டே... ஆருடா அங்க? எல்லாரும் செவிடாயிட்டேளா, என்ன? ஒருத்தனுக்குக் கூடவா நான் கூப்படறது காதுல விழல?"

கல்யாணச் சத்திரத்தின் பின்கட்டு வராந்தாவில் அமர்ந்தவாறு கணக்கு வழக்குகளை எழுதிக் கொண்டிருந்த கிச்சாமி நாபியிலிருந்து குரலெடுத்துக் கத்த, கைக்காரியத்தைப் போட்டுவிட்டு சங்கரன் அவசரமாய் ஓடிவந்தான்.

"கூப்டேளா மாமா?"

கேள்வி கேட்டவனைக் கிச்சாமி கண்களை இடுக்கிக்கொண்டு வெறித்தார்...

"இன்னும் செத்த கழிச்சு சாவகாசமா வர்றத்துக்கென்ன, தொண்டைத்தண்ணி சுத்தமா வறண்டு போனப்புறம்?"

"அம்பி என்ன பண்றான்?"

"கட்லெட்டுக்குக் காய்கறி வேகவிட்டு கொட்டிட்டு, வெங்காயத்த நறுக்கிண்டிருக்கான். கூப்பிடட்டுமா!"

"வேண்டாம். மசமசனு நின்னுண்டிருக்காம காரியங்களக் கவனிச்சான்னா சரி... முன்ன மாதிரி இல்ல இப்ப அவன்... தன்ன விட்டா ஆள் இல்லேங்கற ராங்கி நிறையவே வந்துடுத்து. போன ரெண்டாம் வருஷம் என்கிட்ட வந்து சேர்ந்தப்ப என்ன பதவிசா அடக்கமா இருந்தான்! அப்ப வறட்சி... சொத்துக்குத் தாளம் போட்ட நேரம்... ஒழுங்கா இருந்தான். இப்ப? கையில தாராளமா

காசு பொழங்கறது. அதோட, கட்லெட், பாஜி, சன்னா இதுகளை நன்னா செய்ய நம்பளை விட்டா வேற ஆள் இல்லேங்கற திமிர் வேற சேர்ந்துண்டிருக்கு! கேக்கணுமா தலைகீழா நிக்கறதுக்கு?"

உரக்க, யார் காதில் விழுந்தால் எனக்கென்ன என்கிற எண்ணத்தோடு இது நாழிகை பேசின கிச்சாமி, ஏதோ நினைத்துக்கொண்டு குரலைத் தழைத்தார்.

"ஏண்டா, அம்பிக்கு வேண்டாத பழக்கமெல்லாம் வந்துண்டிருக்காமே, நிஜம்தானா? வெறுமனே சிகரெட் பிடிக்கறதோட இருக்கான்னு நினைச்சிண்டிருந்தேன்... நேத்து ராஜம் மாமா ரகசியமா என்னண்ட, 'அந்தப் பிள்ளையக் கொஞ்சம் கண்டிச்சு வையுங்கோ... சாராயக்கடைப் பக்கமா அப்பப்ப நடமாடறான்னு எல்லாரும் பேசிக்கிறா'னு சொன்னாரே? என்ன கஷ்டகாலம்டா இது! எப்பலேந்து இந்தக் கண்றாவிப் பழக்கமெல்லாம் அந்தக் கடங்காரனுக்கு? ஒழுங்கா பொழைக்கிறது பிடிக்கலையாமா? ஆத்துல மகாலட்சுமி மாதிரி பொண்டாட்டி, தங்கவிக்ரகமா ரெண்டு பொண் குழந்தைகள் இருக்கறதையும், இப்ப நாலு காசு சேர்த்தாதான் நாளைக்கு அதுகள ஓரளவுக்காவது கரை ஏத்த முடியுங்கறதையும் மறந்துட்டானா? என்ன கேடுடா வந்தது அவனுக்கு? ம்?"

ஒருவித ஆதங்கத்தோடு கிச்சாமி நீளமாய்ப் பேசி நிறுத்த, பதில் கூறத் தெரியாத மாதிரி சங்கரன் தலையைக் குனிந்து கொண்டான்.

"ஏண்டா, நா இத்தன கேக்கறேன், நீ பாட்டுக்குத் தேமேனு நின்னா என்ன அர்த்தம்? ராஜம் மாமா சொன்னது நிஜமா, பொய்யா?"

சங்கரன் அவரைப் பரிதாபமாக ஏறிட்டான்.

"எனக்கு வாஸ்தவமாத் தெரியாது மாமா... வேலை சமயத்துலதான் நாங்க ஒண்ணா இருக்கோம். மத்தபடி அவன் வீடு திருவல்லிக்கேணில, என்னுது மயிலாப்பூர்லே. வேலை

இல்லாத நாள்ல டைபிங் கத்துக்கறதுலேயும் வக்கீலாத்துல அப்பப்ப ஏதாவது சில்லறையா வேலை பண்ணறதுலேயும் என் பொழுது போயிடறது. அதனால் யார் யார் எப்படி எப்படி இருக்கா, சாயங்கால வேளைல என்னென்ன பண்றானு எனக்குத் தெரியாது மாமா... சும்மாவானாலும், கண்ணால பாக்காத ஒரு விஷயத்தப்பத்தி தெரிஞ்ச மாதிரி சொல்றது தப்பில்லையா!"

இதுதான் சங்கரன்.

வலிய எந்த வம்புக்கும் போகமாட்டான். எவரைப் பற்றின அனாவசியப் பேச்சுக்களிலும் கலந்துக் கொள்ளமாட்டான். முடிந்தால் அடுத்தவருக்கு நல்லது பண்ணுவானே தவிர, தப்பித் தவறிக்கூட தன் சொல்லோ, செய்கையோ இன்னொருத்தரைப் புண்படுத்த விட்டதில்லை.

அப்படியொரு தங்கமான குணம்.

இந்தக் குணம்தான் கிச்சாமி அவனைத் தன் நெஞ்சுக்குள் தூக்கி வைத்துக் கொள்ளவும் காரணமாக இருக்கிறது.

பணம் காசு இல்லாவிட்டால் என்ன?

குணம் அது வண்டி வண்டியாய் அல்லவா சங்கரனுக்குள் கொட்டிக் கிடக்கிறது!

பொய், திரிசமன், சுயநலம், காழ்ப்புணர்ச்சி என்று சர்வ சகஜமாய் ஊர் உலகத்தாரிடம் காணப்படும் கல்யாண குணங்களில் ஒன்றுகூட இயல்பாக முளை விடாமல் ஒரு பிள்ளை இந்தக் காலத்தில் இருக்கிறான் என்றால், அது எத்தனை பெரிய அதிசயம்!

கையிலிருந்த கணக்குப் புஸ்தகத்தை மூடி வைத்து கிச்சாமி எதிரில் நின்றவனைப் பார்த்து, "ஜில்லுனு ஒரு டம்ளர் தண்ணி கொண்டாடா..." என்றார்.

அரை நிமிஷத்தில் சங்கரன் கொண்டு வந்ததைக் குடித்தவர், லோட்டாவை அவனிடம் நீட்டினார்.

"நீ என்ன பண்ணிண்டிருக்கே?"

"லாண்டரிக்காரர் வந்திருக்கார். டேபிள் க்ளாத் எல்லாம் கிழிசல் இல்லாம சுத்தமா இருக்கானு பாத்துண்டிருக்கேன்."

"ஆமாமா.. அத வேற யார்கிட்டயும் விடாம, நீயே பாத்துடு... போன ட்ரிப் மீனாக்ஷி கல்யாண மண்டபத்துல நடந்த கல்யாணத்துல, சாமிநாதனை கவனிக்கச் சொல்லிட்டு வேற ஏதோ வேலையா போயிட்டேன். அந்தச் சோம்பேறி ராஸ்கல் என்னடான்னா, பிரிச்சுப் பாக்காமலேயே ஏனோ தானோனு வாங்கி அடுக்கியிருக்கான். சாப்பிடற சமயத்துல பிரிச்சு டேபிள் மேல போட்டா, உள்ளங்கை அளவுல நிறைய ஷீட்ல பொத்தல்! பொண்ணப் பெத்தவரானா தையா தக்கானு குதிக்கிறார்... 'என் சினேகிதாள்லாம் ரொம்ப உசந்தப்பட்டவா... நாகரிகமானவா... இப்படி மானத்த வாங்கிட்டேளே! முதல்லியே சொல்லியிருந்தேனோல்லியோ?'னு எல்லார் முன்னாலேயும் கத்தறார்! 'தப்புதாண்ணா.... எங்களையும் மீறி நடந்துடுத்து'னு கால்ல விழாத கொறையா கெஞ்சியும், ஒண்ணும் பிரயோஜனம் இல்ல... கடைசிலே, அதைச் சாக்கா வச்சுண்டு மனுஷன் ஆயிரம் ரூபாய் காண்ட்ராக்ட் பணத்துல புடிச்சுண்டுட்டார்... அதெல்லாம் உனக்குத் தெரியுமோல்லியோ?"

ஏற்கெனவே தெரிந்த கதையை கிச்சாமி கூற, சங்கரன் தெரியும் என்று தலையசைத்தான்.

"எதுக்கு இத்தன சொல்றேன்னா, அந்த மாதிரி தப்புத்தண்டா இன்னிக்கு நடந்துடக் கூடாதுனுட்டுதான்... அதுவும் இன்னிக்கு, படிச்ச என்ஜினீயர்கள் கூற கூட்டம்... 'சாப்பாடும் டேபிள் அரேன்ஜ்மென்டும் தடபுடலா இருக்கணும், கிச்சாமி!'னு என்ஜினீயர் சர்மா ஸ்பெஷலா கூட்டு சொல்லியிருக்கார். ஆதிலேந்து சமயம்னா நமக்குத் தெய்வமா உதவற மனுஷன்... அவர் மனசு கோணாம நடந்துக்கணும், என்னடா! மனசுல ஆச்சா?"

"நீங்க எதுக்கும் கவலைப்படாதீங்கோ மாமா. நா பாத்துக்கறேன்..."

"பாத்துண்டா சந்தோஷம்... குட்டியப்பன் என்ன பண்றான்? டேபிள்ள வைக்க பூஜாடிகள், பூங்கொத்து கொண்டுவரேன்னு சொல்லியிருந்தானே, வந்தானா? எதுக்கும் அம்பிய நா வரச் சொன்னேன்னு சொல்லு.... சேதுவ எங்கே கண்லேயே காணோம்? பொறுப்பில்லாம சினிமாகினிமான்னு ஓடிட்டானா?"

"பதினோரு மணிக்கு அவசரமா வெளில போகக் கிளம்பினான். 'ரெண்டுக்குள்ள வந்துடறேண்டா'னு சொல்லிட்டுப் போனான்."

"ஆமா... இவன் மொரக்கட்டைக்கு அவசர ஜோலிதான் குறைச்சல். எங்க போனாலும் என்னண்ட ஒரு வார்த்தை சொல்லிட்டுப் போறத்துக்கென்ன? தேடாமையாவது இருப்பேனோல்லியோ? தலைக்கு மேல வேலை இருக்கறப்ப ஊர் சுத்தப் போயிட்டானே... இவனுக்குத் துளியாவது பொறுப்பு இருக்கா? சரி... சரி... நீ போய் உன் காரியங்கள கவனி... லாண்டரிக்காரர இப்படி வரச்சொல்லு, அட்வான்ஸ் தரேன்... ராத்திரி பதினோரு மணிக்குமேல வந்து ஷீட்களையும் பாக்கிப் பணத்தையும் வாங்கிண்டு போகட்டும்..."

சங்கரன் உடனே போய் அம்பியை வரச் சொல்ல, அவன் "கூப்டேளா மாமா?" என்று வந்து நின்றான்.

இந்த அம்பி என்கிற சுந்தரேசன் இவர் க்ரூப்பில் வந்து சேர்ந்து இரண்டு வருஷங்களே ஆகின்றன.

வடக்கே ஒரு பெரிய மனிதர் வீட்டில் சமையல் ஆளாக இருந்தவனுக்கு குளிர் தாங்காமல் போனதோடு, குடும்பம் பெருகிவிட்டதால் சம்பாத்தியம் போதாமல் ஆனதும் பெண்டாட்டியை விட்டுப் பிரிந்து இருப்பது கஷ்டமாகவும் இருக்க, அந்த வேலைக்கு முழுக்குப் போட்டுவிட்டு தரகர் நடராஜன் மூலமாய் இவரிடம் வந்து நின்றான்.

வடநாட்டுப் பதார்த்தங்களை ருசியாய்ப் பண்ண சரியான உதவிக் கிடைக்காமல் கிச்சாமி திண்டாடிக் கொண்டிருந்த சமயம் அது.

காண்ட்ராக்ட் கொடுக்கும் இடங்களில், எல்லாவற்றிலும் இல்லாவிட்டாலும், சிலவற்றிலாவது, "சன்னா, பரூரா தெரியுமா? வெஜிடபிள் கட்லெட், சமுஸா, செய்வீர்களா? பாவ் பாஜி வேணுமே...!" என்று கேட்டதினால், உள்ளூரிலே இங்கு அங்கு தேடி ஆள்களை அமர்த்தியும் சரிப்பட்டு வராமல், 'என்னடா பண்ணுவோம்' என்று முழித்துக் கொண்டிருந்த தருணம் அது.

மாதிரிக்குக் கொஞ்சம் சமுஸாவும், சப்ஜியும் கிச்சாமி அவனைப் பண்ணச் சொன்னார்.

சமுஸா வாயில் கரைந்தது. சப்ஜி கையை அலம்பின பிறகும் மணத்தது.

அன்றைக்கு உள்ளே நுழைந்தவன்தான் அம்பி. இன்று சீனியர் குக் ராஜம் மாமாவுக்குச் சரியாய் சம்பளம் வாங்குகிறான் என்றால், அது அவன் திறமைக்கு சாட்சி.

ஆனால், ஒருசில மாதங்களாக இந்த அம்பி, பழையபடி இல்லாத மாதிரியே கிச்சாமியினுள் ஓர் எண்ணம்.

"எதுக்குக் கூப்டேள்... சட்டுப்புட்டுனு சொல்லிட்டேள்னா தேவலை... எனக்கு வேலை இருக்கு..."

அலட்சியமாய் பேசியவனைக் கிச்சாமி அழுந்தப் பார்த்தார்.

உதடுகள் இரண்டிலும் ஏகத்துக்குக் கரிப்பூச்சு... விரல் நுனிகளில் ஒருமாதிரியான மஞ்சள் நிறம்...

ரொம்ப அதிகமாக சிகரெட் குடித்தால்தானே இப்படி உதட்டுக் கறுப்பும் விரல் நுனி மஞ்சளும் வரும் என்பார்கள்?

ராஜாமணிக்குக்கூட இப்படித்தான் அசிங்கமாய் இருக்கும்.

நல்லவன், புத்திசாலி, கைக்காரியத்தில் கெட்டிக்காரன், வாழ்க்கையில் முன்னேறக் கூடியவன். இப்படி வேண்டாத சிகரெட், குடிப்பழக்கத்தால் சீரழிந்துவிட போகிறானே என்கிற வருத்தம் கிச்சாமிக்குள் படர்ந்தது.

புத்தி சொல்லப் பெரியவர்கள் யாராவது வீட்டில் இருக்கிறார்களோ?

இந்த நினைப்பைத் தொடர்ந்து, எத்தனை அசட்டுத்தனமான எண்ணம் இது என்கிற கேள்வி எழ, கிச்சாமி முகத்தைத் திருப்பிக்கொண்டு துண்டால் முகத்தைத் துடைத்தார்.

பெரியவர்கள் இருந்தால் மட்டும் அவர்கள் கூறும் புத்திமதிகளைப் பிள்ளைகள் கேட்டுவிடப் போகிறார்களா, என்ன?

ராஜாமணிக்கும், வெங்கிட்டுவுக்கும் இவர் சொல்லாத அறிவுரைகளா? பொறுப்பில்லாமல் ஓடிவிட்ட பிள்ளைகளைக் குறித்து எழுந்த கேள்வி இருதயத்தில் லேசாக வலியை உண்டாக்க, இப்போது அந்த நினைப்பு எதற்கு என்கிற கோபம் சட்டென்று கிச்சாமியினுள் தலைதூக்கியது.

அந்தத் தறுதலைகள் கேட்கவில்லை என்பதற்காக, சங்கரன், அம்பி போன்றவர்களிடம் பெற்ற தகப்பன் ஸ்தானத்தில் இருந்து சொல்ல வேண்டியவற்றைச் சொல்லாமல் விட்டுவிடுவது கேவலமான குணம் இல்லையோ?

நமக்கு வேண்டியவன் துளித்துளியாய் கண்ணெதிரில் பாழாய்ப்போகையில், 'நீ எக்கேடு கெட்டுப்போ' என்று விட்டேத்தியாய் இருப்பது மனிதாபிமானமற்ற செயல் இல்லையோ?

அம்பியிடம் பக்குவமாய் பேசத்தான் வேண்டும்.

'அடேய், உன் தலையில் நீயாக மண்ணை வாரிப்போட்டுக் கொள்ளாதே, நன்றாக வாழ்பவனைக் கெடுக்க எப்போதும் நாலு பேர் காத்துக் கொண்டிருப்பார்கள். அதை நினைவில் கொண்டு சமர்த்தாய்ப் பிழைக்கப்பார்' என்று கரிசனத்தோடு விடாமல் எடுத்துச் சொல்ல வேண்டும்தான்.

ஆனால் இப்போது இல்லை.

இன்னொரு நாள் வேலையில்லாத சமயம் பார்த்து அம்பியைத் தனியாக அழைத்துப் பேசலாம்...

தீர்மானத்துக்கு வந்துவிட்ட கிச்சாமி எழுந்து நின்றார்.

"கட்லெட்டுக்கு எல்லாம் ரெடியா? போன ட்ரிப் பட்டாணி வேகாம முழிச்சுண்டிருந்ததே.... அந்த மாதிரி இல்லாம நன்னா வேக விட்டுண்டியா? தயிர் வடைக்கு மேல தூரவறத்துக்கு அந்த மசாலா தயாரா? நாலு கட்லெட் சாம்பிள் போட்டுண்டு வா... என்ஜினீயர் மாமாக்குக் கொடுத்துச் சரியா இருக்கானு கேக்கலாம்... ஏழரைக்கெல்லாம் டாண்ணு இலை போட்டுடணும்... மொத்தம் நூத்து அம்பது பேர்... நா சொன்ன அளவுதானே சாமான்களப் போட்டிருக்கே?"

பேசிக்கொண்டே சமையல்கட்டுக்குள் நுழைந்தவர், அங்கு காரியத்தில் ஈடுபட்டிருந்த ஒவ்வொரு நபரிடமும் நின்று வேலையின் சுத்தத்தைக் கவனித்துவிட்டு, கடைசியாய் கோண்டுவிடம் வந்தார்.

"பிஸிபேளாப் பொடிய இடிச்சு வாங்கிட்டியாடா?"

"ஆச்சு மாமா."

"எங்க? பொடி இடிச்சா வாசல் வரைக்கும் வாசனை ஆளத் தூக்க வேண்டாமா? ஒண்ணையும் காணோமே!"

கோண்டு நீட்டிய பாத்திரத்தை மூக்கருகே எடுத்துச் சென்று கிச்சாமி முகர்ந்து பார்த்தார்.

ம்ஹும்...

கசகசாவும் கொப்பரையும் இவர் கூறும் அளவில் போடப்படவில்லை நிச்சயம்.

சாதாரணமாக எல்லோரும் வெங்காயத்தைப் போட்டு, கொஞ்சம் வாசனச் சாமான்களைக் கலந்து, சாம்பார் சாதத்தையே 'பிஸிபேளா' என்று கதை பண்ணுகிற தினுசில் கிச்சாமியின் பிஸிபேளா இருக்காது.

'பிஸிபேளா ஹூளி அன்னா' என்றால் 'ஏன்?' என்று கேட்கும். அப்படி ஓர் அலாதி ரகம்.

சென்னைக்குக் குடிவந்த புதுசில், பக்கத்து வீட்டில் இருந்த மாத்வ மாமியிடம் கேட்டு, விசாலம் கற்ற முறை அது.

கடலைப்பருப்பு, பொட்டுக்கடலை, கொத்துமல்லி விதை, வத்தல் மிளகாய், பெருங்காயம், பட்டை, ஏலக்காய், கிராம்பு, கசகசா, இத்தியாதிகளோடு கொப்பரையையும் சிவக்க வறுத்து இடித்து, பொடியைத் தயாரித்தால் தெருவே மணக்க வேண்டாமா?

வெந்த அரிசி, பருப்பைப் புளி ஜலத்தில் கொதிக்கவிட்டு, இடித்து வைத்த பொடியையும், வறுத்த நிலக்கடலையையும் போட்டுச் சதும்ப நல்ல நெய்யை விட்டு இறக்கினால்...

ம்... அது பிஸிபேளா ஹூளி அன்னா...

அதை விட்டுவிட்டு, சாம்பார் சாதம் மாதிரியா செய்வது?

இன்னும் கொஞ்சம் கொப்பரை, கசகசாவை வறுத்து இடித்துக் கலக்கச் சொல்லி, அவரவர் செய்ய வேண்டிய வேலைகளை லிஸ்ட் போட்டு ஞாபகப்படுத்திவிட்டு கிச்சாமி வாசலுக்கு வந்தபோது, வியர்வையில் தெப்பலாய் நனைந்த சட்டையுடன் சேது எதிரில் வந்தான்.

"எங்கடா சுத்திட்டு வரே?"

"அது வந்து..."

"நீ வரவும் வேண்டாம், போகவும் வேண்டாம்... விஷயத்தச் சொல்லு..."

"அப்பறமா நிதானமா சொல்றேனே, அத்திம்பேர்... இப்ப ஊரபட்ட வேலை கிடக்கு..."

பெரிய மனிதன் மாதிரி அவன் பதில் பேசவும் கிச்சாமி சுள்ளென்று விழுந்தார்.

"என்ன வேலை, யார் எப்ப செய்யணும்ணு எனக்குத் தெரியும்... நீ முதல்ல என் கேள்விக்குப் பதில் சொல்லு!"

சேது கையைத் தூக்கி நெற்றியில் வழிந்த வியர்வையை சட்டைக் கையில் துடைத்தான்.

"ஆதிகேசவன் மாமாவப் பாத்துட்டு வரேன், அத்திம்பேர்..."

"எந்த ஆதிகேசவன்?"

"ஐகோர்ட் ஜட்ஜ்..."

கிச்சாமி கண்களை இடுக்கிக் கொண்டார்.

"அவர என்னத்துக்காகடா நீ போய்ப் பார்க்கறே?"

"வந்து.... நம்ம குமார் அட்மிஷன் சம்பந்தமாதான். வந்து... அதான் ஆத்துக்குப் போய் வெவரமா சொல்றேங்கறேன்... அத்திம்பேர்..."

அவன் பேசப் பேச பளிச்சென்று, பத்து நாள்களாய் குமார் கண்களில் ஏகப்பட்ட கனவுகளோடு வளைய வருவது கிச்சாமியினுள் மின்னியது.

குமார் இந்த வருஷம் பத்தாவது எழுதி, அமோகமான மார்க்குகளுடன் பாஸ் செய்திருக்கிறான். ப்ளஸ்டூ-வை இன்னும் நல்ல பள்ளியில் படித்தால், நாளைக்கு காலேஜ் அது, இது என்று சேருவது சுலபமாக இருக்குமாம். இதை அவனுடைய பள்ளி வாத்தியாரே வீடு தேடிவந்து, "நல்லா படிக்கற பிள்ளை, வீணா எதிர்காலத்தைப் பாழடிக்கக்கூடாது.... இந்தப் பள்ளிக்கூடத்துலேந்து வேற நல்லது எதுக்காவது மாத்திடுங்க..." என்று சொல்லிச் சென்ற நாளிலிருந்து குமார், சமயம் கிடைத்த போதெல்லாம் நாணாவையும் இவரையும் தொணதொணத்துக் கொண்டேதான் இருக்கிறான்.

வேலை மும்முரத்தில் ஏனோ அட்மிஷன் விஷயமாய் பெரிய மனிதர் யாரிடமாவது சிபாரிசுக்குப் போவோம் என்பது அடியோடு கிச்சாமிக்கு மறந்து விட்டது. நாணாவும் நாலு நாளாய் ஊரில் இல்லை. ஊர் போயிருக்கிறான்.

இப்படி எல்லோரும் மறந்துவிட்டதையா ஞாபகம் வைத்துக்கொண்டு சேது இப்போது கிளப்புகிறான்?

இவனால் இதுகுறித்து என்ன செய்ய இயலும்?

கிச்சாமிக்கு மகா ஆச்சர்யமாக இருந்தது.

"ஜட்ஜ் மாமாவைப் போய்ப் பாத்தியா? குமார் அட்மிஷன் விஷயமா? மொட்டைத் தாத்தா குட்டைல விழுந்தார்னு பேசாம, ஒழுங்கா வெவரத்தச் சொல்லுடா."

"வித்யாபாரதில சேரணும்னு குமார் ரொம்ப ஆசைப்படறான், அத்திம்பேர். நாலு நாளா தெரிஞ்சவாகிட்ட விசாரிச்சப்போ, ஜட்ஜ் மாமாவும் டாக்டர் நித்தியானந்தமும் அந்த ஸ்கூல் போர்டுல மெம்பரா இருக்கானு தெரிய வந்தது. நேத்திக்கு டாக்டரைப் பாத்தேன். குமாரோட மார்க்குகளைச் சொன்னேன். பாக்கலாம்னார்.

சூட்டோட சூடா இன்னிக்கு, ஜட்ஜ் மாமாவையும் பாத்துட்டா தேவலைனு தோணித்து, ஞாயித்துக்கிழமை இல்லையா? மாமா ஆத்துல இருந்தார். கால்ல விழுந்து விஷயத்தச் சொன்னேன். 'கிச்சாமிய வரச்சொல்லு... நா பேசிக்கறேன்'னு சொல்லிட்டார். எனக்கு என்னமோ நம்பிக்கை இருக்கு, அத்திம்பேர்! நீங்க நாளைக்கே ஒரு நடை போய் ரெண்டு பேரையும் பார்த்துட்டேள்ளா குமாருக்கு கண்டிப்பா ஸீட் கிடைக்கும்..."

வெயிலில் அலைந்து, வியர்வையில் நனைந்து, முகத்தில் சோர்வு கோலம் போட்டாலும், அதைப் பற்றிக் கவலைப்படாமல் கருமமே கண்ணாக சேது பேச, இந்தச் சின்னப்பையனுக்கு இருக்கும் பொறுப்புக்கூடத் தனக்கு இல்லையே என்கிற வெட்கம் அவமானத்தோடு சேர்ந்துக்கொண்டு கடகடவென்று கிச்சாமிக்குள் ஊறியது.

தன் முகத்தை சேது காணாதிருக்க வேண்டி திரும்பி அரை நிமிஷம்போல நின்றவர், கொஞ்சம் ஆஸ்வாசப்படுத்திக் கொள்ள முடிந்ததும், "சரி... சரி... எல்லாம் எனக்குத் தெரியும்... நீ மொதல்ல மூஞ்சிய அலம்பிண்டு, அந்த ஈரச்சட்டைய அவுத்துப் போட்டுட்டு, உள்ள சூடா காபி கலந்து தரச் சொல்லிக் குடி. நன்னா

குமார் ஸீட்டுக்காக இந்தப் பேய் வெயில்ல அலஞ்சே! பாக்கறவன் என்ன சொல்லுவான்? "கிழம்தான் ஹாய்யா உக்காந்துண்டு இந்த அசட வேலை வாங்கறது பாத்தியானுதானே? போடா... போய் காபியோட கட்லெட் ரெடியாயிடுத்துன்னா அதுலயும் ரெண்டு எடுத்துண்டுட்டு அப்பறமா ஏதாவது வேலைபாரு... அதச் செய்யாம ராமன் ஸ்வீட்டுக்கு முந்திரி நறுக்கித் தரச்சொன்னான்னு போனயோ, எனக்குக் கெட்ட கோபம் வரும்! என்ன, மனசுல ஆச்சா?" என, சேது உள்பக்கமாய்ச் சென்றான்.

நாளைக்குக் கட்டாயம் ஜட்ஜ் மாமாவைப் பார்த்து பேரன் படிப்புக்கு உதவச் சொல்ல வேண்டும் என்கிற முடிவோடு வராந்தாவில் உட்கார்ந்த கிச்சாமி, மூடிவைத்து விட்டுப்போன கணக்குப் புத்தகத்தைப் பிரித்து வைத்துக் கொண்டார்.

ராஜாமணியும், வெங்கிட்டுவும் பொறுப்புக்களிலிருந்து கழண்டுக் கொண்டு ஓடிப்போனதும், 'இனி நான் உழைப்பேன், உழைத்து என் குடும்பத்தைக் காப்பாற்றுவேன்' என்று கிச்சாமி உறுதி செய்து கொண்டுவிட்ட இந்த ஒரு வருஷத்தில் உழைப்பும் அதிகம், பலனும் கைமேல்...

முன்பு ஒரு நாளில் ஒரு காண்ட்ராக்டை நடராஜன் எடுக்கச் சம்மதித்தவர், துணிந்து ஒரே முகூர்த்தத்தில் இரண்டு கல்யாணங்களை நடத்திக் கொடுக்க முன்வந்தார்.

திருமணம் இல்லாமல் சின்னச் சடங்குகள்... இன்று நடப்பதுபோல மீட்டிங் என்றால் இரண்டு, மூன்றகூட ஏற்பது உண்டுதான்.

இன்றைக்குக் காலையில் ராமச்சந்திரன் வீட்டு கிருகப்ரவேச விழா அடையாறில், விடிகாலை முகூர்த்தம், சுமார் இருநூறு பேருக்குக் காலை டிபன் மட்டும். அதைக் கிட்ட நின்று கவனித்து, சாப்பாட்டுக்கு வீட்டு மனிதர்கள்தான், அதிகமாய் வெளியாள் இல்லை என்பதால் ராஜம் மாமா தலைமையில் நால்வரை அங்கு விட்டுவிட்டு, இங்கு வந்துவிட்டார். இரண்டு மணிக்குள் அங்கு காரியம் முடிந்து அவர்களும் வந்துவிடுவார்கள்..

இங்கு என்ஜினீயர்கள் கூட்டம். நூற்று ஐம்பது நபர்களுக்கு அதிகமாக வடநாட்டு அயிட்டங்களோடு சாப்பாடு. வெள்ளை சொள்ளையாய் உடை அணிந்து உரக்கப்பேசி அமர்க்களம் பண்ணாமல் நாசுக்காய் செய்யவேண்டிய காரியம்.

இந்த ஒரு வருஷத்தில் இப்படி மூச்சுமுட்ட வேலை பண்ணுவது பழகிவிட்டதால் எதைக் கண்டும் மலைத்துப் போவது என்பது பழங்கதையாகி விட்டது.

இல்லாவிட்டால், நான்கு குழந்தைகளைக் கொண்ட அந்தக் குடும்பத்தை நாணாவின் வருமானத்தில் சமாளிப்பது என்பது சாத்தியமா என்ன?

நாணாவும், சேதுவும் இரண்டு பக்கமும் கிச்சாமியைத் தாங்கும் தூண்களாக இருக்கலாம். ஆனாலும் அஸ்திவாரம் என்னவோ இன்றைக்கும் கிச்சாமியின் உழைப்புதான். அவர் கொண்டுவரும் பணம்தான்.

கிச்சாமியின் புத்தி, கணக்குப் புத்தகத்திலிருந்து பேரன், பேத்திகளிடம் தாவியது.

குமாரை நன்றாகப் படிக்க வைப்பது எவ்வளவு முக்கியமோ, அதைவிட முக்கியம் உடனடியாய் சின்னப்பாப்பாவுக்கு ஒரு வழி பண்ணுவதும்...

பீர்க்கங்காய் வளர்த்தியோ, பெண் வளர்த்தியோ என்பதுபோல நாளுக்கு நாள் திடுதிடுவென்று வளரும் வயசு, உடம்போடு, யாருக்கும் அடங்காத பிடாரித்தனமும் எதிர்த்துப் பேசுவதும் கூடிக்கொண்டே வருகின்றன... இதெல்லாவற்றையும் விட, சின்னப்பாப்பாவின் கை நீளமாகிக்கொண்டு வருகிற மாதிரி ஓர் உறுத்தல்.

இது நிஜமா... பொய்யா?

போன வருஷம் நானூறு ரூபாய் காணாமல் போனதைத் தொடர்ந்து சின்னச் சின்னதாய் சில்லறைத் திருட்டுக்கள்.

அப்படியானால் தான் சந்தேகப்பட்ட ரீதியில் ராஜாமணி குற்றவாளி அல்லவா? அப்புறம்?

போன மாசம் ஐம்பது ரூபாய் இறக்கை முளைத்துப் பறந்தப்போக, தாளமாட்டாமல் அத்தனை பேரையும் நிற்க வைத்து கிச்சாமி கத்திவிட்டார்.

முகம் சிவக்க சேதுவும், நாணாவும் படபடக்க, குமார் ரோஷத்தில் கண்கலங்க, மற்ற குழந்தைகள் விழிக்க, சின்னப்பாப்பா மட்டும் அலட்சியமாய் 'உங்களால் என்ன செய்ய முடியும்?' என்கிற திமிருடன் ஏறிட, அப்போதுதான் முதல்முறையாய் அடி வயிற்றில் பயம் முடிச்சுப்போட பேத்திமேல் கிச்சாமிக்குச் சந்தேகம் எழுந்தது.

ஓ! இந்த ஈனகுணமும் இவளிடம் தலை எடுக்கிறதா?

புதுத் தாவணி ஸ்லைட், கழுத்து மணிமாலை, மாட்னி ஷோ... சன்னமாய் மணக்கும் செண்ட்.

"ஏதுடி?" என்றால் பதில் தயாராய் இருக்கும்.

'சிநேகிதி வாங்கித் தந்தா.'

'டிரான்ஸ்போர்ட் மானேஜர் ஆத்துல கருவடாம் பிழிய உதவி பண்ணேன், மாமி வாங்கிக் குடுத்தா.'

'வெங்கிட்டு மாமாவக் கடைத்தெருவுல பாத்தேன். பத்து ரூபா பணம் குடுத்தார், அதுல மாலை வாங்கிண்டேன்.'

இப்படி...

இதில் எது நிஜம், எது பொய் என்று யார், எவ்வாறு தீர்மானிப்பது?

"எங்கள் வீட்டுப் பெண்ணுக்கு இதை வாங்கிக் கொடுத்தீர்களா?" என்று அயலாரிடம் விசாரிப்பது அசிங்கம் இல்லையோ?

சின்னப்பாப்பாவை இப்படியே விட்டு வைப்பதும், பெரியவர்களாய் பெண்கள் யாரும் இல்லாத வீட்டில் நாள் பூராவும் தனியாய் இருக்க விடுவதும் தவறு, என்று அடிக்கடி

எழும் எண்ணம் இப்போதும் கிளம்பி ஆளைப் பிறாண்ட, கிச்சாமி சுவரில் சாய்ந்து கண்களை மூடிக்கொண்டார்.

என்ன செய்யலாம்?

பேசாமல் முன்பு தீர்மானித்த தினுசில் சங்கரனுக்குக் கல்யாணம் பண்ணிக் கொடுத்து விடலாமா?

மேஜை உத்தியோகம் கிடைக்காவிட்டால் என்ன, இன்று என்ன குறைந்துவிட்டான்?

அவன் தாய் ருக்குவிடம் சென்று, 'அம்மாடி – என் நிலைமையைப் புரிந்து கொள். பெண்கள் யாரும் கண்காணிக்க இல்லாமல் சின்னப்பாப்பாவை வீட்டில் வைத்திருப்பது ரொம்ப சிரமமாக இருக்கிறது. நீ மனசு வைத்தால் என்னுடைய இந்த அவஸ்தை குறையும்!' என்று மனம்விட்டுப் பேசிவிடலாமா?

யோசிக்க யோசிக்க, இருக்கும் நிலையில் இதைவிட நல்ல முடிவாக வேறு எதுவும் எடுக்க முடியாது என்பது புரிய, 'சுபஸ்ய – சீக்கிரம்' என்பதற்கு ஏற்ப மறுநாளே, தனக்கு வேண்டியவர், நிதானமானவர், சரியான ஆலோசனை கூறக்கூடியவர் என்கிற நம்பிக்கையோடு அலமேலும்மாவிடம் இதுகுறித்துப் பேச, அவளும் "பேஷா பண்ணலாம் உடனே முனைஞ்சிடுங்கோ, மாமா" என்று பச்சைக்கொடி காட்டினாள்.

அந்த புதன்கிழமை, ராகுகாலம் கடந்த பின்னர் ஒரு சீப்பு வாழைப்பழம், பூ, வெற்றிலை பாக்கு, மஞ்சள் வகையறாக்களுடன் கிச்சாமி நான்காவது வீட்டிலிருந்த சங்கரனின் தாயாரைத் தேடிப் போனார்.

ஒரு பக்கமாய் சங்கரனும், ருக்குவும் நிற்க, சுற்றி வளைக்காமல் மனசில் இருந்ததைச் சொன்னதோடு, "சின்னப்பாப்பா என் பேத்திங்கறதுக்காக தலைலதூக்கி வச்சுண்டு இல்லாததையும், பொல்லாததையும் சொல்ல நா விரும்பல.... சின்னப்பாப்பாவுக்குக் குணம் அத்தனை போதாதுதான்... வாய்த் துடுக்கும் வணங்காமுடித்தனமும் ஜாஸ்தி. இது உங்களுக்கே தெரிஞ்சிருக்கும்.

ஆனாலும் சங்கரனோட இயல்பான ஆம்பிளைத்தனமும், உங்க அன்பும் அவளை மாத்திடும்ங்கற நம்பிக்கை எனக்கு இருக்கு... எனக்காக எந்த முடிவுக்கும் நீங்க வரவேண்டாம். எதுவானாலும் தயங்காம சொல்லுங்கோ..." என்றும் வெளிப்படையாகவே பேசியதும், ஒருசில நிமிஷங்களுக்கு அங்கு மௌனம் படர்ந்தது.

ருக்கு மகனைப் பார்த்தாள், அவன் 'உங்கள் விருப்பம் எதுவானாலும் எனக்குச் சம்மதம்' என்கிற பார்வையுடன் நிற்பதைப் புரிந்துக்கொள்ள முடிந்தது.

புருஷன் அகாலமாய்ப் போனதிலிருந்து ஆபத்பாந்தவராய் தங்களுக்கு உதவும் கிச்சாமிக்கு, இந்தச் சம்பந்தத்துக்குச் சரி என்று சொல்வதன் மூலம் தங்கள் நன்றிக்கடனைச் செலுத்த வாய்ப்புக் கிடைக்கிறது என்பதை உணர்ந்தவளாய் அகமும் முகமும் மலர, "இதுக்கு நாங்க குடுத்து வச்சிருக்கணும், மாமா" என்று ருக்கு சொன்ன நொடியில், வாழ்க்கை அத்தனை கறுமையாக இல்லாத மாதிரியும் சின்னப்பாப்பாவுக்கு ஒரு வழி பிறந்தது போலவே மங்களம், சுந்தரையும் ஆளாக்கிவிடுவது சுலபம்தான் என்றும் சொல்கிற தினுசில் கிச்சாமியினுள் ஜனித்த தன்னம்பிக்கை, அவர் கண்களில் வெளிச்சமாகவும் உதட்டில் புன்னகையாகவும் தன்னை வெளிப்படுத்திக் கொண்டது.

அத்தியாயம் 10

சின்னதாக வெள்ளித்தட்டு, தயிர்க்கிண்ணம் சைஸில் ஒரு சந்தனப் பேலா, குங்குமச்சிமிழ்.

ஒரு கிலோ தலா சர்க்கரை, கல்கண்டு, பழ வகையறாக்கள், வெற்றிலை, பாக்கு, மஞ்சள், பூ, நான்கு தேங்காய்... ம்ம்ம்... அப்புறம்?

தட்டில் வைத்துக்கொடுக்க ஆயிரம் ரூபாய் போதாதா?

பேப்பர் பேனாவை வைத்துக்கொண்டு பேத்தியின் நிச்சயதார்த்தத்துக்குத் தான் செய்ய வேண்டியவற்றைக் குறித்துக்கொண்ட கிச்சாமி, அது சம்பந்தமாய் யாரிடமாவது பேசினால் தேவலை என்று தோன்ற "நாணா..." என்று அழைத்தார்.

"அவன் இல்லை, அத்திம்பேர். கிராப் வெட்டிக்க சலூனுக்குப் போயிருக்கான்... ஏதாவது வேணுமா?"

சமையல்கட்டிலிருந்து சேது குரல் கொடுக்க, "ஒரு வாய் காபி கலந்து கொண்டு வா" என்று கூற நினைத்த கிச்சாமி, தன் நினைப்பை மாற்றிக்கொண்டு வாளாவிருந்தார்.

சமையல்கட்டில் வேலையாய் இருப்பவனை அனாவசியமாய் எதற்கு இழுத்தடிக்க வேண்டும்?

பேருக்குத்தான் சின்னப்பாப்பா பெண் என்கிற அந்தஸ்தில் அந்த வீட்டில் வளைய வருகிறாளே தவிரவும், காரியங்கள் அத்தனையும் செய்வது சேதுதானே?

ஐந்தரைக்குப் போய் பூத்திலிருந்து பால் பைகளை வாங்கி வருவதிலிருந்து, காபி கலந்து கொடுத்து, காலைச் சமையலை முடிப்பதுவரை, எல்லாம் சேதுவின் காரியங்கள்தானே!

என் தாத்தாவின் உறுமலுக்குப் பயந்துக்கொண்டு பல் தேய்த்த கையோடு சின்னப்பாப்பா சமையல் கட்டில் போய் உட்கார்ந்து கொள்வாள். போனால் போகிறது என்கிற தினுசில் காய் நறுக்கிக் கொடுப்பது, தேங்காய் துருவுவது போன்ற காரியங்களை தருவாள். மற்றபடி சாதம் வடிப்பது, அரைப்பது, கரைப்பது? ம்ஹூம்... ஒன்றுக்கும் விரலைக்கூட அசைக்க மாட்டாள்.

வெளியே காண்ட்ராக்ட் வேலைகளுக்குப் போகும் நாள்களில் சேது விடிகாலை மூன்றுக்கெல்லாம் எழுந்து அத்தனையும் தயார் செய்துவிட்டுக் கிளம்பாவிட்டால், அன்று பூராவும் வீடு நாறித்தான் போகும். வெந்தும் வேகாததுமாக சாதம், சரியாக கொதிக்காத ரசம் என்று வாயில் வைக்க வழங்காமல் காமா சோமா என்று எதையாவது சின்னப்பாப்பா செய்து வைப்பதில், சாயங்காலம் ஆவதற்குள் பசியில் குழந்தைகள் துவண்டு போய்விடும்.

இதைத் தவிர்க்கவும், வாய்க்கு ருசியாய் குழந்தைகள் சாப்பிடவும் என, இப்போதெல்லாம் கல்யாணச் சத்திரத்திலிருந்து ஓர் ஆள் மூலமாக டிபன்காரியர் நிறைய சமைத்த பதார்த்தங்களை வீட்டுக்கு சேது அனுப்பி விடுகிறான். அல்லது அவனே வேகுவேகென்று ஒரு நடை ஓடிவந்து கிட்ட நின்று பரிமாறி, குழந்தைகளைச் சாப்பிடவைத்து, வந்த சூட்டிலேயே திரும்பி விடுகிறான்.

"ஏண்டா இப்படி மன்னாடறே?" என்று ஒரு தரம் கிச்சாமி அவன் படும் அவஸ்தை தாளாமல் கேட்டபோது, கண்கள் கலங்கிப்போக சின்னக் குரலில் பதில் அளித்தான்.

"மாசத்துக்கு முக்கால்வாசி நாள் ஸ்வீட்டும், காரமுமா நாம சாப்புட்டு, அந்தச் சின்னஞ்சிறுசுகளை வாயக் கட்டிண்டு மோருஞ் சாதத்தோட இருனு சொல்றது நியாயமா, அத்திம்பேர்? வளர்ற குழந்தைகள்... அதுகளுக்கு ஆசையும், ஏக்கமும் நிறைய இருக்கும். இப்பச் சாப்பிடாம வேற எப்ப சாப்பிடப் போறதுகள்? அதுகள அங்க பசில வாட விட்டுட்டு இங்க சாப்பிட உக்காந்தா, தொண்டக்குழில சாதம் இறங்க மாட்டேங்கறது, அத்திம்பேர்..."

"அதுக்காக? அதுக்காக? கைக்காரியத்த விட்டுட்டு டிபன் காரியரைத் தூக்கிண்டு ஓடறது நியாயம்னு சொல்றியா? அதான் வேலை முடிஞ்சு வர்றப்போ, ஸ்வீட் காரம் எல்லாத்தையும் பொட்டலம் கட்டிண்டு வரோமே!"

"ஸ்வீட்டும் காரமும் தின்னா வயறு ரொம்பிடுமா, அத்திம்பேர்? குழம்பு, ரசம், கறியோட சாதம் சாப்பிடற மாதிரி ஆகுமா? வேலை நேரத்துல நா போறதப் பத்தி சொன்னேள், சரிதான். ஆனா, ஆத்துக்குப் போயிட்டு வர நாம் எடுத்துக்கற ஒரு மணி நேரத்த சுருக்க எழுந்துண்டோ, இல்ல ராக்கண் முழிச்சோ ஈடுகட்டி, எந்த வேலையும் முடங்காம செஞ்சுடறேனே, அத்திம்பேர்..."

அது என்னமோ வாஸ்தவம்தான். குழந்தைகளுக்கென சாப்பாடு எடுத்துப் போகும் நாள்களில், ஒரு நிமிஷம் ஓய்ந்து உட்காராமல் அதை, இதை இழுத்துப் போட்டுக்கொண்டு எல்லோர் வேலையும் கையிலிருந்து வாங்கிச் செய்வது உண்டுதான்.

"என்ன அத்திம்பேர், நோட்டுப் புஸ்தகத்த வச்சிண்டு தூங்கறேள்?"

கிச்சாமி நிமிர்ந்தபோது கையில் காபியுடன் சேது நின்றிருந்தான்.

இப்படித்தான், மறைந்துப்போன விசாலம் இவர் நினைப்பு அறிந்து, முகம் பார்த்துச் செயல்படுவாள், இல்லை? சட்டென்று மனைவியின் நினைப்பு ஆளைத் திக்குமுக்காடச் செய்ய, கலங்கட்டுமா என்று கேட்ட கண்களைத் துண்டால் அழுந்தத் துடைத்தபடி டம்ளரை வாங்கினார்.

"சமைச்சிண்டிருக்கியாடா?"

"ம்... சும்மா கல்யாணச் சாப்பாடு சாப்டுச் சாப்டு அழுத்துப் போயிடுத்தேனு இன்னிக்கு பத்தியமா சமைக்கறேன் அத்திம்பேர்... அலமேலும்மாகிட்ட இருந்து மாங்கொட்டை வாங்கிண்டு வந்து, அதைப் போட்டு குழம்பு வச்சிருக்கேன். பருப்புத் துவையல், மிளகு ரசம்..."

"அவ என்ன பண்றா?"

"ஆரு! சின்னப்பாப்பாவக் கேக்கறேளா? ட்ரான்ஸ்போர்ட் மானேஜர் ஆத்துல வரச் சொல்லியிருக்கானு புறப்பட்டுப் போனா."

"எதுக்கு"

"தெரியாது அத்திம்பேர்..."

கிச்சாமி கோபத்துடன் முகத்தைச் சுளுக்கிக் கொண்டார்.

"இப்படி வேளை கெட்ட வேளைல அவா கூட்டா இவளப் போகாதேனு எத்தனை தரம் சொன்னாலும் காதுல வாங்காம என்ன அடம் இது? காலங்கார்த்தால் மணி ஏழாகல... அதுக்குள்ள ட்ரான்ஸ்போர்ட் மானேஜர் வீட்டுல இவளுக்கு என்ன வச்சிருக்கு? வர்ற புதன்கிழமை நிச்சயதார்த்தத்தை வச்சிக்கணும்னு தீர்மானிச்சிருக்கேன். அவ பொறுப்பில்லாம இப்படி ஊரைச் சுத்திண்டிருந்தா, தெரு மனுஷா என்ன சொல்லுவா? ம்...?"

அவர் சின்னப்பாப்பா மேல் கூறும் புகார்களை ஒதுக்கிவிட்டு, திருமணத்தை சேது ஆர்வத்தோடு பிடித்துக் கொண்டான்.

"அடிசக்கை... வர்ற புதன்கிழமை நிச்சயதார்த்தமா? எங்க நடக்கும், அத்திம்பேர்? சங்கரனோட ஆத்துலதானே?"

"அதானேடா சம்பிரதாயம்.... இது என்ன புதுக் கேள்வி?"

பேசிக்கொண்டே கிச்சாமி எழுந்து சென்றார். துண்டை உதறித் தோளில் போட்டு, கணக்கு புஸ்தகத்தைக் கையில் எடுத்துக்கொண்டார்.

"நா அலமேலும்மா வீடு வரைக்கும் போறேன்... நாணா வந்தா சுருக்கக் குளிச்சிட்டு அங்க வரச் சொல்லு... அப்பறம்... பத்து நிமிஷம் பாரு, அந்த ஊர் சுத்திக் கழுதை வீட்டுக்கு வரலைனா, குமாரை அனுப்பிக் கூட்டிண்டு வரச் சொல்லு.... என்ன?"

இரண்டடி நடந்தவரை சேது, "அத்திம்பேர்..." என்று மெதுவாக அழைக்க, "ஏண்டா, புறப்படறப்போ அபசகுனமாட்டம் கூப்பிடறே?" என்றார் கிச்சாமி எரிச்சலுடன்.

"இல்லே.... வந்து.... எண்ணெய் தேச்சுண்டு நாளாச்சே... வேணா, வெத்தலை, மஞ்சள் போட்டு கொஞ்சம் எண்ணெய் காய்ச்சி வெக்கட்டுமானு கேக்கத்தான்..."

வாக்கியத்தை முடிக்காமல் அவன் நிற்க, அரை நிமிஷம் அப்படியே நின்று அவனை வெறித்த கிச்சாமி, பதிலாக ஏதும் கூறாமல் திரும்பி நடந்தார்.

இவர் அடுத்த வீட்டில் நுழைந்தபோது ஜன்னலின் கீழ் அமர்ந்து அந்த வெளிச்சத்தில் அலமேலும்மா அரிசியில் கல் பொறுக்கிக் கொண்டிருந்தாள்.

"வாங்கோ மாமா.. ஏது கால வேளைல?" அலமேலும்மாவுக்கு கிழக்குப் பக்கமாய் சற்றுத் தள்ளி கிச்சாமி உட்கார்ந்தார்.

"காபி சாப்பிடறேளா?"

"வேண்டாம்..... இப்பதான் ரெண்டாங் காபி குடிச்சிட்டு வரேன்... நேத்து பஞ்சாங்கத்த புரட்டிப் பாத்தேன்.... வர்ற புதன்கிழமை நாள் நன்னா இருக்கற மாதிரி படறது. அன்னிக்கே பாக்கு வெத்தலை மாத்திண்டுட்டா என்னனு தோணித்து... அதான் பெரியவா உங்களைக் கேட்டுண்டு தீர்மானிக்கலாம்னு வந்தேன்."

அலமேலும்மா கையிலிருந்த முறத்தைக் கீழே வைத்தார். எழுந்து ஆணியில் மாட்டியிருந்த பஞ்சாங்கத்தை எடுத்துக்கொண்டு, மீண்டும் ஜன்னலடியில் வந்து உட்கார்ந்தாள்.

கண்ணாடியை ஒருதரம் துடைத்து மாட்டினவள், பஞ்சாங்கத்தைப் பிரித்து ஆவணி மாதத்தை எடுத்தாள்.

"ம்ம்... புதன்கிழமை... சித்தயோகம்... ஆமா, நாள் நன்னாதான் இருக்கு... சாயங்காலமா நிச்சய தாம்பூலத்தை தாராளமா வச்சுக்கலாம்.... ருக்குகிட்ட, அவளுக்கு வசதியா இருக்குமானு கேட்டுட்டேளா?"

"இன்னும் இல்ல... நாம் தயாரா, இல்லியானு தெரிஞ்சுண்டப்பறம்தானே, அவர்கிட்ட போக முடியும்? யோசிச்சுப்

பாத்தவரைக்கும் நமக்குச் சரிப்பட்டு வரும்னே தோணறது.....
அலமேலும்மா, நிச்சயதார்த்தத்துக்கு வைக்கச் சின்னதா வெள்ளித்தட்டு, சந்தனப்பேலா, குங்குமச்சிமிழும் ஆயிரம் ரூபா பணமும் போறதா? ஏழை சயைக்காரன்.... என்னால முடிஞ்சது அவ்வளவுதான்..."

"அடேயப்பா... ஏன் போறாதுனு நினைக்கறேள்! வெள்ளி என்ன வெல விக்கறது தெரியுமா? நீங்க செய்ய நினைக்கறது எதேஷ்டம்! ஆமா, கைக்காசு போட்டா வெள்ளிச் சாமான்கள் வாங்கப் போறேள்?"

கிச்சாமி இல்லை என்று தலையசைத்தார்.

"ராஜாமணிக்குப் பூணூல் போட்டப்போ, என் மாமனார் வாங்கித் தந்த வெள்ளித்தட்டும், பேலாவும் இருக்கு... ஏதோ நாம செஞ்ச புண்ணியம், அவனுக்கு அந்தச் சாமான்களப் பத்தின நினைப்பு வரலை... இல்லைனா, 'கொண்டா அதையும், என்னுதுதானே'னு வெக்கமில்லாம் வாங்கிண்டு போயிருப்பான்! முன்னே ஒருதரம் விசாலத்துக்கு ஒரு கல்யாணத்துல ஒரு வெள்ளிக் குங்குமச்சிமிழ் வச்சுக் கொடுத்தா. மூணையும் கடைல கொடுத்து பாலிஷ் போட்டுட்டா, புதுசு மாதிரி ஆயிடும்.... தட்டுல வெக்க ஆயிரம் ரூபா பணமும் பாக்கிச் செலவுக்கு முந்நூறு ரூபாயும் தயார் பண்ணினுட்டா, அன்னிப்பொழுத சமாளிச்சுடலாம்..."

அலமேலும்மா நிறைவுடன் சிரித்தாள்.

"எல்லாத்தையும் ரெடியா வச்சுண்டுதான் திட்டம் போட்டிருக்கேன்னு சொல்லுங்கோ..."

"திட்டமும் இல்லை, கிட்டமும் இல்ல... நிச்சயதார்த்தம்னு பேச்சு வந்ததும் யோசனை பண்ணிப் பாத்தபோது, இப்போதைக்கு இதுதான் சரினு தோணித்து..."

"முஹூர்த்தத்த எப்ப வச்சுக்கறதா உத்தேசம் மாமா?"

"யோசிக்கணும்... அடுத்து வர்ற முஹூர்த்தங்களுக்கெல்லாம் வரிசையாகக் காண்ட்ராக்ட் ஒத்துண்டாச்சு... அதனால

உடனடியா முடியாது.... புரட்டாசிக்கு மேல ஒரு முஹூர்த்தத்தப் பாத்து, மத்தவா எல்லாருக்கும் தோதுப்படுமானு யோசனை பண்ணிண்டுதான் ஏற்பாடு செய்யணும். நா மட்டும்னா எப்படியோ சமாளிச்சுடலாம்.... எங்க க்ருப்பே சம்பந்தப்பட்ட விஷயம் இல்லையா? நடராஜனைக் கலந்துக்கணும்... நல்ல காண்ட்ராக்ட் வர்றபோது அதை மாட்டேன்னு தள்ளிட்டு இதை ஒப்புக்க முடியாது... நா சொல்றது புரியறதோன்னோ?"

"ஏன் புரியாம! தொழிலுக்கு நஷ்டம் இல்லாம இருக்கணும்னு சொல்றேள். அது நியாயம்தானே?"

"அது மட்டுமில்ல, அலமேலும்மா! உங்ககிட்ட சொல்றதுக்கென்ன... கைவசம் சேர்த்து வச்சதுனு எதுவும் இல்ல... மூணு மாசத்துல நிறைய உழைச்சுக் கொஞ்சமாவது சேர்த்தாதான்... 'சார், என்கிட்ட இத்தனை இருக்கு, இவ்ளோ குறையறது... நீங்க உதவ முடியுமா'னு நாலு பெரிய மனுஷாளெண்ட போய் கேக்க முடியும்..."

அலமேலும்மா, நழுவிவிட்ட முட்டாக்கை இழுத்து விட்டுக்கொண்டாள். முன்னால் சாய்ந்து சின்னக் குரலில் கேட்டாள்.

"மூத்த பிள்ளைகளை எதுவும் கேக்கறதா இல்லையா?"

'இந்தப் பேச்சை விட்டுவிட்டு வேறு ஏதாவது பேசுங்கள்!' என்கிற பார்வையைக் கிச்சாமி பார்க்க, அலமேலும்மா தொடர்ந்தாள்.

"நாணா ஆபீஸ்ல முன்பணம் கேட்டா குடுக்க மாட்டாளா, மாமா?"

"இது பத்தி நாணாவே என்னண்ட பேசினான், அலமேலும்மா! ஆறாயிரம் ரூபா கிடைக்குமாம்... ஆனா, லோனுக்கு அப்ளை பண்ணி, அது கைக்கு வர ஒரு மாசத்துக்கும் மேலேயே ஆகுமாம்... பரவாயில்ல... நிச்சயதார்த்தம் பண்ண கையோட அப்ளை பண்ணா மெதுவா கல்யாணத்துக்குள்ள வரட்டுமே!"

"என்னென்ன செய்யறதுனு தீர்மானிச்சுட்டேளா?"

"ஏதோ குருட்டுக்கணக்குப் போட்டுப் பாத்தேன். கைக்கு ஒரு ஜோடி வளை, காதுக்கு தங்கத் தோடு, ஒரு பவுன்ல திருமாங்கல்யம், மாப்பிள்ளைக்கு முக்கால் சவரன்ல மோதிரம்... இதுவே கிட்டிமுட்டி அஞ்சு சவரன் ஆயிடறது! இதுக்கு மேல அகலக்கால் வைக்க என்னால முடியாது அலமேலும்மா... பவுன் கிட்டத்தட்ட ஆயிரத்து எழுநூறு ரூபா விக்கறது. அந்தக் கணக்குல பாத்தா பத்தாயிரம் ரூபாய் இதுக்கும் பாத்திரம் வகையறாக்களுக்குமே வெக்க வேண்டி வர்றது..."

"விசாலத்தோட நகை எதுவும் கைவசம் இல்லையா, மாமா?"

கிச்சாமி நீளமாய்ப் பெருமூச்சொன்றை வெளியிட்டார்.

"ஒண்ணொண்ணா உருவி வித்துச் சாப்பிடத்தானே சரியா இருந்தது அலமேலும்மா? அவளோட திருமாங்கல்யம் அப்படியே இருக்கு.... ஆனா அதை நாணா பொண்டாட்டிக்குன்னு வெச்சிருக்கேன். மாமியார் ஞாபகமா அவளுக்கு ஏதாவது குடுக்க வேண்டாமா?"

"அப்ப நகை, பாத்திரம், பண்டம், துணி எல்லாமே புதுசா வாங்கறதாதான் இருக்கேன்னு சொல்லுங்கோ..."

"எல்லாம்னு சொல்ல முடியாது. காழுவோட பித்தளைப் பாத்திரங்கள் மச்சுல கிடக்கு... கொஞ்சத்தை எடுத்துத் தேய்ச்சுக் குடுத்துடலாம்... அப்..."

அவர் முடிக்கும் முன்னர் அலமேலும்மா குறுக்கிட்டாள்.

"காழுவோடதைத் தூக்கி இவளுக்குக் குடுத்தா, நாளைக்கு அந்த ராஜாமணி 'என் குழந்தைகளுக்குச் சேர வேண்டியதக் குடுத்துட்டியே'னு சண்டைக்கு வரப் போறான், மாமா!"

அலமேலும்மா இப்படிக் கேட்டதும் கிச்சாமி கோபத்துடன் கண்களை இடுக்கிக்கொண்டார்.

"அ...? இதயேதான் நா நாணாகிட்ட கேட்டேன்... அதுக்கு அவன், 'பெத்த குழந்தைகளை அம்போனு விட்டுட்டு

மேனாமினுக்கிப் பின்னால போன உனக்கு இதக் கேக்க என்னடா யோக்யதை இருக்குனு நாக்கப் பிடுங்கிக்கற மாதிரி பதிலுக்குக் கேட்டுடுவேன்'னு சொல்றான்!"

"எப்படியோ... பெரிசா எந்தக் கலாட்டாவும் இல்லாம சின்னப்பாப்பா கல்யாணம் நடந்துடுத்துன்னா சரி. சங்கரனும், ருக்குவும் அருமையான மனுஷா... அவாத்துக்குப் போக நம்ப பொண்ணுக்குக் குடுத்து தான் வெச்சிருக்கணும்... இவள ஒரு தினுசா கரையேத்திட்டா நாலைஞ்சு வருஷம் கழிச்சு, அடுத்தவளைப் பத்தி நினைக்கலாம்... ஈஸ்வரன் கிருபைல..."

அலமேலும்மா பேசிக் கொண்டிருக்கையிலேயே, 'அத்திம்பேர்' என்று சேது வாசலில் நின்று குரல் கொடுத்தான்.

"என்ன... டா?"

"பெரியபாப்பா வந்திருக்கா... உங்களோட அர்ஜெண்டா பேசணுமாம்... வரேளா?"

பெரியபாப்பா என்கிற கோமதி, கிச்சாமியின் கடைசிப்பெண்... செங்கல்பட்டில் அவள் புருஷன் ஒரு துணிக்கடையில் குமாஸ்தாவாக இருக்கிறான்.

கல்யாணமாகி பத்து வருஷங்களுக்கும் மேலேயே ஆகின்றன. இன்னும் குழந்தை குட்டி என்று எதுவும் உண்டாகாததில் பெரியபாப்பாவுக்குக் குறையான குறை.

ராஜாமணி, மகளை ஒத்த வயசுக்காரியுடன் ஓடிப்போன பிறகு, "இந்தாத்துல ஏன் பொண்ணா பொறந்தோம்னு அவமானமா இருக்கு... த்தூ..." என்று கன்னா பின்னாவென்று, தனக்குத்தான் வாய் இருக்கிற மாதிரி கத்திவிட்டுப் போன பெரியபாப்பா, முழுசாய் ஒரு வருஷம் கழித்து இன்றுதான் பிறந்த வீட்டுக்கு வந்திருக்கிறாள்.

என்ன விஷயம்?

சோழியன் குடுமி சும்மா ஆடாதே!

யோசனையில் புருவங்கள் முடிச்சுப்போட்டுக் கொள்ள, எழுந்து வீட்டுக்குப் போன கிச்சாமிக்கு, அழுது சிவந்த முகத்துடன் நின்றிருந்த மகளைப் பார்த்ததுமே, ஓஹோ, விஷயம் சாதாரணமானதில்லை என்று புரிந்து போனது.

"வா" என்று ஒற்றை வார்த்தையில் மகளை அழைத்தவர் தொடர்ந்து, "மாப்பிள்ளை வரலியா, நீ மட்டுமா வந்திருக்கே?" என்று கேட்டு, அதற்குப் பதிலை எதிர்பார்க்காமல் கொல்லைப்பக்கம் பார்க்க நடந்தார்.

கிணற்றடியில் குளித்துக் கொண்டிருந்த நாணா இவரைக் கண்டதும், "பெரியபாப்பா வந்திருக்காப்பா..." என்றான்.

"என்ன விஷயம்னு கேட்டியா?"

"இல்ல.... நா இப்பத்தான் பார்பர் ஷாப்லேந்து வந்தேன்... குளிச்சிட்டுப் போய்த்தான் என்ன, ஏதுனு விசாரிக்கணும்..."

மேற்கொண்டு மகனை எதுவும் கேட்காமல் கிச்சாமி வேட்டியை அவிழ்த்து தோய்க்கும் கல் மேல் வைத்தார்.

நான்கு வாளி ஜலத்தை இழுத்து உச்சந்தலையில் விட்டுக் கொண்டார். வாளி ஜலத்தில் வேட்டியை அலசி, கல்லில் அடித்து முறுக்கிப் பிழிந்தார். பின்னர் அதை உதறி உடம்பைத் துடைத்துக் கொண்டு மீண்டும் அலசிப் பிழிந்து கம்பியில் வேட்டியைக் காயப் போட்டுவிட்டு, வெளித் தாழ்வாரத்துக் கொடியில் தொங்கிக் கொண்டிருந்த வேட்டியை உடுத்திக் கொண்டார்.

சமையல்கட்டினுள் சென்று சாமி அலமாரியிலிருந்து விபூதிச் சம்புடத்தை எடுத்து நெற்றியில் பட்டையாய் இட்டு, கண்களை மூடி பத்து தரம் 'நாராயண, நாராயண' என்று ஜபித்தார்.

எதிரில் நின்ற சேதுவிடம், "அவளுக்கு காபி கீபி ஏதாவது கலந்து குடுத்தியாடா?" என்று கேட்டவாறு கூடத்தில் வந்து உட்கார்ந்துக் கொண்டார்.

பெரியபாப்பா இன்னமும் நின்ற இடத்திலேயேதான் நின்றுக் கொண்டிருந்தாள்.

ஜன்னல் திண்ணையில் கையில் புத்தகத்துடன் குமார். இன்னொரு பக்கத்தில் தலையை வாரிக்கொண்டு மங்களம், அருகில் சுந்தரி.

கிச்சாமி மகளை ஏறிட்டார்.

"இப்படியே குத்துக்கல் மாதிரி நின்னுண்டு இருக்கவா வந்தே? உள்ளே போய் கை கால் அலம்பிண்டு, காபி குடிச்சுட்டு வாயேன்..."

இப்போது பெரியபாப்பா தலையைக் கவிழ்த்துக்கொண்டு சன்னமாய் விசும்ப ஆரம்பித்தாள்.

"என்னடீது... என்ன விஷயம்னு சொல்லாட்டா எனக்கு எப்படிடீ புரியும்?"

இதற்கும் பதில் கூறாமல் இன்னும் கொஞ்சம் பெரிசாய் அவள் அழ முற்பட, கிச்சாமி குழந்தைகள் பக்கம் திரும்பினார்.

"என்னடா பண்ணிண்டிருக்கேள் மூணு பேரும்! ஞாயித்துக்கிழமை தானே... சினேகிதா யாராத்துக்காவது போய் செத்த நாழி விளையாடிருந்திட்டு வாங்கோ.... எழுந்திருங்கோ...."

தாத்தா தாங்கள் அங்கிருப்பதை விரும்பவில்லை என்பதைப் புரிந்துக்கொள்ள முடிய, முதலில் குமார் புத்தகத்தை மூடி வைத்துவிட்டு எழுந்தான்.

அவ "வாங்கடி... சுந்தர் வீட்டுல போய் டி.வி. பாக்கலாம்..." என்றபடி வெளியில் நடந்தாள்.

இதற்குள் தயாராகிவிட்ட நாணாவும், அப்பா பக்கத்தில் வந்து அமர்ந்துக் கொண்டான்.

"சொல்லுடி... என்ன நடந்துடுத்துனு நீ இப்படி இடிஞ்சு போயிருக்கே?"

பெரியபாப்பா மூக்கை உறிஞ்சிக்கொண்டாள்.

"இன்னும் என்ன நடக்கணும்? ஒத்தோத்தர் பேசற பேச்சக் கேக்கறப்போ நாக்கப் பிடுங்கிண்டு செத்துடலாமானு இருக்கு!"

"அப்படி என்ன பேசறா?"

"இன்னும் பேச பாக்கி என்ன இருக்கு? நின்னா குத்தம், உக்காந்தா குத்தம். இதத்தவிர மூச்சுக்கு முந்நூறு தரம் மலடி மலடிங்கற ஏசல் வேற..."

ஓ! பழைய கதைதானா? புதுசாய் ஒன்றும் இல்லையா?

கிச்சாமி லேசான நிம்மதியுடன் சுவரில் சாய்ந்தார்.

"பத்து வருஷமாவே நடக்கற கதைதானே இது! நா வேற என்னமோ ஏதோனு பயந்துட்டேன்..."

சரக்கென்று தலைநிமிர்ந்த பெரியபாப்பா, கழுத்து ரத்த நாளங்கள் புடைத்துக் கொள்ளக் கத்தினாள்.

"உங்களுக்கு ஏதாவது எப்பவாவது உறைச்சாத்தானே தன்னைப்போல மத்தவாளும் ஜடமா இருக்கணும்னு நினைக்கறவாகிட்ட, கஷ்டத்த சொல்ல வந்தது என் தப்புதான்..."

தலையில் பட்பட்டென்று ஓங்கி அடித்துக்கொண்டு பெரிசாய் அழத் தொடங்க, நாணா குறுக்கிட்டான்.

"வேண்டாத பேச்செல்லாம் பேசிண்டு நிக்காம விஷயத்தச் சொல்லப் போறியா, இல்லையா?"

பெரியபாப்பா அழுகையினுரூடே பேசினாள்.

"குழந்தை ஏன் உண்டாகலைங்கறத்துக்காக டாக்டரண்ட போனோம்..."

"அதான் ஏற்கெனவே தெரியுமே... டி. அண்ட் ஸி, போன வருஷம் பண்ணிண்டப்போ, நான்கூட டாக்டரண்ட சொல்லி கன்செஷன் வாங்கித் தந்தேனே..."

"என்னப் பேசவிடெண்டா... தான் செஞ்சதையே பீத்திக்காம.... இப்ப மறுபடியும் டாக்டரண்ட போனப்போ 'கர்ப்பப்பை இறங்கி இருக்கு, ஆபரேஷன் மூலமா அதை மேல வச்சு தெச்சா உடனே குழந்தை உண்டாகும்'னு அடிச்சு சொல்றா..."

"அதுக்கு?"

பெரியபாப்பா ஒரு தரம் பெற்றவரையும், தம்பியையும் ஏறிட்டுவிட்டு தலையைக் குனிந்துக்கொண்டு பேசியபோது, குரல் கிசுகிசுப்பாக வெளிப்பட்டது.

"எங்காத்துக்காரர்கிட்ட பணம் இல்லையாம். 'கோளாறோட தானே உங்கப்பன் உன்னை எனக்குக் கல்யாணம் பண்ணி வெச்சான்? அதனால் இந்த ஆபரேஷனுக்கு செலவு பண்ணறது அவர் பொறுப்புத்தான். சாமர்த்தியம் இருந்தா போய் அவரண்ட பணம் வாங்கிண்டு வந்து பண்ணிக்கோ! இல்லாட்டா அங்கயே போயிடு.... நா ரெண்டாங் கல்யாணம் பண்ணிண்டு குழந்தை குட்டிகளோடு நிம்மதியாவாவது இருக்கேன்'னு சொல்றார்..."

"ஈஸ்வ...ரா..."

உரக்க முணுமுணுத்த கிச்சாமி, துண்டால் பின் கழுத்தைத் துடைத்துக் கொண்டார்.

அவர் மனநிலை புரிந்த மாதிரி நாணா கேட்டான்.

"என்னடி இது, அநியாயமா இருக்கு? கல்யாணமாகி பத்து வருஷம் ஆகியும் இப்படி மாமனாரண்ட பணம் கேக்க உன் புருஷனுக்கு அவமானமா இல்ல? கேக்கறப்பல்லாம் தூக்கிக் குடுக்க இங்க என்ன கொட்டியா வெச்சிருக்கு? அவன்தான் 'போ'னு சொன்னான்னா, நீயும் அத்தனையும் துடைச்சுப் போட்டுட்டு வந்து நிக்கறியே உனக்கு வெக்கமா இல்லையா?"

"பெரிய்ய... வெக்கம், மானம்! அங்க அடி, உதைல உயிர் போறப்ப இதத்தான் யோசிச்சுண்டு இருப்பாளாக்கும்? உங்களால முடியாதுன்னா ஒரு பாட்டில் மூட்டைப்பூச்சி மருந்தை வாங்கிண்டு வந்து குடுத்துடுங்கோ... குடிச்சிட்டு இங்கயே செத்து விழுந்துடறேன்..."

மறுபடியும் குரல் ஓங்க பெரியபாப்பா கத்தி அழ, அடுத்த, எதிர் போர்ஷன் குடித்தனக்காரர்கள் வாசலுக்கே வந்து நின்று வேடிக்கை பார்க்க முற்பட்டார்கள்.

இந்தக் கலாட்டா காதில் விழுந்துவிட்ட தினுசில் வேகமாய் அலமேலும்மா உள்ளே வந்தாள். அறைந்து வாசற்கதவைச் சாற்றினாள்.

ஒருசில நிமிஷங்களுக்கு அங்கு பெரியபாப்பாவின் விசும்பலைத் தவிர மௌனமே நிலவியது.

"எதுக்காக மாமா, இவள இப்படிக் கண்கலங்க விடறேள்?"

"நானா அழச்சொல்றேன்? என் கஷ்டம் புரியாம இவளா வந்து இங்கே கூத்தடிச்சா அதுக்கு நா என்ன பண்ணறது?"

ஆத்திரத்துடன் பேசியவரை 'ஷ்.... ஷ்' என்று அலமேலும்மா அடக்கினாள்.

"கொஞ்சம் நிதானப் படுத்திக்கோங்கோ... அள்ளிக் கொட்டிடறதால எதுவும் ஆகப்போறதில்லே..."

"பின்னே என்ன, அலமேலும்மா? சின்னப்பாப்பாக்கு நிச்சயதார்த்தத்த வச்சு அத, ஒப்பேத்தணுமே, அப்பறம் கல்யாணத்த செஞ்சாகணுமே, யார் கால்ல போய் விழலாம்னு நானே திசை புரியாமத் தடுமாறிண்டிருக்கேன்... இவ என்னடான்னா திடும்னு வந்து, ஆபரேஷன் செலவுக்காக பணத்தைக் குடுனு கழுத்த நெரிக்கறா... இ... இது... உங்களுக்கே நியாயமாப்படறதா?"

"குடும்பம்னா நாலும்தான் இருக்கும்... நிதானமா விசாரிங்கோ, மாமா... ஏண்டி பெரியபாப்பா.... உன் ஆபரேஷன் செலவ அப்பாதான் குடுக்கணும்னு உங்காத்துக்காரர் தீர்மானமா சொல்லிட்டாரா?"

அழுவதை நிறுத்தாமல் பெரியபாப்பா தலை அசைத்தாள். "இன்னும் ஒரு வருஷம் பார்ப்போம், அதுக்குள்ள நீ உண்டாகலைனா, வேற பொண்ணுகூட சீர் செனத்தியோட தயாரா வெச்சிருக்கோம்னு மாமியார் வாய்க்கு வாய் சொல்றார்..."

"ம்...ம்... ஆபரேஷனுக்கு என்ன ஆகுமாம்? டாக்டரக் கேட்டியா?"

"ஆயிரத்து ஐந்நூறு ஆகுமாம்..." கிச்சாமி கோபத்துடன் எழுந்து நின்றார்.

"அடி செருப்பால்... மனுஷன் ஆயிரம் ரூபாய் சம்பாதிக்க என்னமா லோல்படை வேண்டியிருக்குங்கறத மனசுல நினைச்சுப் பாத்தியா?"

"மாமா... செத்த சும்மா இருக்கேளா?"

"பின்னே என்னம்மா? இருக்கறதத் தூக்கி இவளண்ட குடுத்துட்டா, நிச்சயதாம்பூலத்த நிறுத்திட வேண்டியதுதான்..."

"அட ராமா... நா சொல்றதக் காதுல வாங்கிண்டு அப்பறமா அபசகுனமா பேசுங்களேன்..."

அதட்டலாய்ப் பேசின அலமேலும்மா, நாணா பக்கம் திரும்பினாள்.

"உன்னால டாக்டரண்ட பேசித் தொகையைக் குறைக்க வழி பண்ண முடியுமா, நாணா?"

கிச்சாமி அலுப்புடன் சூள் கொட்டினார்.

"அலமேலும்மா! நீங்க போகாத ஊருக்கு வழி தேடறேள்! அவ ஐந்நூறுல முடிச்சுடறேன்னு சொன்னாக்கூட, இப்ப என்னண்ட அது கிடையாது... ஆமா! என்னால முடிஞ்சதை அவளுக்கு நா அப்பவே செஞ்சுட்டேன்.... மூணு பேத்திகளை சுமக்கற என்னை இன்னும் இவளுக்காகத் தழையச் சொன்னா, அப்பறம் சரிபண்ண முடியாதபடி ரெண்டா உடைஞ்சு போயிடுவேன்! இவ ஊருக்குப் போகட்டும்.... அங்க என்ன வேணா நடக்கட்டும். மூத்தவ சீதாலஷ்மி மாதிரி இவளும் போயிட்டாணு நினைச்சு தேத்திக்கறேன். இவதான் புத்தி கெட்டதனமாப் பேசறான்னா நீங்களும் சேர்ந்துக்காதீங்கோ! என் நிலமையப் புரிஞ்சுக்கோங்கோ, தயவுபண்ணி..."

இரண்டு கரங்களையும் கூப்பி நாத்தழுதழுக்கப் பேசிவிட்டு, கதவைத் திறந்துக்கொண்டு கிச்சாமி வெளியில் போனதும் அலமேலும்மா, "நீ தைரியமா இரு... ஒரு வழிய பகவான்

காட்டுவான்..." என்று பெரியபாப்பாவிடம் கூறிவிட்டுத் தன் வீட்டுக்கு வந்தாள்.

மதியம் பூராவும் என்னவோ தனக்குத்தானே யோசனை பண்ணியவள், பெட்டியில் இருந்த கவரை எடுத்துக்கொண்டு கிச்சாமியின் வீட்டுக்குள் மறுபடி வந்தபோது, கடிகாரம் மணி நான்கு என்றது.

"காசிக்குப் போகணும்னு துளித்துளியா சேர்த்து வச்சது... ஆயிரம் ரூபா இருக்கு... இப்ப எனக்கு காசிக்கு என்ன மூடை? பெரியபாப்பா ஆபரேஷன் ஆகி அடுத்த வருஷமே பிள்ளை ஒண்ணைப் பெத்துண்டா, அது காசிக்குப் போறதைவிட அதிகமான திருப்தியைத் தரும்! இதப் பிடி நாணா... டாக்டரண்ட பேசி, நல்லவிதமா அவளுக்கு ஆபரேஷனை முடி... எப்ப முடியுமோ அப்ப திருப்பித் தா போதும்."

சற்றும் எதிர்பாராமல் அலமேலும்மா மூலம் பெரியபாப்பாவின் பிரச்சினை தீர்ந்துவிட இனி சின்னப்பாப்பாவின் நிச்சயதார்த்தத்தைத் திட்டமிட்டபடி நடத்திவிடலாம் என்று அந்த நிமிஷம் கிச்சாமிக்குள் எழுந்த சந்தோஷத்துக்கு ஆயுசு, சரியாக இரண்டு நாள்களே!

ஏனென்றால்...

அந்த செவ்வாய் இரவுதானே 'இந்தக் கல்யாணமும் வேண்டாம். ஒரு மண்ணாங்கட்டியும் வேண்டாம்' என்று, சினிமாவில் நடிக்கும் ஆசையில் சின்னப்பாப்பா வீட்டைவிட்டு ஓடிப்போனாள்!

அத்தியாயம் 11

ரோம்பப் பெரிசாக, ஆர்ப்பாட்டமாக இல்லை என்றாலும்கூட, அக்கம்பக்கத்து மனிதர்கள் நான்கு பேரைக் கூப்பிட்டு, இரண்டு வீட்டு மனிதர்களுமாகச் சேர்ந்து சுமாராக நிச்சயதார்த்தத்தை நடத்திவிட வேண்டுமென்று தீர்மானித்து, அதற்கான மனோநிலையில் மூழ்கிவிட்டதாலோ என்னவோ சின்னப்பாப்பா வீட்டைவிட்டு ஓடிப்போய்விட்டாள் என்பதை அந்த புதன்கிழமை காலை எட்டு எட்டரை மணிவரை யாருமே சரியாக உணரவில்லை என்றுதான் சொல்ல வேண்டும்.

கடந்த இரண்டு நாள்களாகவே கிச்சாமிக்கு செமை வேலை.

செவ்வாய்க்கிழமை காலையில் கடை திறந்ததும் திறக்காததுமாகப் போய் துணிப்பையோடு நகைக்கடை வாசலில் நின்று, வெள்ளித்தட்டு, பேலா, குங்குமச்சிமிழுக்குப் பாலிஷ் போட்டுக் கொடுக்க கடைக்காரரை நச்சரித்தார்.

"கடையத் தொறந்து இன்னும் ஒரு உருப்படிகூட எடை போடல்லே... அதுக்குள்ளே பழைய பாத்திரத்துக்குப் பாலிஷ் போட்டுக் குடுன்றீங்களே, அய்யரே.... கொஞ்சம் பொறுத்து ஒரு பன்னண்டு மணிக்கா, இல்ல அப்பால நாலு மணிக்கா வாங்களேன்..." என்று கடைக்காரர் சலித்துக் கொண்டதைக் காதில் வாங்காமல், அங்கேயே சட்டமாக உட்கார்ந்து, அவனைக் கெஞ்சிக் கூத்தாடி, பாத்திரங்களுக்குப் பாலிஷ் போட்டார்.

பளபளத்த பாத்திரங்களை வெள்ளை பட்டர் பேப்பரில் சுற்றி வாங்கிக்கொண்டு வீட்டுக்கு வந்தபோது, சூரியன் தலைக்கு மேலே வந்துவிட்டான்.

"திருச்சி கம்பெனில டெண்டர் வேலை இருக்கு. நா போய் சந்திக்கிறவாளைச் சந்திச்சு, முடிஞ்சா எங்க மருந்துகளுக்கு ஒரு பெரிய ஆர்டர் வாங்கிண்டு, கட்டாயம் புதன்கிழமை காத்தால வந்துடறேம்பா!" என்று ஞாயிறன்று இரவே நாணா புறப்பட்டுப் போய்விட்டதில், அத்தனை வெளிவேலைகளும் இவர் தலையில்தான்.

அவன் இருந்தால், 'டாக்டர் மாமா ஐந்நூறு தரேன்னார்... போய் வாங்கிண்டு வா பாங்கல போய் புது நோட்டுக்கட்டு கிடைக்குமானு பாரு...' என்று ஒரு சில வேலைகளுக்காவது விரட்டலாம்.

சேது இந்த மாதிரி வேலைகளுக்கெல்லாம் லாயக்கில்லை. பண விவகாரம் என்றால் இரண்டு காத தூரம் ஓடுவான். அதனால் வீட்டையும், குழந்தைகளையும் கவனிக்கும்படி அவனிடம் சொல்லிவிட்டு, தானே மதியத்துக்கு மேல் டவுனுக்குக் கிளம்பிப் போனார்.

கல்யாணங்களுக்கு வழக்கமாக சாமான்கள் வாங்கும் கடையிலேயே கல்கண்டு, சர்க்கரை, பாக்கு, மஞ்சளை வாங்கினவரின் பார்வையில், டின்டின்னாய் அடுக்கியிருக்கும் முந்திரியும், திராட்சையும் விழ, நப்பாசையுடன், வாங்கலாமா என்று தயங்கினார்.

ஆனால் இந்தத் தயக்கம் சரியாய் சில விநாடிகளுக்குத்தான்...

அட... பெரிய்ய ராஜா வீட்டுக் கல்யாணம், இல்லை ஆபீசர் வீட்டு நிச்சயதார்த்தம். இதற்கு முந்திரியும், திராட்சையும் இல்லாவிட்டால் ஆகாதா? இங்கே என்ன காசு கொட்டி வைத்திருக்கிறதா, இஷ்டப்படி வாரிவிட என்று புத்தி கேட்டதும், ஓரடி வைத்து நகரத் தொடங்கினவர், மனசு கேட்காமல் மறுபடி நின்றார்.

'பாவம், தாயில்லாக் குழந்தை... நம்மை விட்டால் அவளுக்கும் வேறு யார்?' என்று மனசு விவாதிக்க, கிலோ நூறும் என்பதுமாய்

இருந்தாலும் விலையை லட்சியம் பண்ணாமல், கால்கால் கிலோ வாங்கின நிமிஷத்தில், அப்பாடி என்று சந்தோஷமாகவே இருந்தது.

சர்க்கரை, கல்கண்டோடு ஒரு டிரேயில் இதையும் கொட்டிவைத்தால், நிறைவாய், கௌரவமாய் இருக்கும்.

இதே போலப் பழக்கடையிலும் விலை அதிகமாக இருந்தாலும் பரவாயில்லை என்று. வாழை, சாத்துக்குடிகளுடன், இரண்டு ஆப்பிள், ஓர் அன்னாசி, அரைக் கிலோ பன்னீர் திராட்சை என்று பை நிறைய வாங்கி நிரப்பினபோது, பட்ஜெட்டை மீறுகிறோமே என்கிற குற்றவுணர்வையும் அமுக்கிக்கொண்டு ஒருவித குதூகலம் மனசு பூராவும் சின்னச் சின்ன வாசமலர்களாகப் பூக்கவே செய்தது.

பஸ் ஏறுவதற்காகத் திரும்பி நடந்தவருள் சட்டென்று மற்ற குழந்தைகளின் ஏக்கப்பார்வை மின்ன, மறுபடியும் பழக்கடைக்குள் சென்று ஒரு பேப்பர் பையில் இரண்டு ஆரஞ்சு, கால் கிலோ திராட்சை வாங்கி தனியாக வைத்துக் கொண்டார்.

வீட்டுக்கு வந்த சேதுவிடம் பைகளைக் கொடுத்து, "பத்திரமா வைடா... நாளைக்கு அவாத்துக்குப் போறத்துக்கு முன்னால பிரிச்சு தட்டுல அடுக்கலாம்..." என்றவர், நாள் பூராவும் அலைந்த களைப்பில் சுருக்க ஒரு வாய் சாப்பிட்டுவிட்டுப் படுத்துவிட்டார்.

முன்னிரவில் அசந்து தூங்கினாலும், நிச்சயதார்த்தம் திருப்தியாக குறைவில்லாமல் நடக்க வேண்டுமே என்கிற கவலை பின்னிரவில் விழிப்பைத் தந்துவிட, புரண்டு புரண்டு படுத்துவிட்டு மேலும் படுக்கை கொள்ளாமல் எழுந்திருந்தபோது, சரியாக விடிந்திருக்கவில்லை.

கொல்லைப்புறம் போய், பல்லைத் தேய்த்துவிட்டு முகத்தில் இரண்டு கை நீரை வாரியிறைத்துக் கொண்டபோது, கண்ணில் துளி மிச்சமிருந்த தூக்கமும் ஓடிப்போயிற்று.

'நகர்ந்து வெளிச்சத்திற்கு முழுமையாய் வழிவிட மாட்டேன்' என்று, இருட்டு சண்டி பண்ணிக் கொண்டிருந்தது...

மரமும் செடியும் கிணற்று ராட்டினமும்கூட நிழல்களாகத் தெரிய, துணி துவைக்கும் கல்லின் மேல் குத்துக்காலிட்டு அமர்ந்தார்.

அநேகமாய் எல்லா ஏற்பாடுகளும் பண்ணி முடித்தாயிற்று. ஏதாவது விட்டுப்போயிருந்தால் ருக்குவும், சங்கரனும் அதைப் பெரிசுபடுத்தாமல் விட்டுவிடுவார்கள். அதில் ஒன்றும் சந்தேகமோ, பயமோ இல்லைதான். அதற்காக விட்டேற்றியாக இருந்துவிட முடியுமா என்ன?

திடுமென கிச்சாமிக்கு, சங்கரனுக்கு இந்தப் பெண் சின்னப்பாப்பா சரியான ஜோடி இல்லையோ என்று நினைக்கத் தோன்றியது.

இவளின் அடாவடிக்குணம் தெரிந்தே அவன் தலையில் கட்டுகிறோமோ என்கிற உறுத்தல், இந்தக் கல்யாணப் பேச்சு அடிபட ஆரம்பித்த அன்றிலிருந்தே அவ்வப்போது தலை காட்டியது. இப்போதும் 'நான் இருக்கிறேன்' என்று பிறாண்ட, கிச்சாமி அவசரமாய் அதன் தலையைப் பிடித்து அழுக்கினார்.

வெண்ணெய் திரண்டு வரும் சமயத்தில் எதற்காக இந்த வேண்டாத கேள்விகள்?

சின்னப்பாப்பாவுக்குக் கொஞ்சம் குணம் போதாதுதான்... சரி... ஆனால் அவள் இன்னும் குழந்தைதானே!

நாளைக்கு வளர்ந்து, பெரியவளாகி, நாலையும் உணர்ந்துவிட்டால் மாறிவிட மாட்டாளா?

கட்டாயம் மாறிவிடுவாள்...

இது ஒர் இரண்டுங்கெட்டான் வயசு.

அதுதான் அவளை இந்த அளவுக்குப் படுத்தி வைக்கிறது.

உலகத்தில் புதுசு புதுசாய் தினமும் விஷயங்கள் திடீரென்று புரிபட்டுப்போகும் முதிர்ச்சியில்லாத வயசு.

இந்த வயசில் அநேகம் பேர் இப்படித்தான் இருப்பார்கள்.

அப்புறம் வயசும் அனுபவமும் ஏற ஏற முதிர்ச்சி வந்து, தானே அடங்கிவிடுவார்கள்....

இப்போது கிச்சாமியின் நினைவுக்குள் சின்னப்பாப்பாவின் அம்மா சீதாலஷ்மி சடக்கென்று எட்டிப்பார்த்தாள்.

அவளும் இப்படித்தான் இருந்தாளோ?

இல்லை. அவளுக்கு அடக்கமும், பதவிசும் இயல்பாகவே உண்டு.

அல்பாயுசில் அவள் மட்டும் போகாமல் இருந்திருந்தால், சின்னப்பாப்பாவை ஓஹோ என்று நன்றாக வளர்த்திருப்பாள்... இல்லையா?

பெற்றவள் என்று ஒருத்தி பொறுப்பாக இருந்து, அன்பாகவும், அனுசரணையாகவும் இருந்திருந்தால், அந்த வளர்ப்பே தனிதானே!

மற்றவர்கள் எத்தனை பேர் இருந்தாலும், பணம் காசால் உதவினாலும், பெற்றவளுக்கு ஈடாக முடியுமா?

ம்ஹூம்... முடியாது.

அந்தந்த வயசு சந்தேகங்களுக்கு அன்பால் விளக்கம் கொடுத்து, அணைக்க வேண்டியபோது அணைத்து, கண்டிக்கவேண்டிய தருணத்தில் இதமாய்க் கண்டித்து... ஓ! ஒரு பெண் வளர்க்கிற மாதிரி ஆகுமா என்ன!

கண்களில் ஊறிய நீரை உணரும் முன்னர், ஒருதுளி நீர் கிச்சாமியின் கண்ணிலிருந்து கீழே தெறித்தது.

கூடவே ஏனோ, சின்னப்பாப்பாவைப் பற்றிய ஒரு பரிதாபம் திடுமென்று எழுந்தது.

அவளும்தான் பாவம், நினைவு தெரிந்த நாளிலிருந்து என்ன சுகத்தைக் கண்டாள்?

பெற்ற தாய்தான் இல்லை, தகப்பனாவது பொறுப்பாக அரவணைத்துப் போயிருக்கக்கூடாதா?

விட்டது சனி என்று கையை உதறிக்கொண்டு போய்விட்டானே, பாவி. மகாபாவி...

எது எப்படியோ, இந்தக் குச்சு வீட்டில் இத்தனை நாள் காலம் தள்ளிவிட்டாள். இனியாவது நல்ல படியாக சங்கரனைக் கைப்பிடித்து அந்த வீட்டுக்குள் போய்விட்டால், அப்புறம் ருக்கு பார்த்துக் கொள்வாள்.

அன்பாலேயே சின்னப்பாப்பாவை ஒரு வழிக்குக் கொண்டு வந்துவிடுவாள். நிச்சயம்.

இங்கே தினமும் 'அதைச் செய்... இதைச் செய்... இங்கே போகாதே... அங்கே வராதே' என்று விரட்டி விரட்டி சின்னப்பாப்பா கசந்து, அலுத்துப் போயிருக்கலாம்...

இருந்திருந்து அவளுக்கும்தான் அப்படியென்ன வயசாகிவிட்டது?

பதினாறு, பதினேழூ... அதானே!

இந்த வயதிற்குள், போதும் போதும் என்கிற அளவுக்கு கண்றாவிகளை இந்த வீட்டில் பார்த்தாயிற்று.

இன்னும் இரண்டு மூன்று மாதங்களுக்குத்தான் இந்த அவல வாழ்க்கை... அப்புறம் ராணி மாதிரி சங்கரன் அவளை கண்ணுக்குள் வைத்துப் பார்த்துக் கொள்வான்....

பணம் காசில் முங்கி மூழ்காவிட்டாலும் கட்டாயம் புகுந்த வீட்டில் அன்புக்கும் பரிவுக்கும் சின்னப்பாப்பாவுக்குப் பஞ்சம் இருக்காது....

குழந்தை நம்மிடம் இருக்கப்போவது இனி சொற்பகாலமே... அப்புறம், நாள், கிழமைகளில் வந்து 'என்ன தாத்தா, செளக்கியமோ?' என்று கேட்டுவிட்டு ஓடிவிடுவாள்....

இந்த இரண்டு, மூன்று மாசமாவது அவளை அதிகம் விரட்டாமல் இருந்தால் என்ன? நிதானமாய், மெதுவாய் எல்லா விஷயங்களையும் பக்குவமாய் சொல்லிக் கொடுத்தால் என்ன?

எதிரே மகள் சீதாலக்ஷ்மியே வந்து நின்றிருக்கிற மாதிரி ஒரு பாவனையில் கையை ஆட்டி, "என்னமோம்மா... எனக்குத் தெரிஞ்ச விதத்துலதான் எல்லாத்தையும் பண்றேன்.... இத்தன வயசாகியும் எனக்கு இன்னும் பொறுப்பு விட்டுப் போகல்லே.... இப்பத்தான் சின்னப்பாப்பா கல்யாணத்துக்கு ஏற்பாடு பண்ணிண்டிருக்கேன். இனிமே அடுத்தடுத்து வரிசையா பொறுப்பு இருக்கு... இன்னிக்கு விசேஷம் நல்லபடியா முடிஞ்சாலே பாதி ஆத்தத் தாண்டின மாதிரி! தெய்வமா நின்னு கவனிச்சுக்கோ..." என்று வாய்விட்டுச் சொன்னவர், மெல்ல எழுந்து நின்றார்.

காலில் ஒட்டிய மணல் போக மறுபடி காலை அலம்பிக்கொண்டு உள்ளே வந்தபோது, வாசல் கதவைத் தள்ளிக்கொண்டு கையில் பால் பாக்கெட்டுகளோடு சேது நுழைந்தான்.

"என்ன அத்திம்பேர், இத்தன சுருக்க எழுந்துட்டேள்? சித்த இருங்கோ, பால் காய்ச்சி காபி குடுக்கறேன்..."

பேசிக்கொண்டே உள்ளே போனவனைத் தடுத்து நிறுத்தினார் கிச்சாமி.

"ஒரு நிமிஷம் இருடா... சமையக்கட்டுல நுழைஞ்சுட்டா அப்பறம் லேசுல நீ வெளிய வரமாட்டே! அதுக்கு முன்னால் உள் ரூமுக்குள்ள போய் சின்னப்பாப்பாவை எழுப்பி விட்டுட்டுப் போ.... எல்லாருமா ஸ்கூலுக்கும், ஆபீஸுக்கும் பறக்கறதுக்குள்ள அவள் ஒரு கை எண்ணெய் வெச்சு குளிச்சிடச் சொல்லு.... நல்ல நாளும் அதுவுமா பளிச்சுனு புதுசு கட்டிண்டிருக்கட்டும்... போய் எழுப்பு, போ."

கையிலிருந்த பாக்கெட்டுகளைக்கூட கீழே வைக்காமல் அறைக்குள் கழுத்தை நீட்டி, "சின்னப்பாப்பா!" என்று குரல் கொடுத்த சேது, திரும்பி உதட்டைப் பிதுக்கினான்.

"படுக்கைல காணோம் அவளை... எழுந்து கொல்லப்பக்கம் போயிருக்கா போலருக்கு, அத்திம்பேர்..."

சரியாகப் பத்து நிமிஷங்களில் காபியுடன் சேது வந்து நின்றான்.

"என்ன சமைக்கட்டும், அத்திம்பேர்?"

டம்ளரை வாயருகில் கொண்டுப்போன கிச்சாமி தழைந்தார்.

"ம்...ம்? ரொம்ப நாளுக்கப்புறம் இன்னிக்குத்தான் நம்பாத்துல நல்லது நடக்கப்போறது... சாம்பார், கறி, பண்ணி கொஞ்சம் பாயஸத்தையும் வெச்சுடு... என்ன?"

"கடலைப்பருப்பு பாயஸம் வைக்கட்டுமா? குமார், சுந்தரிக்கு ரொம்பப் பிடிக்கும்... அப்படியே ஒரு ஆழாக்கு பருப்ப நனைச்சு வடை தட்டிடட்டுமா, அத்திம்பேர்? குழந்தைகள் ஆசையா..."

முடிக்காமல், என்ன சொல்வாரோ என்கிற பயத்துடன் சேது நிறுத்த, கிச்சாமி லேசான புன்னகையுடன், "ஐமாய்டா..." என்றார். அப்புறம் "சின்னப்பாப்பாவைக் கூப்பிடு..." என்று பணித்தார்.

தோட்டம், பின்கட்டு பூராவும் சுற்றிவந்த சேது, "காணோமே அத்திம்பேர்... கிணத்தங்கரையிலேயும் சின்னப்பாப்பா இல்லையே.... எங்கயாவது வெளில போயிருக்காளோ என்னவோ..." என்றான். கிச்சாமிக்குள் நசக்கென்று கோபம் வெடித்தது.

இது என்ன பொறுப்பில்லாத்தனம்?

பொழுது விடிந்து இன்னும் மணி ஆறு ஆறரைகூட ஆகவில்லை. அதற்குள் வெளியில் என்ன வேலை வெட்டி முறிகிறது?

இது நாழிகை 'பாவம், பரிதாபம், குழந்தை அனாவசியமாய் கோபித்துக் கொள்ளக்கூடாது' என்ற ரீதியில் எழுந்த பச்சாதாபம், இப்போது முற்றிலுமாய் காணாமல் போனதில், சுருசுருவென்று எரிச்சல் மண்டியது.

"காலங்கார்த்தால் வெளில என்ன எழவுடா வெச்சிருக்கு அவளுக்கு? போய் இழுத்துண்டு வா... துளிக்கூடப் பொறுப்பில்லாம பொழுது விடியறதுக்குள்ளே சவாரி விட்டாச்சு!"

கிச்சாமி கத்தி முடிப்பதற்குள் நாலே எட்டில் வாசலை நோக்கி சேது போனான்.

பொழுது நன்றாக விடிந்து வீட்டுக்குள் வெயில் பரவத் தொடங்க, கோபம் குறையாமல், உள்ளறையில் உறங்கின மற்ற குழந்தைகளிடம் போனார் கிச்சாமி.

பாய் ஒரு பக்கம், தலைகாணி ஒரு பக்கம் கிடக்க இடுப்புத்துணி விலகினதுகூடப் புரியாமல் தூங்கிக் கொண்டிருந்த குழந்தைகளை ஒவ்வொருத்தராய்த் தட்டி எழுப்பினார்.

"எழுந்திருங்கோ... எழுந்திருங்கோ எல்லாரும் பொழுது விடிஞ்சு நாலு ஜாமம் ஆச்சு... இன்னும் மரக்கட்டை மாதிரி காலை நீட்டி, படுக்கை என்ன படுக்கை? ஒரு நாளு கிழமை கிடையாது இந்த வீட்டுல... என்னிக்கும் இதே மாதிரி எருமைமாடாத் தூங்கி வழிஞ்சிண்டிருங்கோ..."

தாத்தாவின் உரத்த குரலால் சரக்சரக்கென்று விழித்துக்கொண்ட குழந்தைகள், வாரிச்சுருட்டிக் கொண்டு எழுந்து கொண்டனர்.

அவசரம் அவசரமாய் படுக்கையைச் சுருட்டி வைத்துவிட்டு அதுகள் பின்கட்டை நோக்கி ஓட, சின்னப்பாப்பாவின் படுக்கை மட்டும் அப்படியே கிடந்ததைப் பார்த்த கிச்சாமிக்குக் கோபம் அதிகமாகியது.

"தடிச்செறுக்கி... படுக்கையைக்கூட சுருட்டாம எங்க தொலைஞ்சு போயிட்டா? இந்த சேது தடியன் அவளத் தேடிண்டு போனான். அவனையும் இன்னும் காணோம்! என்ன எழவெடுத்த வீடுடாப்பா இது... அதான் தரித்திரமே இன்னும் விடிய மாட்டேங்கறது ஆத்துல..."

வேகவேகமாய் உள்ளே வந்த சேது, "அலமேலும்மா ஆத்துல சின்னப்பாப்பா இல்லே, அத்திம்பேர்! இந்தப் பக்கத்தாத்துல இன்னும் அவா யாரும் எழுந்திருக்கவே இல்லே... ஒருவேள அந்த டிரான்ஸ்போர்ட் மானேஜராத்துக்குப் போயிருப்பாளோ?" என்று புருவத்தைச் சுருக்கினான்.

"அடிக்கடி அவாத்துல இந்தக் காலை வேளைல என்னடா வச்சிருக்கு அவளுக்கு? ம்?"

தெரியாது அத்திம்பேர்.... சின்னப்பாப்பா நினைச்சுண்டா அவாத்துக்குத்தான் போவா... ரெண்டு நாளைக்கு முன்னாடிகூட போயிருந்தா... நீங்ககூடக் கோச்சுண்டேளே? நா வேணா போய் கூட்டிண்டு வந்துடட்டுமா?"

"நீ ஒண்ணும் இப்பப் போக வேண்டாம்.... ஆத்துல வேலையைக் கவனி... நா குமார் அனுப்பறேன். டேய் குமார்... இங்க வாடா... பல் தேய்ச்சுட்டியா? அந்த டிரான்ஸ்போர்ட் மானேஜராத்துக்குப் போய் சின்னப்பாப்பா இருந்தா, கையோட இழுத்துண்டு வா, சொல்றேன்..."

கொல்லைப்புறத்திலிருந்து வந்து சட்டையின் முன்பகுதியை உயர்த்தி முகத்தைத் துடைத்துக் கொண்டிருந்த குமார், "அங்க போயிருக்கமாட்டா, தாத்தா. அவாத்துலதான் யாருமே இல்லியே... எல்லாரும் ஏதோ கல்யாணத்துக்காக ஊருக்குப் போயிருக்காளே..." என்று கூற வர, அதைக் கவனியாதவர் போல கிச்சாமி விரட்டினார்.

"போடான்னா.... என்னமோ ஹேஷ்யம் சொல்லிண்டிருக்கான்... போய் கையோட அழைச்சுண்டு வா அவளை!"

சமையலறைக்குள் நுழைந்த சேது ஏதோ நினைத்துக்கொண்ட மாதிரி ஒரு விநாடி திரும்பினான்.

"அத்திம்பேர்! இன்னிக்குக் கார்த்தால் பால் வாங்கறப்போ பால் பூத்துல அந்த மூணாவது ஆத்து பொட்டிக்கடை முருகேசனைப் பாத்தேன், அத்திம்பேர்! அவன்..."

"அந்தக் கதையெல்லாம் அப்பறம் பேசிக்கலாண்டா... போய் உள்காரியங்களக் கவனி! நீ அவன இவனப் பார்த்ததுப் பத்தி அப்பறமா நிதானமா ரெண்டு நாள் கழிச்சு சொல்லு... இன்னிக்கு நேரமே இல்லே... உள்ள ஓடு... நேரம் காலம் புரியாம அறுக்காத..."

உரத்த குரலில் கிச்சாமி துரத்துவதைப் பொருட்படுத்தாமல் சேது அங்கேயே நின்று மறுபடி ஆரம்பித்தான்...

"இல்லே அத்திம்பேர்! அவன் வந்து எங்கிட்ட, 'உங்க ஊட்டுல யாருக்காச்சும் உடம்பு சரியில்லையா, நேத்து ராத்திரி பத்தரை மணிக்கு பொட்டைப் புள்ளைய தனியா அனுப்பினீங்களே?'னு கேட்டான், அத்திம்பேர்..."

கிச்சாமி அசையாமல் நின்றார்.

"பொட்டப் புள்ளையா? சின்னப்பாப்பாவையா சொல்றான்?"

"ம்..."

"ராத்திரி பத்தரை மணிக்கு அவள எங்கடா பாத்தானாம்?"

"கடையப் பூட்டிண்டு வர்றப்போ நம்ப தெருல வச்சுதான் பாத்தானாம்... சொல்றான்..."

"என்னடா இது பேத்தல்... நேத்திக்கு ராத்திரி எல்லாரும் நம்மாத்துல சீக்கிரம் படுத்துண்டாச்சே, ஞாபகமில்லையா? இன்னிக்கு எழுந்து நிறைய வேலையைக் கவனிக்கணும்னு ஒம்பது மணிக்கு லைட்டை அணைச்சாச்சு! இவன் என்னடான்னா பத்தரை மணிக்கு யாரையோ பாத்தேன்னு உளர்றான்! அவன்தான் வேலயத்துப் போய் கெக்கே பிக்கேனு கேட்டான்னா, நீயும் அதுக்கு வியாக்கியானம் பண்ணிண்டு நேரத்தக் கடத்திண்டிரு... போடா படவா, போய் ஒழுங்கா வேலையைப் பாரு..."

வெளியே போன குமார் திரும்பி வந்தபோது, அவன் பின்னோடு நாணாவும் கையில் பெட்டியோடு வந்தான்.

"அவாத்துல யாருமே இல்லே... வீடு பூட்டிக் கிடக்கு... நேத்து இருந்த மாமாவையும் காணோம், தாத்தா..."

குமார் சொன்னதைக் கேட்ட நாணா சிரித்தான்.

கிச்சாமி எரிச்சலுடன் சூள் கொட்டினார்.

"எப்பத்தான் விளையாடறதுனு இல்லியா, நாணா? அந்தக் கழுதை விவரம் புரியாம நடந்துக்கறாளேனு நா கெடந்து தவிக்கறேன். நீ என்னடான்னா..."

அப்பா சொல்வதில் ஒரு வார்த்தைகூடப் புரியாமல் நாணா திருதிருத்தான்.

"என்னப்பா சொல்றேள்? யாரைக் கழுதைங்கறேள்?"

"யாரயா? எல்லாம் உன் அருமை மருமாளைத்தான்! சின்னப்பாப்பா எங்கே தொலைஞ்சான்னே தெரியல.... ஒரு வார்த்தை சொல்லிட்டுப் போறதில்லே. அவ பாட்டுக்குப் போறா, அவ பாட்டுக்கு வரா! இன்னிக்கு ஒரு நாளைக்காவது வீட்டுல நின்னு சேதுவுக்குக் கூடமாட ஏதாவது செய்யக்கூடாதா? எப்ப எழுந்தா, எங்க போனான்னே புரியல..."

நாணா நிமிர்ந்தான்.

"இத்தனைக் காலை வேளைல எங்கப்பா போவா? கொல்லப் பக்கத்துல துணிமணி ஏதாவது தோய்க்கறாளோ என்னமோ? சேது! போய் சரியாப் பாருடா..."

"நா பாத்துட்டேன். கொல்லைல இல்லே அவ... நீ வர்றதுக்கு முன்னால் இன்னொரு தரம்கூட பாத்துட்டேன்.... வந்து... நாணா, கொடில கிடந்த அவ துணிமணியக் காணோம்டா..."

தயங்கித் தயங்கி சேது பேசியதும், நாணா திடுக்கிட்டான்.

"என்னடா சொல்றே? சரியாப் பாத்தியா?"

கிச்சாமி எரிச்சலுடன் குறுக்கிட்டார். "ஊர்லேந்து வந்ததும் வராததுமா இதென்ன அரட்டை இங்கே? போய் வேலையைப் பாருன்னா, என்னமோ பேசிண்டு நிக்கறியே?"

நாணா கோபமாகத் திரும்பினான்.

"எதுப்பா அரட்டை? வயசு வந்த பொண்ணக் காணோம்னு விசாரிச்சுண்டிருக்கறது   கூடப்   புரியாம   விரட்டறேளே....

முதல்ல சின்னப்பாப்பா எங்க போயிருக்கானு எனக்கு இப்பத் தெரிஞ்சாகணும்..."

"ப்சு... தெரிஞ்சு என்ன செய்யப் போறே? அவ தினம் பொழுது விடிஞ்சு பொழுது போனா கால்ல சக்கரத்த மாட்டிண்டு சுத்த ஆரம்பிச்சுடறா... எல்லாம் ஒரு தாலி கழுத்துல ஏறிட்டா சரியாப் போயிடும்! நீ வீணா அலட்டிக்காதே..."

அவர் பேச்சைக் காதிலேயே வாங்காமல் நாணா செருப்பை உதறிக் கழற்றிவிட்டு அறைக்குள் போனான். காலியாகக் கிடந்த கொடியைப் பார்த்தவன். "சேது...!" என்று குரல் கொடுத்தான்.

"சேது, இங்க வாடா... சின்னப்பாப்பா புதுத்துணிமணியெல்லாம் எங்க வச்சுப்பா? இந்த அலமாரியிலேயா?"

சேது, "இந்தத் தட்டுப்பலகைலதான்..." என, நாணா அலமாரியைக் குடைந்தான்

மற்ற குழந்தைகளின் உடைகளும், புஸ்தகங்களும் அடுக்கியிருக்க, சின்னப்பாப்பாவின் பாவாடை, தாவணியோ, சட்டையோ ஒன்றுகூட இல்லை.

பரபரவென்று அத்தனையும் வெளியே தள்ளி மூலை முடுக்கு விடாமல் தேடினவன், "சேது, அவ இன்னும் என்னென்னடா வெச்சிருப்பா?" என்றான்.

"நல்ல வாசனையா ஒரு பவுடர் டப்பாவும், கறுப்பு மை பென்சிலும் இருக்கும். அப்பறம் கலர்கலரா ஸ்டிக்கர் பொட்டு வாங்கிண்டேயிருப்பாடா, நாணா... எங்கிட்டகூட ஒருதரம் 'பொட்டு வாங்கணும்டா சேது'னு பணம் வாங்கிண்டிருக்கா... அப்பறம், அவ சோப்புகூட என்ன வாசனையா, ரோஸ் கலர்ல, ஜோரா இருக்கும் தெரியுமா?"

இல்லை. இவற்றில் ஒன்றைக்கூடக் காணோம். பாதி கரைந்த அந்தத் துண்டு சோப்பைக்கூடக் காணோம். வீடு முழுவதும் சுற்றிப் பார்த்த நாணா, படபடப்போடு கிச்சாமியின் அருகில் வந்து நின்றான்.

"என்னப்பா இது... இப்படிச் சாதாரணமா பேசிண்டிருக்கேளே? சின்னப்பாப்பா.... சின்னப்பாப்பா..."

வார்த்தையை முடிக்காமல், ஏதோ நினைவுக்கு வந்தவனாய் சரக்கென்று வாசல் பக்கமாய்த் திரும்பி நடந்து, கதவைத் தாழிட்டு வந்தான்.

வீட்டில் நடப்பது எதுவும் புரியாமல் விழித்துக்கொண்டு நின்றிருந்த குழந்தைகளை, "எல்லாரும் கொல்லப் பக்கமாப் போய் கிணத்துலேர்ந்து தண்ணி இழுத்து தொட்டில் ரொப்புங்கோ பாக்கலாம்! அப்பறமா நா கூப்பிடறப்போ வாங்கோ போதும்.... போங்கோ!" என்று விரட்டினவனை, கிச்சாமி கண்களை இடுக்கிக்கொண்டு ஏறிட்டார்.

"என்ன இதெல்லாம்?"

"வந்து.... வந்துப்பா... சின்னப்பாப்பா வீட்டை விட்டு... ஓ... ஓடிப் போயிட்டாளோனு ப... பயமா..."

அவன் சொன்ன வார்த்தைகள் மண்டையில் தாக்கி, மூளைக்குள் உறைத்த போது, கிச்சாமி தாங்க முடியாமல் அப்படியே கீழே சரிந்து உட்கார்ந்தார்.

"எ... என்னடா சொல்றே, நாணா?"

"ஆமாம்பா...   அவ   எங்கேயோ   வேணும்னே போயிருக்கான்னுதான் தோண்றது... அவ சம்பந்தப்பட்ட தூசி, தும்பட்டைகூட இங்க காணலைன்னா என்னப்பா அர்த்தம்? ஆனா எப்பிடிப் போனானுதான் புரியல... நீங்க யாருமே பாக்கலையா?"

சேது தயங்கினான்.

"அப்போ எங்கிட்ட முருகேசன் கேட்டது நிஜம்தான் போலருக்கு, அத்திம்பேர்... நேத்திக்கு ராத்திரியே போயிட்டாளோ, என்னவோ!"

ஒன்பது ஒன்பதேகாலுக்கு விளக்கை அணைத்துவிட்டு எல்லோரும் படுத்தாயிற்றே!

வாசற்கதவைத் திறந்துகொண்டு போயிருந்தால் எல்லோருக்கும் தெரிந்திருக்குமே!

கிச்சாமி சந்தேகத்தோடு, "ஏண்டா சேது, கார்த்தால நீ பால் வாங்கப் போனப்போ வாசக்கதவு திறந்தா இருந்தது?" என, சேது முழித்தான்.

"ஆமா அத்திம்பேர்... ஆனா, இன்னிக்கு நீங்க சுருக்க எழுந்துட்டேளே... நீங்கதான் திறந்து வெச்சேளாக்கும்னு நினைச்சேன்..."

அப்படியானால், பெட்டியைத் தூக்கிக்கொண்டு இரவே புறப்பட்டுப் போய் விட்டாளா?

அதுசரி, அவளுக்குப் பெட்டி எது முதலில்?

"ஏண்டா நாணா, அவளுக்குனு பொட்டி ஒண்ணும் கிடையாதே இங்கே? எதுல டிரஸ் எல்லாம் எடுத்துண்டு போயிருப்பா?"

வாய் குழற கிச்சாமி கேட்க, சேது மென்று முழுங்கினான்.

"கோச்சுக்காதீங்கோ அத்திம்பேர்... எனக்கு இப்பத்தான் ஞாபகத்துக்கு வரது... ரெண்டு நாளாவே நீங்க ஆத்துல இல்லாதப்ப, சின்னப்பாப்பா வெளில போறப்பல்லாம் என்னமோ பெரிய பிளாஸ்டிக் பைல போட்டு எடுத்துண்டு போனா... நாங்கூடக் கேட்டேன், 'என்ன எடுத்துண்டு போறே'னு. ஒவ்வொரு தரமும் 'லாண்டரிக்குப் போறேன்' இல்லே, 'டிரான்ஸ்போர்ட் மானேஜராத்து மாமிகிட்ட நல்லதா புடவைக்குத் தைக்கற ஃபால் இருக்காம், அதான் தெச்சுண்டு வரப்போறேன்'னு என்னென்னமோ காரணம் சொன்னா, அத்திம்பேர்..."

அலசி ஆராய்ந்து ஒவ்வொரு விஷயமாய் நுணுக்கமாய் கவனித்துப்பார்க்கையில், சின்னப்பாப்பா திடுமென்று போகவில்லை, பல நாள்களாய் சோடித்துத்தான் இப்படிப் போயிருக்கிறாள், பலமான திட்டம் அஸ்திவாரமாக இருந்திருக்கிறது என்பது புரிந்து போயிற்று.

கொஞ்சநேரம் வார்த்தையே வராமல் பிரமை பிடித்தவராக அமர்ந்திருந்தார் கிச்சாமி.

சின்னப்பாப்பா ஓடியா போய்விட்டாள்?

எங்கே... எங்கே... எப்படி...?

இவளுக்காக நான் ஒவ்வொன்றாய்ப் பார்த்துப் பார்த்து ஏற்பாடு பண்ணியிருக்கிறேன்...

மாலை நிச்சயதார்த்தம் வேறு... என்ன சொல்லப் போகிறேன், ருக்குவிடமும் சங்கரனிடமும்?

நினைக்க நினைக்க ஆற்றாமை அதிகமாகிப் போக, தாங்க முடியாமல் தலையில் பட்பட்டென்று அடித்துக் கொண்டார் கிச்சாமி.

"ஐயோ.. ஐயோ... இந்தப் பாவிப்பொண்ணு இப்படிப் பண்ணிடுத்தேடா.... இப்ப என்ன செய்யப் போறேன்னே புரியலையே! தங்கமாட்டமா ஒரு புள்ளை கிடைச்சிருக்கு, இந்த அடங்காப்பிடாரிய அடக்கி வழிக்குக் கொண்டு வந்துடுவான்னு நம்பினேனே... எல்லாம் பொய்ச்சுப் போச்சே... நா என்ன பண்ணுவேன்..."

நாணா அவசரமாய் கீழே அப்பாவின் பக்கத்தில் அமர்ந்தான்.

"அப்பா... அப்பா... கத்தாதீங்கோப்பா... பக்கத்துல மனுஷொள்ளாம் இருக்கா... சின்னப்பாப்பா எங்க போயிருக்கா, எப்படிப் போயிருக்கான்னு இன்னும் தீர்மானமா ஒண்ணுமே தெரியல... அதுக்குள்ள ஊருக்கெல்லாம் விஷயம் தெரிஞ்சு அவா சிரிக்க வேண்டாம்! நம்ப குடும்பம் இதுவரைக்கும் நாறிப்போனது போறாதாப்பா? ப்ளீஸ்..."

"எப்... எப்படிடா பேசாம இருக்கறது? இவளுக்காக இன்னிக்கு ஏற்பாடெல்லாம் பண்ணி வெச்சிருக்கு... இவ எவனோட ஓடினாளோ? எப்படிச் சீரழியறாளோ? ஒண்ணுமே புரியலையே! சாயங்காலம் விசேஷம் நன்னா நடக்கப்போறதுன்னு

ஆசையா காத்துண்டிருக்கற அந்த நல்ல மனுஷாள்ட்ட என்னடா சொல்வேன்... ஐயோ..."

புலம்பிக்கொண்டே போனவர், சட்டென்று நிறுத்திவிட்டுப் பரபரக்க எழுந்தார்.

உள்ளறைக்குள் நுழைந்து, மூலையில் இருந்த தன்னுடைய தகரப்பெட்டியைத் திறந்து, கல்யாண காண்ட்ராக்ட் தேதிகளைக் குறித்து வைத்திருக்கும் டைரியை எடுத்துப் பிரித்தார்.

டைரியின் ஒரு பக்க அட்டையினுள் செருகி வைத்திருந்த வெள்ளைக் கவரைத் திறந்து பார்க்கையில், உள்ளே ஒன்றுமேயில்லாததைப் புரிந்துகொள்ள முடிந்தது.

"ஐயோ... இதுக்குள்ள வெச்சிருந்த ஆயிரம் ரூபா பணத்தக் காணும்டா... நா சந்தேகப்பட்டது சரியாத்தான் இருக்கு... தடிச்சிறுக்கிக்குக் கை நீளம்னு ரொம்ப நாளாவே எனக்குத் தோணிண்டிருக்கு... இப்ப அடிமடில கைய வெச்சுட்டு இதச் சுருட்டிண்டு போயிட்டாளே! பாருடா நாணா... நா குருவி மாதிரி சேத்தேண்டா இந்தப் பணத்த... அப்படியே உருவிண்டு போயிட்டாளேடா..."

வெள்ளைக் கவரை அப்படியும் இப்படியுமாகத் திருப்பித் திருப்பி கிச்சாமி பேச... நாணா கவரை உற்றுக் கவனித்தான்.

ஏதோ எழுத்துக்கள் தெரிய, கவரை அவசரமாய் வாங்கிச் சத்தமாகப் படித்தான்.

'எனக்குக் கல்யாணம் வேண்டாம். திரும்பத் திரும்ப சமையக்கார கும்பல்லியே மாட்டிக்க நான் தயாரா இல்லே. டிரான்ஸ்போர்ட் மானேஜரோட மச்சினர் எனக்காக சிபாரிசு பண்ணி சினிமாவுல சான்ஸ் வாங்கிக் குடுத்திருக்கார். நான் போறேன் அவரோட. என் நிச்சயதார்த்தத்துக்காக வெச்சிருக்கிற பணத்த நானே எடுத்துண்டு போறேன்.

உப்பு போட்டு சாப்பாடு சாப்பிடறவாள்னா என்னைத் தேடாதீங்கோ. நாளைக்கு நான் பிரபலம் ஆனப்பறமும் என் உறவுக்காரானு வந்து நிக்காதீங்கோ, ஆமா இப்பவே சொல்லிட்டேன்...

- சின்னப்பாப்பா'

அத்தனை நேரம் புரியாதவை இப்போது அப்பட்டமாகப் புரிந்துவிட, யாரும் வாயைக்கூடத் திறக்காமல் அதிர்ந்துபோய் நின்றார்கள்.

முதலில் மீண்டது நாணாதான்...

"அப்பா, என்னமோ வேண்டாதது நடந்து போச்சு... இத இதோட விட்டுடுங்கோ! காதும் காதும் வெச்சாப்பல ருக்கு மாமிகிட்டயும் சங்கரன்கிட்டயும் போய் விஷயத்தச் சொல்லிட்டு வந்துடலாம்! நம்மாத்துல யாராலயும் போய் சொல்ல முடியல்லேன்னா அலமேலும்மாவைக் கூப்பிட்டு சொல்லச் சொல்லிடலாம். மத்தடி வேற யாருக்கும் இதெல்லாம் தெரிய வேண்டியதில்லே! சின்னப்பாப்பா எங்கேனு இந்தத் தெருக்காரா கேட்டா, ராஜாமணியோட பெங்களூர்ல போய் இருக்காணு எதையாவது சொல்லி வைக்கலாம்... அனாவசியமா விஷயத்த வெளில சொல்லி நம்ப குடும்ப மானம் சந்தி சிரிக்கிற மாதிரி நாம்பளே பண்ணக்கூடாது..."

ஒரு நிமிஷம் நிதானித்தவன், "நா அலமேலும்மாவ பாத்துச் சொல்லிட்டு வந்துடறேன்... அவாதான் அனாவசியப் பேச்சு இல்லாம விஷயத்த அழகா கொண்டு போவா..." என்று வாசற்கதவைத் திறந்துக்கொண்டு வெளியேறினான்.

இரண்டு நிமிஷத்தில் அவன் பின்னோடு அலமேலும்மாவும் வந்து, எல்லோருமாய் மாற்றி மாற்றி சின்னப்பாப்பாவின் சுயநலமான செய்கையைப்பற்றி பேசிப் பேசி மாய்ந்து போனார்கள்

பின்னர், ருக்குவிடமும் சங்கரனிடமும் அலமேலும்மாவே போய் விஷயத்தைத் தெளிவாக்கி, அவர்கள் அதிர்ந்துப் போய்

நின்ற நேரத்திலேயே, "இத இதோட விட்டுடலாம், ருக்கு... வேத்து மனுஷா யாருக்கும் எதுவும் தெரிய வேண்டாம். நீங்களும் எதையாவது சொல்லி சமாளிச்சுடுங்கோ தயவு செஞ்சு..." என்று கெஞ்சிக் கேட்டுக்கொள்ள, விஷயம் ஒரளவுக்கு மூடப்பட்டு விட்டது என்று நாணாவும் மற்றவர்களும் சமாதானமானார்கள்.

ஆனால், எதை மறைத்துத்தான் என்ன, எப்படிப் பூசி மெழுகித்தான் என்ன?

மாலை ஆறு மணி சுமாருக்கு ஊரிலிருந்து குடும்பத்துடன் திரும்பிவந்த டிரான்ஸ்போர்ட் மானேஜர், சின்னப்பாப்பாவை சினிமாவில் நடிக்க வைப்பதற்காகத் தானும் அவளோடு கோடம்பாக்கத்துக்குப் போய் தனியாக இருக்கப் போவதாக மச்சினன் எழுதி வைத்த துண்டுப் பேப்பரைப் பார்த்து ஆத்திரமடைந்து, நான்கு ஆட்களைச் சேர்த்துக்கொண்டு கிச்சாமியின் வீட்டு வாசலில் வந்து நின்று, கத்தி ஆர்ப்பாட்டம் செய்ததுதானே நடந்தது!

"அய்யரு வூட்டுப் பொண்ணுனா கொஞ்சம் அடக்கமா இருக்கும்னு நினைச்சேன்.. சரி, மச்சான்தான் ஆசைப்பட்டுடுச்சு, பொண்ணும் இணங்கித்தான் போவுதுனு கல்யாணத்துக்கு ஏற்பாடு பண்ணலாம்னு இருந்தேன். அதுக்குள்ள எங்க பையனையும் இழுத்துக்கிட்டு சினிமாவுல நடிக்கப் போயிடுச்சாம்ல! எங்க புள்ளைக்கு இத்தனை தைரியம் கிடையாதுங்க... இந்தப் பொண்ணு சரியான ஓடுகாலிக் குடும்பம்... கடைசில இப்படிப் பண்ணிடுச்சே! பாருங்க... விஷயம் தெரிஞ்சுகூட கல்லு மாதிரி நிக்கறாங்க... என்னா குடும்பம்டா இது... த்தூ!"

வாய் ஓயாமல் தெரு முழுக்கக் கேட்கும் த்வனியில் நீளமாகக் கத்தி அவர் காறித் துப்ப, கிச்சாமியும் மற்றவர்களும் முகத்தை எங்கு கொண்டு வைத்துக் கொள்வது என்று புரியாமல் கூசி, குறுகித்தானே போனார்கள்?

அத்தியாயம் 

காலை மணி பத்தரை.

தெருவில் ஆள் நடமாட்டம் குறையத் தொடங்கியிருந்தது.

யூனிஃபார்ம் போட்ட குழந்தைகள் முதல் வெள்ளையும், சொள்ளையுமாய் சர்ட் பேண்ட் போட்டுக்கொண்டு ஆபீஸ் போகிறவர்கள் வரை அத்தனைபேரும் காணாமல் போய்விட்ட நேரம்.

கணவன், குழந்தைகளை அனுப்பிவிட்டு, வீட்டுக்காரியமாகவோ அல்லது வெறும் சினிமா, அரட்டைக்காகவோ வீட்டைப் பூட்டிக்கொண்டு வெளியேறும் சில பெண்கள் மட்டுமே கண்ணில் பட்டார்கள்.

முதல் தபால் பீட்கூட வந்து போயாகிவிட்டது,

எது ஒன்றையும் கவனிக்காமல், இரவா பகலா என்ற பிரக்ஞைகூட இல்லாத மாதிரி, கிச்சாமி திண்ணைத் தூணில் சாய்ந்திருந்தார்.

கிழக்கிலிருந்து கொஞ்சம் கொஞ்சமாக ஏறி உச்சிக்குப் போய்க் கொண்டிருந்த வெயில், அவரைச் சற்றும் பாதித்ததாகத் தெரியவில்லை.

வெள்ளை நிறமே தெரியாமல் பழுப்பு பரவிக் கிடந்த வேட்டியும், அதற்குக் கொஞ்சமும் சளைக்காத கலரில் மேல் துண்டுமாய், மூன்று நாளாய் அதே கோலம்தான்.

குளித்துக் கிளித்துச் செய்யாமல், தண்ணீரே பார்க்காத அழுக்கு உடம்பும் முகத்தில் பயிரான மூன்று நாள் தாடியுமாகச் சேர்ந்து, பரதேசி மாதிரியான கோலத்தைக் கொடுத்திருந்தன.

எப்போதும் அந்தத் திண்ணையிலேயே அமர்ந்து, உடம்பு சோர்ந்தபோது சற்று காலை மாற்றிப் போட்டும் மடக்கியும் நீட்டியும் படுத்து செளகர்யம் செய்து கொண்டாரே தவிரவும், அனாவசியமாய்த் திண்ணையைவிட்டு இந்தண்டை அந்தண்டை நகரவேயில்லை.

சதா சர்வகாலமும் தன்னை மறந்து, சுற்றியிருப்பவர்களை மறந்து, ஏதோ நினைப்பிலும், கற்பனையிலும் தன்னை முழுவதுமாக நுழைத்துக் கொண்ட மாதிரி இந்த உலக ஸ்மரணையே இல்லாமல்தான் இருந்தார்.

மூன்று நாள்களுக்கு முன் சின்னப்பாப்பா ஓடிப் போய்விட்டாள் என்று தீர்மானமாகத் தெரிந்துப்போன உடன் கொஞ்சமாக ஆரம்பித்த இந்த அதிர்ச்சி, ஊர் உலகத்துக்கு மொத்த விஷயமும் தெரிந்து விட்டதே என்ற ஆத்திரத்தில் இன்னும் அதிகமாகி, கிச்சாமியைப் பிடித்துக் கீழேயே அமுக்கி உட்கார வைத்துவிட்டது.

கிச்சாமி இன்னும் எழுந்திருக்காமல்தான் இருந்தார்.

சில நேரம் தானே கையை ஆட்டி ஆட்டிப் பேசினார்.

எதிரே யாரோ பவ்யமாக நின்று வாய் பொத்திக் கேட்கிற திணுசில் உரக்கக் கத்தினார்.

சில சமயம் உதட்டைப் பிதுக்கிச் சூள் கொட்டி வெறுமே வெட்டவெளியை வெறித்தார்.

பிரமையால் பீடிக்கப்பட்டவராய் கண் பார்வையில் ஓர் இலக்கு இல்லாமல் வெற்றுப் பார்வை பார்த்தார்.

தெருவோடு போகிறவரை ரொம்பத் தீவிரமாய்ப் பார்த்துக் கேலியாகச் சிரித்தார்.

இத்தனைக்கும் மேல், வீட்டிலுள்ளவர்கள் பேச வந்தாலே எரிந்து விழுந்தார். அல்லது காதில் விழாததுபோல் வாய் திறக்காதிருந்தார்...

வாய் திறக்காதது பேச்சுக்கு மட்டும்தான் என்றில்லை...

ஒரு வாய் சாப்பாடு சாப்பிடாமல் இறுக வாயை மூடிக்கொண்டு, பசிகூடத் தெரியாமல் உணர்வற்று அமர்ந்திருந்தார்.

இன்றும் கூட...

சாப்பாட்டு நேரம் தாண்டிக் கொண்டிருக்கிறதே என்கிற அவஸ்தையில் உள்ளுக்கும் வாசலுக்குமாக நூறு நடையாவது நடந்து பார்த்த சேது, இப்போதும் வாசலுக்கு வந்து எட்டிப் பார்த்தான்.

கிச்சாமி சூழ்நிலையறியாமல் இருப்பதை வேதனையோடு பார்த்தவன், பேச வார்த்தைகள் வராமல் திணறிக் கொண்டே கிச்சாமியின் அருகில் வந்து நின்றான்.

அவன் வந்து நின்றதையோ, தன்னைப் பார்வையிட்டுக் கொண்டிருப்பதையோ உணராத கிச்சாமி, சின்ன அசைவைக்கூட வெளிப்படுத்தாமல் இருந்தார்.

வயசும், மூப்பும் தொந்தரவு செய்யத் தொடங்கிவிட்ட பின்னாலும்கூட, என் குடும்பம், என் குடும்பம் என்று ஓடியாடிக் கொண்டிருந்த கிச்சாமியை, நிலைகுலைந்த இன்றைய அவலத்தில் பார்க்கையில் எழுந்த வேதனையை அடக்கிக்கொண்டான் சேது.

மெல்ல கிச்சாமியின் கிட்டத்தில் வந்து நின்றான்.

"அ... அத்திம்பபேர்..."

அவன் வந்ததையோ, ஐந்து நிமிஷ மௌனத்திற்குப்பின் தன்னை அழைத்ததையோ உணராதவராய் கிச்சாமி அசையாமல் இருந்தார்.

"அத்திம்பேர்..."

"....."

"அத்திம்பேர்... சாப்பிட வரேளா...?"

"கார்த்தால காபியக்கூட முழுசா குடிக்காம கீழே கொட்டிட்டேன். மூணு நாளாச்சு சரியா சாப்பிட்டு... இன்னுமா

உங்களுக்குப் பசிக்கலை? வாங்கோ அத்திம்பேர், ஒரு வாய் சாப்பிடுங்கோ... நீங்க சாதாரணமாப் பசியே தாங்கமாட்டேளே, அத்திம்பேர்... சாப்பிட வாங்கோ... ஒரு டம்ளர் ரசம் சாதம் கரைச்சாவது குடிங்கோ, அத்திம்பேர்... இப்பிடி பட்டினி கிடந்தா உங்களுக்கு ஒத்துக்காது... வாங்கோ அத்திம்பேர்...!"

சன்னக்குரலில் அவன் கெஞ்சுவதுகூடப் புரியாமல் கிச்சாமி அப்படியே அமர்ந்திருக்க, இரண்டடி வைத்து அவரை இன்னும் நெருங்கி தோளைத் தொட்டான் சேது.

"அத்திம்..."

அவன் கூப்பிட்டு முடிக்கு முன் கிச்சாமி கையைத் தட்டிவிட்டார்.

'ப்சு' என்று சூழ் கொட்டினவர் மறுபடி முகத்தைத் திருப்பிக்கொண்டு பார்வையைத் தெருவில் செலுத்தினார்.

விடாமல் மறுபடி தோளைத் தொட்டு சேது கூப்பிட, மறுபடி கையைத் தட்டிவிட்டு கோபமாய் முறைத்தார்.

பின், உறுமலான குரலில், "எனக்குப் பசிக்கலை... நீ உள்ளே போ..." என்றார்.

"ஏன் அத்திம்பேர் பசிக்கலை? நீங்க எதையோ நினைச்சுண்டு..."

கிச்சாமி கோபமாய்க் கத்தினார்.

"நா எதையும் நினைச்சுக்கலை... நீ மரியாதையா உள்ளே போ... அனாவசியமா என்னைத் தொந்தரவு பண்ணாதே..."

"இல்லே அத்திம்..."

"அறைஞ்சுப்பிடுவேன் படவா... போன்னா போயேன்..."

"வந்து..."

"என்னடா... என்னடா இன்னும் இழுத்துண்டு நிக்கறே? சாப்பிட வர முடியாதுன்னா வர முடியாதுதான்! சும்மா இங்க நின்னுண்டு கத்தாதே... உன் வேலையப் பாரு, போ..."

சேது தொடர்ந்து தயங்கிக் கொண்டே ஏதோ சொல்ல வாயைத் திறக்க, கிச்சாமி கையை ஓங்கிக் கொண்டு ஆத்திரமாய் எழுந்தார்.

"ராஸ்கல்... சொன்னாப் புரியாதா உனக்கு? இன்னும் ஒரு நிமிஷம் இங்க நின்னியோ, கொன்னுப்புடுவேன் கொன்னு... போய்த் தொலைடா..."

கத்திக்கொண்டே மேல்துண்டைப் படாரென்று உதறித் தோளில் போட்டவர், பரபரவென்று கொல்லை புறத்தைப் பார்க்கப் போனார்.

அடுத்து என்ன செய்வது என்று புரியாத சேது, இரண்டு நிமிஷம் கழித்து பக்கத்து வீட்டுக்குள் நுழைந்தான்.

சாப்பிட்ட பின் பாத்திரங்களை ஒழித்துப் போட்டுக் கொண்டிருந்த அலமேலும்மா, சேது அவசரமாய் நுழைவதைப் பார்த்து, புருவங்களை உயர்த்தினாள்.

"என்னடா சேது?"

"வந்து... வந்தும்மா... அத்திம்பேரப் பாத்தாதான் கவலையா இருக்கு... அவர் சாப்ட்டு மூணு நாளாச்சு... எதுலயும் பட்டுக்காம, சரியா சாப்பிடாம, குளிக்காம, என்னவோ பிரமை புடிச்சவராட்டம் உக்காந்திருக்கார். யார் எது சொன்னாலும் கோவம் வந்து கத்தறார். பசியே தாங்காது அவருக்கு... இப்போ கோவத்துல ஒரு வாய்கூட சாப்பிடாம இருக்கறதுல, இன்னும் ஜாஸ்தியா கத்தறார்..."

"ம்.... நாங்கூடப் பாத்தேன்.... சின்னப்பாப்பா போனதுலேர்ந்து இப்பிடித்தான் இருக்கார்... ராப்பகலா திண்ணையிலேயே உக்காந்துண்டிருக்கார். 'ஏன் மாமா, வெயில்ல இப்பிடிக் காயறேள்... உள்ள போய் உக்காந்துக்கோங்கேளேன்னு நாங்கூட நேத்தி மத்தியானம் சொன்னேன்... என்னமோ காதுலியே விழாத மாதிரி இருந்துட்டார்... நாணாவாவது ஏதாவது பேசிப் பாத்தானா, இல்லியா?"

சேது உதட்டைப் பிதுக்கினான்.

"இல்லேம்மா... நாணா எங்க இங்க இருக்கான்? அந்த டிரான்ஸ்போர்ட் மானேஜர் வந்து வாசல்ல நின்னுண்டு அன்னிக்குக் கத்தினாரோல்லியோ? அப்பவே வீட்டுக்குள்ள போய் ரூமுக்குள்ள உக்காந்துட்டான். 'மானமே போறதேடா சேது, அவாளை ஏதாவது சொல்லித் துரத்திடேன்'னு என்னை அனுப்பிண்டேயிருந்தான். அப்பறம் ராத்திரி வரைக்கும் பொறுமையா இருந்துட்டு, பொழுது விடிஞ்சதும் விடியாததுமா ஊருக்குக் கிளம்பிப் போயிட்டான்..... இனிமே எப்போ வருவானோ யாருக்குத் தெரியும்!"

"அதுசரி, இப்போ என்னத்துக்காக இப்படி ஓடி வந்திருக்கே? சாப்பாடு ஆயிடுத்தோல்லியோ?"

"இல்லே அலமேலும்மா... அதுக்குத்தான் அரைமணியா அத்திம்பேரக் கூப்பிட்டேன்..... வரமுடியாதுனு கத்திட்டுக் கொல்லைப்பக்கமா போய் கிணத்தடில உக்காந்துட்டார்... நீங்க சித்த வந்து கூப்பிட்டா தேவலை... எனக்குக் கொஞ்சம் வெளி வேலை இருக்கு... மத்தியானம் ஒரு மணிக்குள்ள நா போயாகணும்..."

"ஒரு மணிக்குள்ளயா? அப்படி என்னடா வேலை? சினிமாவா?"

"சினிமாவாவது கினிமாவாவது... அதெல்லாம் ஒண்ணுமில்லே, அலமேலும்மா... குமார வேற ஸ்கூல்ல சேர்க்கறதப்பத்தி ஜட்ஜ் மாமாகிட்ட பேசியிருந்தேன். மத்தியான நேரத்துல என்ன வந்து பாருன்னு சொல்லியிருந்தார். ஜூலை மாசம்கூடப் பொறந்துடுத்து இப்படி நாளக் கடத்திண்டே போனா, குமார எப்பிடி ஸ்கூல்ல சேர்த்துப்பா? அதான்..."

இத்தனை அமர்க்களத்திலும் செய்ய வேண்டிய வேலைகளை மறக்காமல் சேது செயல்படுவதைப் புரிந்துக்கொள்ள முடிந்தவளாய் அலமேலும்மா கைக்காரியத்தை அப்படியே போட்டுவிட்டு சேது பின்னோடு வந்தாள்.

கொல்லைக் கிணற்றடியில் ஈரமண்ணில் அப்படியே உட்கார்ந்திருந்த கிச்சாமியை இரண்டு மூன்று முறை மெதுவே அழைத்தும் அவர் நிமிராமலே இருக்க, சற்றே உரக்கக் குரல் கொடுத்தாள்.

முகத்தைச் சுளித்துக்கொண்டே கிச்சாமி நிமிர்ந்தார்.

"ஏன் மாமா, இந்தச் சேத்துல உக்காந்துண்டு இருக்கேள்? உள்ளே போய், வேணுமோ, வேண்டாமோ துளி எதையாவது சாப்புட்டு படுத்துக்குங்கோ... போங்கோ! வெறும் வயத்தோட எத்தன நாள் இருக்கறது? ம்?"

"....."

"போங்கோ   மாமா...   சாப்பிடாம   இருந்தா   துக்கம் ஆறிடப்போறதா என்ன? வயத்தக் காயப் போட்டா இன்னும் ஜாஸ்தியாத்தான் ஆகும். உடம்புல தெம்பு இல்லேன்னா மனசும் பலவீனமாத்தானே போகும்?"

"எனக்குப் பசிக்கலைனு சேதுகிட்ட அப்பவே சொன்னேனே? அந்தத்   தடியன்,   உங்களத்   தூது   விட்டுட்டு   வேடிக்கை பாக்கறானா? எல்லாருமா சேர்ந்து என்னத் தொணப்பாதிங்கோ... நா சாப்பிட வரமுடியாதுன்னா முடியாதுதான்!"

அலமேலும்மா லேசாகப் புன்னகைத்தாள்.

"என்ன மாமா இது, இப்படி அடம் பிடிக்கறேள்? வாழ்க்கைல எத்தனையோ பேருக்கு எத்தனையோ விதமான கஷ்டங்கள் வந்துண்டுதான் இருக்கு... அதுக்காக எல்லாருமே இப்பிடிச் சாப்பிடாம தூங்காம இருந்துட்டா, அப்பறம் எப்பிடித்தான் பொழைக்கறது? பெரியவா நீங்களே இப்பிடி இடிஞ்சி போயிட்டா, அப்பறம் குழந்தைகள்லாம் என்ன பண்ணும் சொல்லுங்கோ? நீங்க தைரியமா இருந்தாதானே மத்தவா உங்க நிழல்ல சமாளிச்சுப்பா?"

கிச்சாமி கேலியாய் உதட்டைக் கோணினார்.

"ஆ... ஹா... நன்னா உபதேசம் பண்றேள்..."

"நா உபதேசம் பண்ணலே... உங்கள் தைரியமா இருக்கச் சொல்றேன்... அவ்வளவுதான்..."

"எல்லாம் வாயால் சுலபமா சொல்லிடலாம்... செஞ்சு பாத்தானே சிரமம் புரியும்? உங்களுக்கென்ன ஒண்டிக்கட்டை... சொந்தமா பந்தமா, பிரச்சினை வர்றதுக்கு... ஒரு இழவும் இல்லே! அப்புறம் ஏன் பேசமாட்டேள்?"

"உங்க பிரச்சினை எனக்குப் புரியறது மாமா... ஆனா அதுக்காக நீங்க இப்படி உக்காந்துட்டா அப்பறம் குடும்பம் என்னாறது சொல்லுங்கோ? அப்படியென்ன சின்னப்பாப்பா செத்தா போயிட்டா? ஏதோ தனக்குப் பிடிச்சவனோட, பிடிச்ச தொழிலத் தேடிப் போயிருக்கா... அவ்வள..."

அலமேலும்மா முடிப்பதற்குள் கிச்சாமி ஆவேசமாய்க் குறுக்கிட்டார்.

"அது, செத்துத் தொலைஞ்சிருந்தாத்தான் தேவலையே! பகவான் போட்ட ஆயுசு அவ்வளவுதான்னு தலைய முழுகியிருப்பேனே! இந்தத் துக்கிரி முண்டம் நன்னா திட்டம் போட்டுன்னா என்னை அடிச்சிருக்கா. அவ நன்னா இருப்பாளா, அழிஞ்சுதான் போப் போறா பாருங்கோ! என்னை இப்படி மதிக்காம ஏமாத்திட்டு ஓடினாளே, அவ நாசமாப் போயிடுவா, பாருங்கோ..."

கையை ஆட்டி ஆட்டி அவர் கத்த, அலமேலும்மா தடுத்தாள்.

"ஐயோ.... வேண்டாம்... மாமா... அப்படியெல்லாம் நீங்க சொல்லாதீங்கோ! எப்படியோ இருந்துக்கட்டும்... நமக்கென்னு நீங்க மனசைத் தேத்திக்குங்கோ... போய் ஒரு வாய் சாப்டு வந்தேள்னா சேதுவுக்கு நிம்மதியா இருக்கும்... உங்களப் பாக்கச் சகிக்காம அவனும் கிடந்து தவிக்கிறான்..."

"அதுக்கு நா என்ன பண்றது! நானா இப்படி இருக்கச் சொன்னேன்? என்னத் தனியா விடுன்னா விட்டுடணும்... அத விட்டுட்டு, தொணதொணன்னு பிடுங்கியெடுத்தா எப்படி? நானும்

மனுஷன்தானே... என்னை சித்த நிம்மதியா இருக்க விடறாளா யாராவது இந்த வீட்டுல? எழவெடுத்த வீடு... சனியன்..."

"என்ன மாமா, இது? மறுபடியும் அதையே பேசறேளே? எந்த விஷயத்தையும் பத்தி நினைச்சு மனசை அலட்டிக்காம பேசாம சாப்டுட்டுப் படுங்கோ... நிம்மதியா தூங்கினாலே மனசு லேசாயிடும்..."

கிச்சாமி எரிச்சலோடு பார்த்தார்.

"ஏன் நீங்களும் சேது மாதிரியே இப்படி விரட்டறேள்? எனக்குப் பசிக்கலை... நா சாப்பிட முடியாது, எழுந்து எங்கேயும் போக முடியாது, எந்த எழவையும் செய்ய முடியாது... போதுமா? இனிமே யாராவது எங்கிட்ட வந்து இதே பாட்ட மறுபடி பாடினா, அப்பறம் நா பொல்லாதவனா ஆயிடுவேன்! இப்ப மரியாதையா இந்த இடத்த விட்டு ஒழிஞ்சு போங்கோ எல்லாரும்..."

தன் வயதையும் விவேகத்தையும் எப்போதும் மதித்து மரியாதையோடு நடந்துக் கொள்ளும் கிச்சாமியின் அழுத்தமான இந்த வார்த்தைகள் முதலில் சற்று உறுத்தவே செய்தாலும், அலமேலும்மா உடனே சுதாரித்துக்கொண்டாள்.

இனி என்ன சொல்லியும், என்ன செய்தும் கிச்சாமியை அசைக்க முடியாது என்பது புரிந்துப்போக, தானே அவர் எப்போது எழுந்து வருகிறாரோ வரட்டும் என்கிற முடிவோடு திரும்பி நடந்தாள்.

அலமேலும்மா சொல்லியே நடக்காதது தன்னால் மட்டும் நடந்துவிடப் போகிறதா என்ற எண்ணத்தில், சேதுவும் ஏமாற்றத்தோடு நகர்ந்தான்.

கிச்சாமியைப் பட்டினியில் இப்படிச் சாக விட்டுவிட்டு, தான் மட்டும் சாப்பிடப் பிடிக்காமல், ஒரு டம்ளர் மோரைக் கரைத்துக் குடித்தான்.

அவர் பதில் சொல்லாவிட்டாலும் பரவாயில்லை என்கிற நினைப்பில், "அத்திம்பேர்... ஆத்தப் பாத்துக்குங்கோ, நா கொஞ்சம்

வெளில போயிட்டு வரேன்... மத்தியானத்துக்குள்ள வந்துடுவேன்..." என்று சொல்லி இரண்டடி நகர்ந்தவன், அவர் 'எங்கே போறே?' என்று ஏதாவது கேட்பாரோ என்ற எதிர்பார்ப்பில் சற்று நின்றான்.

அவரிடமிருந்து 'ம்' என்ற வார்த்தை முனகல்கூட வராமல்போக, தானே மீண்டும் திரும்பி, "ஜட்ஜ் மாமா ஆத்துக்குத்தான் போறேன்... குமார வேற ஸ்கூல்ல சேர்க்கறது பத்திப் பேசறதுக்குத்தான். சுருக்க வந்துடுவேன், அத்திம்பேர்..." என்று முனகிவிட்டு வாசலை நோக்கி நடந்தான்.

செருப்பை மாட்டிக்கொண்டு ரேழியில் கால் எடுத்து வைக்கையில், தரகர் நடராஜன் உள்ளே நுழைவது தெரிந்தது.

"கிச்சாமி என்னடா பண்றார்? நீ எங்க இப்ப கிளம்பிண்டிருக்கே?"

சேது மென்று விழுங்கினான்.

"வந்து... வந்து..."

"என்னடா வந்தும் வராமயும்? ம்? என்னமோ குடும்பத்துல அசம்பாவிதம் நடந்துடுத்து. சரி, இந்த ஒரு தரம் வேற ஆள வெச்சு சமாளிப்போம்னு நேத்து கல்யாணத்த எப்படியோ ஒப்பேத்திட்டேன்... கடைசி நிமிஷத்துல கிச்சாமியால முடியாதுன்னு சொன்னப்பறம் மாத்து ஆளுக்காக நா அலைஞ்சது எனக்குன்னா தெரியும்? இப்போ, நாளைக்குப் பொழுது விடிஞ்சா கல்யாணம். இன்னிக்கே சம்பந்தி மனுஷா வந்து சத்திரத்துல எறங்கியாச்சு... சமையக்கட்டுல போய் பாத்தா, ஈ காக்காயக் காணோம்... ஏழு மணிக்குமேல நானே ஓடிவந்து சங்கரனக் கூட்டிண்டு போய் ஒரு வழியா எல்லாத்தையும் கவனிச்சேன்... ஆச்சு, காத்தாலப் பாடு இப்பத்தான் முடிஞ்சது! சாயங்காலம் டியன், ராத்திரி ஜானவாசத்துக்கு ஏற்பாடு எல்லாம் செய்ய வேண்டாமா? கிச்சாமி வரப்போராரா, இல்லியா? எங்கடா அவர்?"

வரும்போதே வார்த்தைகளை உருப்போட்டுக் கொண்டுவந்த தினுசில் நடராஜன் நீளமாய்க் கத்த, சேது தலையைக் குனிந்துகொண்டான்.

"என்னடா, நாம் பாட்டுக்குப் பேசிண்டே இருக்கேன். நீ என்னமோ பொம்மனாட்டியாட்டம் தலையைக் குனிஞ்சுண்டா என்ன அர்த்தம்?"

"இல்லேண்ணா... வந்து... அத்திம்பேர் இன்னும் பழைய மாதிரி ஆகல்லே.... அப்படியே இடிஞ்சுபோய்தான் உக்காந்திருக்கார்.... ஒரு வாய் சாதம், ஜலம் கூட பல்லுல படல்லே... நீங்களே போய்ப் பாருங்கோ..."

இவன் சொல்வதில் நம்பிக்கை இல்லாத மாதிரி, கண்களை இடுக்கிக்கொண்டு கொல்லைப் பக்கமாய்ப் போன நடராஜன், கிச்சாமியின் அருகில் போய், "கிச்சாமி..." என்றார் உரக்க.

இரண்டு மூன்று முறை கூப்பிட்டும் பதில் ஏதும் வராமல் இருக்க, நடராஜன் தலையை ஆட்டிக்கொண்டே திரும்பினார்.

"என்னடா இது... இப்படியே இருந்தா என்னாறது? இந்த மாசம்னு பாத்து ஏகப்பட்ட கல்யாணத்த வேற ஒத்துண்டிருக்கார். அத்தனைக்கும் இப்போ திடீர்னு என்ன ஏற்பாடு பண்றது? சங்கரனே ஒண்டியா எல்லாத்தையும் கவனிச்சுக்க முடியுமா? கிச்சாமி இல்லேன்னா நீயும் தலையைக் காட்ட மாட்டே..."

"நா என்னண்ணா பண்றது? இங்க நாணாவும் இல்லே.... அத்திம்பேரும் இப்படியே இருக்கார்... குழந்தைகள் பாவம்! திண்டாடிப் போறதுண்ணா! மூணு நாளா அவாளையும் போட்டு வாட்டியெடுக்கறார் இவர்! இப்போ நானும் வெளில போயிட்டா, அப்பறம் ஆத்தையும், குழந்தைகளையும் யார் கவனிச்சுக்கறது, சொல்லுங்கோ..."

சேதுவின் வேதனை புரிந்த மாதிரி நடராஜன் சற்று நேரம் மௌனித்தார்.

"அப்போ, நா சங்கரனையே கவனிச்சுக்கச் சொல்லிடட்டுமா? அவனும்தான் திடீர்னு கல்யாண ஏற்பாட்டுல மாட்டிண்டு இப்போ ஒண்ணும் இல்லேனு ஆனப்புறம் இடிஞ்சுதான் போயிருக்கான்... சும்மா கெடந்த சங்கை ஊதிக்கெடுத்தானாம் ஆண்டின்னு

இல்லே ஆயிடுத்து! அந்தப் பொண்ணு, இந்தக் கல்யாண ஏற்பாடு பண்றத்துக்கு முன்னாடியே சொல்லக்கூடாதோ? ம்... எல்லாம் தலையெழுத்து! கிச்சாமி இப்பத்தான் கொஞ்சம் தலையெடுத்து நன்னா இருக்கார்னு நினைச்சுண்டிருந்தேன்... மறுபடியும் இப்படி அடிச்சுப் போட்டுத்தே! சரி, நா ரெண்டுநாளும் கூடவே நின்னு சங்கரன், அம்பி இவாள வெச்சிண்டு சமாளிச்சுக்கறேன். நீ முடிஞ்சா ஒரு நடை வந்து எட்டிப் பாத்துட்டுப் போ..."

பேசிக்கொண்டே வெளியேறினவரின் பின்னோடு சேதுவும் நடந்தான்.

ஜட்ஜுக்காக அவர் வீட்டில் காத்திருந்து, வந்ததும் காலில் விழாத குறையாய்க் கெஞ்சி, நிச்சயம் ஒரு சீட் வாங்கி இரண்டே நாளில் தந்துவிடுவதாக அவர் கொடுத்த வாக்குறுதியை வாங்கிக்கொண்டு சேது வீடு திரும்பியபோது, வெயில் மறையத் தொடங்கியிருந்தது.

குழந்தைகள் பள்ளியிலிருந்து வந்திருந்தார்கள்.

குமார் முகத்தில் சோகம் அப்பிக்கிடக்க, சுந்தரியும், மங்களமும் அழுது சிவந்த கண்களோடு...

"ஏண்டா இப்படி நிக்கறே, குமார்? அவா ரெண்டு பேரும் ஏன் அழறா? பசிக்கறதா? சித்த இருங்கோ, ஒரு வாய் காபி தரேன்.... டிபன் ஒண்ணும் செய்ய முடியல்லே இன்னிக்கு... காசு குடுக்கறேன், போய் பன்னோ, ப்ரட்டோ வாங்கிச் சாப்பிடுங்கோ..."

"எங்களுக்கு ஒண்ணும் பசிக்கலை... ஒரு காசும் எங்களுக்கு வேண்டாம்..."

"பசிக்கலையா? அப்ப என்னத்துக்கு இப்போ அழுகை?"

"ஏன் மாமா, இந்தத் தாத்தா இப்படி ஆயிட்டா? நாங்க ஸ்கூல்லயிருந்து வந்ததும் அவர்கிட்ட போய், 'ஏன் தாத்தா, உங்களுக்கு உடம்பு சரியில்லையொ'னு கேட்டோம்... இதுல என்ன தப்பு, மாமா? 'அதப் பத்தி உங்களுக்கு என்ன? நீங்கள்லாம் எங்க சுத்திட்டு வரேள்?'னு அதட்டினார். நாங்க ஸ்கூலுக்குத்தான் போயிட்டு

வேரோம்னு சொன்னதுக்கு அவருக்கு ரொம்பக் கோவம் வந்துடுத்து..... 'பொய்யாச் சொல்றேள்? எல்லாருமா சேர்ந்து என்னை ஏமாத்தறேள்... இனிமே யாரும் இந்த வீட்டைவிட்டு வெளில போப்படாது. யாராவது போனா காலை முறிச்சுடுவேன்'னு கத்தறார். சுந்தரியும், மங்களமும் வெச்சிருந்த புஸ்தகப்பையை எடுத்து 'உங்களுக்கெல்லாம் என்னத்துக்குடி படிப்பு?'னு கத்திட்டு புஸ்தகத்தை எடுத்துக் கிழிச்சுப் போட்டுட்டார்... இப்பத்தான் புதுசா வாங்கின புஸ்தகம் எல்லாம்... மறுபடியும் வாங்கணும்னு காசு கேட்டா அதுக்கும்தான் கோச்சுப்பார். தாத்தாக்கு என்ன ஆயிடுத்து, மாமா?"

சேது பதில் பேச வாயின்றி தலையைக் குனிந்து கொண்டான்.

கிச்சாமியின் வேதனையும் ஆத்திரமும் தீவிரமாகிக் கொண்டு வருவதைப் புரிந்துகொண்டும், இதுகுறித்து எதுவும் செய்ய இயலாத கையாலாகாத்தனம் எரிச்சலைக் கிளப்பியது.

இனி எப்படித்தான் கிச்சாமியை சரி செய்வது?

யார்தான் அவருக்கு இந்த உலக ஞாபகத்தை வரவழைக்கப் போகிறார்கள்?

யோசித்துப் பார்த்தும் எதுவுமே புரியாமல் போக, சேது குழந்தைகளைச் சமாதானப்படுத்தினான்.

"தாத்தாவுக்கு உடம்பு சரியில்லைடா, குமார்... ஒரு வாரம் போனா தானே சரியாப் போயிடும்... அதுவரைக்கும் அவருக்குக் கோபம் வர மாதிரி யாரும் நடந்துக்காதீங்கோ! முதல்ல போய் வயத்துக்கு ஏதாவது சாப்பிடுங்கோ... அப்பறம் ஓசைப்படாம வந்து பாடத்தைப் படிச்சுட்டு பேசாம இருங்கோ... இந்தாடா குமார்! இந்தக் காசு எடுத்துண்டு போய் எதையாவது வாங்கிண்டு வந்து இவாளுக்குக் குடுத்துட்டு நீயும் சாப்பிடு..."

பாக்கெட்டிலிருந்த ரூபாய் நோட்டை குமாரிடம் நீட்டிக் கொண்டிருக்கையிலேயே கிச்சாமி பின்னால் வத்து நின்றார்.

ரூபாய் நோட்டை சரக்கென்று பறித்துக் கொண்டவர், சேதுவைப் பார்த்துக் கத்தினார்.

"என்னத்துக்குடா இப்போ பணத்தைக் குடுத்தனுப்பறே?"

"இல்லே அத்... அத்திம்பேர்... வந்து... குழந்தைகள் ஏதாவது வாங்கிச் சாப்பிடட்டுமேன்னுதான்..."

"என்னத்த வாங்கிச் சாப்பிடறது? காசக் குடுத்துக் குடுத்துக் குழந்தைகளைக் கெடுக்கறியா நீ? படவா... ஏதுடா உனக்குக் காசு? எனக்குத் தெரியாம எடுத்தியா? எடுத்தியம் என்ன எடுத்தியா, திருடினியா? நாய் மாதிரி ஒரு மனுஷன் உழைச்சு சம்பாதிச்சா, அவனை ஏமாத்திட்டுக் கொத்திப் பிடுங்கறத்துக்குன்னு எல்லாரும் காத்துண்டிருக்கேளா.... என் காச இனிமே இப்படி எடுப்பியா? என்னைக் கேக்காம தொடுவியாடா, படவா... சொல்லு, ஏதுடா காசு உனக்கு?"

பேசிகொண்டே ஆத்திரத்தோடு சேதுவின் சட்டைக் காலரைப் பிடித்து உலுக்க, சேது செய்வதறியாமல் விழித்தான்.

"என்னடா திருட்டு முழி முழிக்கறே? எங்கிட்டேயிருந்து தானே எடுத்தே? எவ்வளவுடா எடுத்தே? சொல்லேண்டா பாவி..."

"இல்... இல்லே அத்திம்பேர்... நா ஒண்ணும் எடுக்கலை... இந்த வாரம் சினிமா பாக்க வெச்சுக்கோடா...'னு நீங்கதானே அன்னிக்குப் பணம் குடுத்தேள்? அது அப்படியே இருக்கு... நான்தான் சினிமாவே..."

"நிறுத்துடா ராஸ்கல்... சினிமா பாக்கணுமா சினிமா! இனிமே சினிமாகினிமானு ஏதாவது சொன்னியோ, நாக்க அறுத்துடுவேன்! உன்னை இப்படிக் கண்டிக்காம விட்டுத்தான் வீடே நாறிப் போயிடுத்து... எப்ப பாத்தாலும் சினிமா பாத்துப் பாத்துத்தான் வீட்டையே நாசமாக்கி வெச்சிருக்கே... உன்னைப் பாத்துத்தானேடா அந்த தடிச்சிறுக்கி சினிமா சினிமான்னு அலைஞ்சா? நீ தானேடா அவளுக்குக் கத்துக் குடுத்தே... நீ தானேடா அவளை ஓடிப்போக வெச்சே... நீ தானேடா எல்லாத்துக்கும் காரணம்? ஒண்ணுத்துக்கும் பிரயோஜனமில்லாத

அடிமுட்டாள்... என் கழுத்தை அறுக்கறதுக்குன்னே வந்து வாய்ச்சிருக்கியே... இப்போ திருப்தியாடா? உன்னால என் குடும்பமே அழிஞ்சுப் போச்சேடா... போச்சே.... போச்சே... எல்லாம் போச்சே..."

எங்கேயோ ஆரம்பித்து எப்படியெல்லாமோ கிச்சாமி கத்தத் தொடங்க, ஒரு வினாடி புரியாமல் விழித்த சேது மறுவிநாடி திடுக்கிட்டான்.

என்ன சொல்கிறார் இவர்?

இதுவரை நடந்தது அத்தனைக்குமே நான்தான் காரணம் என்கிறாரா?

சின்னப்பாப்பா ஓடிப்போனதுக்கும் நான்தான் காரணமா?

என்... என்னது இது!

அர்த்தமில்லாத வார்த்தைகளை இலக்கில்லாமல் கொட்டிக் கொண்டிருந்தவர், இப்போது இப்படிச் சொல்கிறார் என்றால், என்ன அர்த்தம்?

ஐயோ... மனதால்கூட அத்திம்பேருக்கு நான் தப்பு நினைக்கவில்லையே?

ஓடிந்து ஓடிந்து போய்க்கொண்டிருக்கும் குடும்பத்தை எப்படியாவது எழுப்பி நிற்க வைத்துவிட வேண்டும் என்றுதானே தினமும் முயற்சி செய்து கொண்டிருக்கிறேன்?

ஐயோ... நினைக்க நினைக்கத் தாங்கமுடியாமல் போக, குழந்தைகளையும், கிச்சாமியையும் அப்படியே விட்டுவிட்டு சேது வெளியே ஓடினான்.

எப்போதும் எந்தச் சூழ்நிலையிலும் அபயம் தரும் அலமேலும்மாவைத் தேடிப்போய், கோயிலுக்குக் கிளம்பிக் கொண்டிருந்தவரின் முன் சடக்கென்று தரையில் அமர்ந்தான்.

பார்வை மிரண்டு போயிருக்க, கண்களிலிருந்து நீர் கோடு போட்டுக்கொண்டே கீழிறங்கியது.

"எ... என்னடா சேது? என்னாச்சு? ஏன் இப்படி அழறே...?"

"சொல்லு சேது... என்னாச்சு? மாமா ஏதாவது கோச்சுண்டாரா?"

அழுகையும் குழறலுமாய் சேது சொல்லி முடிக்க, அலமேலும்மா வாய் திறக்காமல் கேட்டுக்கொண்டாள்.

"நீங்களே சொல்லுங்கோ, அலமேலும்மா... நா அப்படியெல்லாம் செய்யக் கூடியவனா? நா போய்த் திருடுவேனா? என்னாலேயா சின்னப்பாப்பா ஓடிப்போனா? நாந்தான் எல்லாத்துக்கும் காரணமா...

என்னப் பாத்து.... என்னப் பாத்து அப்படிச் சொல்லிட்டாரே அத்திம்பேர்! எனக்கு சினிமா பாக்கப் புடிக்கும்தான்... ஆனா, அதுக்காக... அதுக்காக... இப்படியெல்லாம் அபாண்டமா சொல்லலாமா? என்னமோ தெரியலை... சின்ன வயசிலேர்ந்தே அப்படியொரு சினிமா ஆசை... சனியன்... விட்டுத் தொலைக்கணும்னுதான் பாக்கறேன்... முடியல்லியே! ஆனா, அத்திம்பேரே பணம் குடுத்தாதான் சினிமாக்குக்கூடப் போவேன்... இன்னிவரைக்கும் கை நீட்டி ஒரு காசு நா எடுத்ததில்லை, தெரியுமா? சினிமாக்குன்னு அத்திம்பேர் குடுக்கற காசுலகூட அப்பப்போ மிச்சம் பிடிச்சு வெச்சிருக்கேன், அலமேலும்மா... சின்னப்பாப்பா கல்யாணத்தப்போது அத்திம்பேர்கிட்ட குடுத்துடணும்னு நினைச்சுண்டிருந்தேன்... அவ ஒரு தரித்திரம், இப்படி ஓடிப்போயிட்டு எல்லாரையும் ஆட்டிவைக்கறா! நா என்ன செய்வேன், அலமேலும்மா?"

அலமேலும்மா அமைதியாய் புன்னகை புரிந்தாள்...

நிறுத்து சேது, உன் புலம்பலை... இப்போ மாமா என்ன சொல்லிட்டார்னு நீ இப்படிப் பேசறே? இத்தன நாளா உன்னை ஏதாவது ஒரு வார்த்தை தப்பா பேசி இருப்பாரா அவர்? இப்போ அவருக்கு மனசு சரியில்லை, உடம்பும் சரியில்லை... அதப் புரிஞ்சுண்டு பேசாம இருப்பியா, என்னமோ புலம்பறியே! திருடினெனு அவர் சொல்லிட்டா, உடனே அது நிஜமாயிடுமா?

உன்னப் பத்தி உனக்கே தெரியாதா? இல்லே, மாமாக்குத்தான் தெரியாதுன்னு நினைக்கறியா? என்னமோ போறாத காலம், அவர் இப்படி புத்தி பேதலிச்சுப் போயிருக்கார்... மத்தியானம் என்னக் கூடத்தான் கத்தினார்... நா உடனே கோச்சுண்டு திரும்பிப் போனா எப்படி? ஒரு நாலு நாள் விட்டுப் புடிச்சா, எல்லாம் சரியாப் போயிடும். இந்தப் புள்ளை இப்படி அசடா இருக்கே, இதுக்கு ஒரு வழி பண்ணலையே'னு உன்னப்பத்தி அடிக்கடி எங்கிட்ட பேசுவார் மாமா... உம்மேல அத்தனை அக்கறை வெச்சிருக்கறவர், வேணும்னு இப்படிச் சொல்லுவாரா? யோசிச்சுப்பாரு! அவர் தன் நிலையிலியே இல்லே... கொஞ்சம் ஆறிப்போய் திரும்பி வந்துட்டார்னா அப்பறம் எல்லாம் சரியாப் போயிடும். அதுவரைக்கும் அவர் என்ன சொன்னாலும் காதுலியே போட்டுக்காதே... அடிச்சாக்கூட பட்டுக்கோயேன்.... என்ன குறைஞ்சுடுத்து இப்போ! போய் வேலையப்பாரு... மனசத் தளரவிடாம இரு..."

ஆனால், மனசு வேதனை கொஞ்சம் ஆறினபின் திரும்பிப் பழைய நிலைக்கு வந்துவிடுவார் என்று அலமேலும்மா அத்தனை நம்பிக்கையோடு சேதுவைச் சமாதானப்படுத்தியதும், அவள் சொல்வது உண்மைதானே, இது என்ன பைத்தியக்காரக் கோபம் என்று சேது சமாதானமானதும்கூட, ரொம்ப சீக்கிரமே பொய்த்துத்தான் போனது.

அத்தியாயம் 13

"**நா**ணா!"

கையில் மருந்து சாம்பிள்கள் அடங்கின பையுடன் நடந்துகொண்டிருந்த நாணா நின்றான்.

சுற்றும் முற்றும் பார்த்தான்.

ஏழரை மணிக்கு நன்றாகவே இருட்டியிருந்தது.

யாரையும் பார்க்க முடியாமல் போக, தொடர்ந்து நடக்க ஒரடி எடுத்தவனை, "நாணா!" என்ற குரல் மீண்டும் தடுத்தது.

"இங்க இருக்கேன்... நாந்தான்."

குரல் ஒலித்த திசையில் பார்வையை வீசியபோது, பிள்ளையார் கோயில் தூண்மேல் சாய்ந்து கொண்டு மறைவாக அமர்ந்திருந்த அலமேலும்மா தெரிந்தாள்.

"அலமேலும்மா?"

"ஆமாம்பா. நானேதான். ஆத்துக்கு அவசரமாப் போகணுமா?"

நாணா திரும்பி நடந்து அவள் அருகில் வந்து நின்றான்.

"அப்படியொண்ணும் தலைபோகிற காரியம் எதுவுமில்ல, அலமேலும்மா..."

"அப்ப... சித்த உக்காரேன். உன்னண்ட கொஞ்சம் பேசணும்..."

அந்தத் தெருமுனையில் இருந்த முச்சந்தி பிள்ளையார் கோயில் அது. பெயர் சின்னப்பிள்ளையார் கோயில். சுமார் நாற்பது ஐம்பது வருஷங்களுக்கு முன்னால் அந்தத் தெருவில் வாழ்ந்த கருமிப் பணக்காரர் ஒருவர், 'பிள்ளை பிறந்தால் உனக்குக்

கோயில் கட்டுகிறேன்' என்று வாய்த்தவறி பிள்ளையாரிடம் வேண்டிக்கொண்டு விட்டாராம். நினைத்த நினைப்பில்லாமல் மனைவியின் நாற்பதாவது வயசில், வேண்டியது நடந்துவிட, உள்ளங்கை அகலத்துக்கு தெருமுனையில் இடத்தை வாங்கி, அதில் மனசே ஆகாமல் சாண் உயரத்துக்கு சிலையை வெட்ட வெளியில் பிரதிஷ்டை பண்ணியதையும், பின்னர் பிள்ளையாரின் சக்தியை உணர்ந்து தெரு ஜனங்கள் ஒன்றுகூடி துளித்துளியாக கர்ப்பக்கிரகத்தையும் வெளி மண்டபத்தையும் கட்டியதை அம்மா ஆதிநாள்களில் கதைகதையாகச் சொல்லி நாணா நிறையவே கேட்டிருக்கிறான்.

நாணா கையிலிருந்த பையைத் தூரணை ஒட்டி வைத்தான். படி வழியாக ஏறாமல், லேசாக எம்பி அலமேலும்மாவிடமிருந்து நாலடி தள்ளி உட்கார்ந்தான். முழுசாய் ஒரு நிமிடம் மௌனத்தில் நகர்ந்தது. பேச்சுக்குரல் காதில் விழுந்த தினுசில் கர்ப்பக் கிரகத்தில் இருந்த குருக்கள் வெளியே எட்டிப் பார்த்தார்.

நாணாவை அடையாளம் புரிந்துக்கொண்டு லேசாகப் புன்னகைத்தார்.

"ஊர்ல இல்லேன்னு சொன்னாளே!"

"ஆமா... ஒரு வாரமா இல்லே... ஆந்திரப் பிரதேசத்துக்குப் போயிருந்தேன். கார்த்தாலதான் வந்தேன்..."

அதற்குமேல் என்ன பேசுவது என்று புரியாதமாதிரி அப்படியே சில கணங்களுக்கு நின்றுவிட்டு, "சரி, அப்பறமா பார்க்கலாம்..." என்ற குருக்கள், விட்டுவிட்டு வந்த கைக்காரியத்தைத் தொடர திரும்பிப் போனார்.

காதருகில் கொசு ஒன்று சண்டித்தனத்துடன் துரத்தத் துரத்தப் பாடியது.

கையால் அதை விரட்டியயடி நாணா தலையைத் திரும்பி அலமேலும்மாவை ஏறிட்டான்.

எது குறித்து பேச விரும்புகிறாள் என்பதைக் கொஞ்சம் கிரகிக்க முடிந்தாலும், அவராகவே பேச்சை ஆரம்பிக்கட்டும் என்று காத்திருந்து விட்டு, அவர் தொடங்கும் வழியாக இல்லாததால் சின்னக்குரலில் கேட்டான்.

"என்னமோ பேசணும்னேளே...?"

அலமேலும்மா நீளமாய் பெருமூச்சு ஒன்றை வெளியிட்டாள்.

"பேசணும்தான்... ஆனா, அலைஞ்சு திரிஞ்சுட்டு ஆபீஸ்லேந்து வந்திருக்கற பிள்ளைய, ஒரு வாய் காபி குடிச்சுட்டு அக்கடானு உட்காரவிடாம தொந்தரவு பண்ணறோமேனு கஷ்டமாயிருக்கு..."

நாணா சப்தமில்லாமல் சிரித்தான்.

"அப்படி ஒண்ணும் நா கொலைப்பட்டினி கெடந்துட்டு வரலை, அலமேலும்மா... நாலு மணிக்குக்கூட ஒரு தரம் காபி குடிச்சிருக்கேன்... சொல்லுங்கோ... என்ன விஷயம்?"

"வேற என்னப்பா.... எல்லாம் நம்மாத்தப் பத்திதான்... அப்பா வாச வராந்தாவிலேயே உக்காந்திருக்கறதால உங்கிட்ட மனசுவிட்டுப் பேச முடியாது. எங்காத்துக்கு அழைச்சுண்டு போய்ப் பேசினாலும் அவர் மனசு இருக்கற இருப்பில ஒண்ணு கிடக்க ஒண்ணு நினைச்சுக்கலாம்... அதான் இங்க உக்காந்துண்டா உன்னை எப்படியும் பாத்துடலாம்னு சாயங்காலம் ஆறு மணிலேந்தே காத்துண்டிருக்கேன்."

அவளே தொடர்ந்து பேசட்டும் என்கிற ரீதியில் நாணா பதில் பேசாதிருந்தான்.

அலமேலும்மா குரலைத் தழைய விட்டாள். "அவளப்பத்தி ஏதாவது தெரிஞ்சுதா? இன்னிக்கு ஆபீஸ் போகப் போறேனு சேது சொன்னானே!"

"ம்ம்.... ஆமா... கார்த்தால ஆபீஸுக்குப் போறப்ப மனச திடப்படுத்திண்டு ட்ரான்ஸ்போர்ட் மானேஜர் ஆத்துக்கும் போயிருந்தேன். நடந்தது நடந்துடுத்து... இப்ப அவா எங்க இருக்காணு தெரியுமா?'னு கேட்டேன். 'எந்த ஒடுகாலிகளப்

பத்தியும் எங்களுக்கு ஒண்ணும் தெரியாது. வெக்கம், மானம் இல்லாதவங்க யாரும் படியேறி எதுவும் பேச வேண்டாம்'னு மூஞ்சில அறைஞ்ச மாதிரி சொல்லிட்டா... ஆனா..."

அவன் முடிக்குமுன் அலமேலும்மா ஆதங்கத்துடன் குறுக்கிட்டாள்.

"என்னத்துக்காக தனக்குத்தான் நாக்கும், வாயும் இருக்குனு இப்படி வார்த்தைகளை வாரிக்கொட்டி மத்தவா மனசை நோக அடிக்கறாளோ. துக்கமும், அவமானமும் அவாளுக்கு மட்டும்தானா? நமக்கு இல்லியா? யோசிக்காம என்ன பேச்சு இது?"

"அவாளுக்குத் தெரிஞ்சது அவ்ளோதான் அலமேலும்மா! விட்டுடுங்கோ... சரி, நா சொல்ல வந்தத நீங்க பூரா கேக்கலியே... ஆபீஸுக்குப் போனேனா, அங்க அக்கௌண்டன்ட் ஒரு மெஸேஜ் குடுத்தார். அழகப்பன் - அதான், சின்னப்பாப்பா எவனோட போனாளோ அவன் போன் பண்ணதாவும், என்னைக் கேட்டதாவும், நா நேர்ல போயிருக்கேன்னு தெரிஞ்சதும் ஒரு விலாசத்தக் குடுத்து 'நாணா வந்ததும் இதைத் தந்து, ஒரு தரம் முடிஞ்சா வரச்சொல்லுங்கோ'னும் சொன்னானாம்."

"யாரு... யாரு? சின்னப்பாப்பாவை அழைச்சுண்டு போனவனா உன்னை வீட்டுக்கு வரச் சொன்னானாம்?"

"அவனேதான்.... கேட்டதும் முதல்ல எனக்கும் ரொம்ப ஆச்சர்யமா இருந்தது... அப்பறம், ஏதாவது ஏடாகூடமா நடத்திருக்குமோ... அதான் அவனாவே வலிய போன் பண்ணியிருக்கானோ-னு பயமாகூட ஆயிடுத்து..."

"அப்பறம்?"

"சேதியக் கேட்டதிலேருந்து இருப்புக் கொள்ளவேயில்லை அலமேலும்மா... என்ன விஷயம்னு தெரிஞ்சுண்டுட்டா தேவலைபோல இருந்தது... சாயங்காலம் வரை தாங்காதுனு தோணினதால மத்தியானத்துக்கு மேல அரை நாள் லீவு போட்டுட்டு அந்த விலாசத்தைத் தேடிண்டு போனேன்..."

இப்போது அலமேலும்மா முன்னால் சாய்ந்து பரபரப்பாகக் கேட்டாள்.

"அவளப் பாத்தியா?"

"அவளப் பாத்தேன். அவனையும் பாத்தேன். எலிப் பொந்து மாதிரி ஒத்தை அறைல, கோடம்பாக்கம் பிரிட்ஜ் தாண்டி ஒரு இடத்துல, குடித்தனம் பண்ணிண்டு இருக்கா அலமேலும்மா..."

வாயில் வார்த்தைகள் சிக்கிக்கொண்டு விட்ட மாதிரி அலமேலும்மா 'அ...அ...' என்றாள்.

"இங்கேந்து போறதுக்கு முன்னாலேயே திட்டம் போட்டு அந்த ஜாகைய அழகப்பன் பிடிச்சிருக்கான். 'எங்காத்துக்கு வந்ததும் சாமி படத்துக்கு முன்னால் நின்னு அவர் தாலி கட்டி என்னைப் பொண்டாட்டியா ஏத்துண்டப்புறம்தான் நாங்க ஒண்ணா வாழ ஆரம்பிச்சோம், மாமா'னு சின்னப்பாப்பாவே என்கிட்ட சொன்னான்னா, பாத்துக்கோங்களேன்!"

அலமேலும்மா கையைத் தட்டி முகவாயில் வைத்துக்கொண்டாள்.

"ஆனாலும் இந்தச் சின்ன வயசுல இந்தப் பொண்ணுக்குத் துணிச்சல் அதிகம்தான், நாணா..."

"கண்டபடி சீரழியாம, தாலியக் கட்டச் சொல்லி ஆம்படையான், பொண்டாட்டியா குடித்தனம் பண்ணறதுக்கு துணிச்சலோடு, புத்திசாலித்தனமும் வேணும், அலமேலும்மா... நிஜமாச் சொல்றேன், நா நினைச்சதைவிட சின்னப்பாப்பா கெட்டிக்காரியாதான் இருக்கா..."

"அப்போ? நடிக்கப் போறேன்னு, சினிமாக் கம்பெனில சேர்ந்துடப் போறேன்னு லெட்டர் எழுதி வச்சுட்டுப் போனது எதுக்காக?"

"அதுவும் நிஜம்தான்... அழகப்பனோட சினேகிதன் உதவி டைரக்டரா இருக்கானாம். சின்னப்பாப்பாவுக்கு ஸ்க்ரீன் டெஸ்ட் பண்ணிப் பாத்துட்டு..."

அவனை முடிக்கவிடாமல் அலமேலும்மா கரிசனத்துடன் வினவினாள்.

"ஸ்க்ரீன் டெஸ்டா? அப்படின்னா... இங்கேயிருந்து போறப்போ நன்னாதானே நாணா இருந்தா? திடும்னு பத்து நாள்ல உடம்புக்கு என்ன வந்திடுத்து?"

அவளது அறியாமை வேடிக்கையாய் இருக்க, நாணா வாய்விட்டுச் சிரித்தான்.

"உடம்புக்கு ஒண்ணுமில்ல, அலமேலும்மா... சினிமாவுக்கு ஏத்த முகமான்னு பாக்க டெஸ்ட் எடுப்பா... அதான் ஸ்க்ரீன் டெஸ்ட்...!"

"ஏதோ ஒண்ணு. கண்காணாம போயிட்டாலும் நன்னா இருந்தா சரி..."

அரை நிமிஷம் ஏதோ யோசனையுடன் சும்மா இருந்த அலமேலும்மா நினைத்துக்கொண்டு கேட்டாள்.

"உன்னை எதுக்கு வரச் சொன்னாளாம்... அதச் சொல்லவேயில்லையே...?"

"எல்லாரும் நினைக்கற மாதிரி ஓடிப்போய் சீரழியாம மனசுக்குப் பிடிச்சவனோட, பிடிச்ச விதத்துல வாழறதை என்னண்ட சொல்லத்தான்..."

"இத முன்கூட்டியே அழகா உங்கப்பாகிட்டயும் ட்ரான்ஸ்போர்ட் மானேஜர் ஆத்துலேயும் தாங்களே சொல்லிட்டுப் போயிருக்கலாமே! எதுக்காக ஊர் சிரிக்க ராவோட ராவா ஓடணும்?"

"சொன்னா போக விட்டிருப்போமா, அலமேலும்மா? யோசனை பண்ணிப் பாருங்கோ... சின்னப்பாப்பா சொல்ற மாதிரி மேஜர் ஆகாத பொண்ணு, அவன் வேற ஜாதி... அது இதுனு சொல்லி ரூம்ல வச்சுப் பூட்டியிருப்போம். அழகப்பன் ஆத்துலயும் பெரிய ரகளைதான் நடந்திருக்கும்..."

"அப்ப... அவா செஞ்சத சரின்னா நீ ஒத்துக்கறே?"

"சரினு ஒத்துக்கலை. ஆனா வேற எப்படி நினைச்சுப் பாக்கறது சொல்லுங்கோ? ரெண்டு பேரும் ஆத்தவிட்டுப் போயி, தனியா வாழ ஆரம்பிச்சுட்டா... சினிமால நடிக்கிறதுல தீவிரமா இருக்கா... இத நாம் திருத்த வந்தாலும் கேட்டிருக்க மாட்டா... கன்னா பின்னான்னு ஒரு நாளைக்கு ஒரு விதமா இருக்கறதைவிட, தாலியக் கட்டிண்டு ஒழுங்கா குடித்தனம் பண்ணிண்டு, ஆம்படையான் சப்போர்ட்டோட நடிச்சுண்டும் இருக்கறது தேவலைனுதான் தோண்றது... 'இன்னிக்கு எங்களைப்பத்தி அசிங்கமா எல்லாரும் பேசத்தான் செய்வாங்க! சினிமாவுல நடிக்கறது பஞ்சமா பாதகமா என்ன? நடிச்சுக்கிட்டு, அதே சமயத்துல ஒழுங்கா வாழ்ந்துகிட்டும் இருந்தா இன்னிக்கு வாயாடறவங்க நாக்கெல்லாம் நாளைக்குத் தானே அடங்கிப் போயிடாதா? இன்னும் சொல்லப் போனா சின்னப்பாப்பா பிரபலமாகி எங்க கையில நாலு காசு சேர்ந்திடுச்சின்னா, ச்சீச்சீன்னு ஒதுக்கறவங்க எல்லாம் உறவு மனுஷங்கனு வலிய வந்து ஒட்டிப்பாங்க. அதுல எனக்கு நம்பிக்கை இருக்கு'னு அந்த அழகப்பன் ஆணித்தரமா பேசினப்போ, 'பரவாயில்லை. கடவுளுக்குக் கருணை இருக்கு, நல்ல ஆண் ஒருத்தர்கிட்டத்தான் சின்னப்பாப்பாவை ஒப்படைச்சிருக்கார்'னு சந்தோஷமாக்கூட இருந்தது, அலமேலும்மா..."

அவன் பேசுவதைக் குறுக்கே ஒருவார்த்தை பேசாமல் கேட்டுவிட்டு அலமேலும்மா, "முருகா... என்னப்பனே..." என்று முனகியபோது, அந்தக் குரலில் கொஞ்சம் நிம்மதி வந்திருப்பதை நாணாவால் உணர முடிந்தது.

"போறது போ... நடக்கக்கூடாத பயங்கரம் நடத்துட்டாப்பல உங்கப்பா இடிஞ்சுபோயிருக்கறத தேத்தற மாதிரி சேதி கொண்டுவந்திருக்க... உங்கப்பாகிட்ட இதச் சொல்லப் போறேதானே?"

"பின்னே? கட்டாயம் சொல்லத்தான் போறேன். ஆனா இதுக்கு எந்த அளவுக்குப் பலன் இருக்கும்னு எனக்குத் தெரியல,

அலமேலும்மா! சின்னப்பாப்பா ஓடிப்போயிட்டதுல குடும்ப மானம், கௌரவம் போயிட்டதா நினைச்சுதான் அப்பா இப்படி ஆடிப்போயிருக்கார்னே எனக்குத் தோணறது. இதுக்கு காலம் ஒண்ணுதான் மருந்து. தானா அப்பா தேறி, நாளைக்கு சின்னப்பாப்பா புருஷன், குழந்தை குட்டிகளோட ஒழுங்கா வாழறதைப் பாத்தா வேணா, மனசு மாறி அவள ஏத்துக்கலாம். மத்தபடி இப்போதைக்குக் குடும்பத்துல செத்துப்பார்னு எனக்குத் தோணல..."

"செத்துக்கறார், செத்துக்காம போறார்... அவ தன் வழிக்குச் சந்தோஷமா இருந்து, இவரும் மனக்கஷ்டத்துலேந்து மீண்டு வந்துட்டார்னா அதுவே போதும்! பிரமை புடிச்ச மாதிரி எட்டு நாளா அவர் உக்காந்துண்டிருக்கறதப் பாத்தா அடிவயித்தக் கலக்கறது... நீயும் ஊர்ல இல்லியா... சேதுவும் நானும் ரொம்ப பயந்துதான் போயிட்டோம் போ! ஆமா, நூறு வியாதிக்கு ஊருக்கெல்லாம் மருந்து சொல்றியே... உங்கப்பாக்கும் ஏதாவது குடுத்து சரிசெய்யக் கூடாதா நாணா? கார்த்தால வந்ததும் அவர் எப்படி இருக்கார்னு பாத்தேதானே?"

நாணா பதில் கூறும் முன்னர் குருக்கள் சந்நிதானத்திலிருந்து வெளியில் வந்தார்.

"மணி ஆயிடுத்து... நீங்க இன்னும் கொஞ்ச நாழி இருப்பேளா?"

"காத்து ஜிலுஜிலுன்னு வர்றது... நாங்க சித்த நாழி காத்தாட உக்காந்துட்டுப் போறோம். உங்களுக்கு நேரமாச்சுன்னா நீங்க கோயிலப் பூட்டிண்டு போங்கோ மாமா. எங்களுக்காகக் காத்துண்டிருக்க வேண்டாம்..."

அந்த வார்த்தைகளுக்காகவே காத்திருந்த மாதிரி குருக்கள் கர்ப்பக்கிரகத்தின் கதவுகளைப் பூட்டினார். சாவியை இடுப்பில் செருகிக்கொண்டார்.

"நாளைக்குப் பாக்கலாம்..." என்றபடி படிகளில் இறங்கி, தெருவின் இருட்டில் மறைந்து போனார்.

மேலே வந்து உட்கார்ந்த ஒரு விட்டில் பூச்சியை நாணா ஆள்காட்டி விரலால் சுண்டித் தட்டிவிட்டான்.

அலமேலும்மாவை நிமிர்ந்து பார்த்து நிதானமாகப் பேசினான்.

"ஆபீஸ்லேந்து என் டாக்டர் சினேகிதனோட போன்ல இதப்பத்திப் பேசினேன், அலமேலும்மா... 'எங்கப்பா இப்படி இருக்கார்... இதுக்கு வைத்தியம் பண்ணணுமா? வேணா உன்கிட்ட அழைச்சிண்டு வரட்டுமா?'னு கேட்டேன்... அவன் விவரமா கேட்டுட்டு, 'தேவையில்லை... இதுவும் ஒரு மாதிரியான டிப்ரஷன் மனச்சோர்வுதான். எதிர்பார்க்காத திடுசுல ஏமாத்தம் மனுஷாளத் தாக்கறப்போ, இப்படி பிரமை பிடிச்சால்ல ஆறது உண்டுதான். ரொம்ப வேண்டப்பட்டவர் திடும்னு செத்துப் போறபோது, வியாபாரத்துல நஷ்டம் வர்றபோது எல்லாம் சில பேர் இப்படித்தான் இடிஞ்சு ஒரு கூட்டுக்குள்ள போயிடறது சகஜம். ஆனா, பத்துப் பதினைஞ்சு நாள்ல தன்னால், 'இதுதான் உலகம், விதி, ரியாலிடி'னு புரிஞ்சு தெளிஞ்சுடுவா... கவலைப்பட வேண்டாம்'னு சொன்னான்."

"அப்போ? இப்போதைக்கு உங்கப்பாவை இப்படியே விட்டுடறதுதான் சரிங்கறியா? வைத்தியம் எதுவும் வேண்டாமா?"

"போன வாரத்துக்கு இந்த வாரம் அவர் நடத்தை மாறியிருக்குனு சேது சொல்றான் அலமேலும்மா... சாப்பிடாம, குளிக்காம, சிடுசிடுனு இருந்தவர், இப்போ தன்னால பொழுதோட குளிச்சிட்டுச் சாப்புட்டு வாச வராந்தால் உக்காந்துடறது இம்ப்ரூமெண்ட்தானே? என்ன, வெளில வாசல்ல போக மாட்டேங்கறார், யாரோடயும் சரியா பேச மாட்டேங்கறார்.... அதுதானே? சின்னப்பாப்பா மேல உண்டாயிருக்கற கோவத்த அவர் இப்படி வெளிகாட்டறார்னு என் சினேகிதன் சொல்றான்..."

"பகவான் புண்ணியத்துல கிச்சாமி சுருக்க பழைய கிச்சாமியா ஆனா சந்தோஷம்.... அவ ஓடிப்போன அவமானம் ஒருபக்கம்னா, இவர் இப்படிப் பேய் பிடிச்ச மாதிரி ஆனது

இன்னொரு பக்கம் தலையெடுத்து எல்லாரையும் ரொம்பத்தான் ஆட்டிவச்சுடுத்து போ..."

அப்பா வேதனை தாளாமல் சின்னக் குழந்தையாய் அடம்பிடித்து, மற்றவர்களை வருத்தி எடுத்ததை, கூட இருந்து சமாளிக்காமல் 'டூர்' என்கிற போர்வையில் அந்த வீட்டைவிட்டுப் போய்விட்டதை அலமேலும்மா குத்திக்காட்டவில்லை என்பதைப் புரிந்துக்கொள்ள முடிந்தாலும், தன் செய்கை தனக்கே வெட்கத்தை உண்டாக்க, நாணா தலையைக் குனிந்து கொண்டான்.

கீழுதட்டை அழுந்தக் கடித்து தன்னை ஆஸ்வாசப்படுத்திக் கொள்ள முயன்றபோது, திடுமென்று காலையில் சேது மிகுந்த வருத்தத்துடன், "சமாதானப்படுத்த வந்த அலமேலும்மாவைக்கூட தூக்கியெறிஞ்சு அத்திம்பேர் பேசிட்டார், நாணா.. 'உங்களுக்கென்ன ஒண்டிக்கட்டை... பிள்ளையா குட்டியா? என் வேதனை உங்களுக்கு எப்படிப் புரியும்.... பேசாம போங்கோ'னு தணல் தணலா வார்த்தைகளைக் கொட்டிட்டார்!" என்றது நினைவுக்கு வர, அப்பாவின் செய்கைக்கு மன்னிப்பு கேட்பது தன் கடமை என்ற உந்துதலுடன், தலையை நிமிர்த்தாமலேயே பேசினான்.

"என்ன பேசறோம்னு புரியாம உங்ககிட்டேகூட மனசு நோகப் பேசிட்டாராமே, அலமேலும்மா.... அவருக்காக நா உங்ககிட்ட மன்னிப்பு கேக்கறேன்... ஆனா, எதையும் பாராட்டாம, மறுபடியும் எங்க குடும்பத்துல ஒருத்தரா நீங்க இப்பப் பேசறதக் கேக்கறப்போ... எனக்கு... எனக்கு..."

அவன் பேசிக்கொண்டிருக்கையிலேயே அலமேலும்மா குரலை லேசாக உயர்த்தி அதட்டலாகச் சொன்னாள்.

"நன்னா மன்னிப்பு கேட்டே போ... இப்போ என்ன நடந்துடுத்துன்னு நீ இப்படி மாஞ்சுபோறே? மனுஷனா நாலுவிதமாவும்தான் நடந்துப்பா.... மனுஷர் நொந்து போயிருக்கறதக்கூடப் புரிஞ்சுக்க முடியலனா, அப்பறம் இத்தனை வருஷமா நகமும் சதையுமா நாம பழகறதுக்கு என்னதான் அர்த்தம் சொல்லு? சேது மனசு நோகற மாதிரிகூடத்தான் அவர்

நடந்துண்டார். இந்தக் காதுல வாங்கி அந்தக் காதுல விட்டுட்டு, குழந்தேள், வீடுன்னு மறுபடி அவன் லயிச்சுடலியா? அவனுக்கு இருக்கற விவேகம்கூட எனக்கு இல்லாட்டா எப்படி, நாணா?"

"சேது மனசு நோகற மாதிரியா? அவனண்டையும் கத்தினாரா?"

அலமேலும்மா வியப்புடன் கண்களை விரித்து விழித்தாள்.

"அப்போ? நாக்குல நரம்பு இல்லாம உங்கப்பா அவனை ஏசினதைப்பத்தி சேது ஒரு வார்த்தைகூடச் சொல்லலியா? என்ன பிள்ளை இவன்! துளி கோணல், வக்ரம் இல்லாம எப்படி மனச இத்தனை விசாலமா அவனால வச்சுக்க முடியறதோ! எல்லாரும் அவனை அசடு அசடுங்கறா... எனக்கென்னமோ அவன் கால் தூசுக்கு நாம யாரும் சமானமாக மாட்டோம்னே தோணறது! ம்ம்.... நன்னா இருக்கட்டும்... விசாலம் தெய்வமா இருந்து தம்பிய நன்னா வைக்கட்டும்! ம்ம்... நடராஜன் வந்துட்டுப் போனதைப்பத்தி சேது சொன்னானா?"

"ம்ம்..."

"மொத ரெண்டு ட்ரிப் ஐயோ பாவம்னு பரிதாபப்பட்டுட்டுத் தேமேன்னுதான் திரும்பிப் போனார். ஆனா அதுக்குமேல அவரால சும்மா இருக்க முடியல... அடுத்த தரம் வந்தப்போ 'வீட்டுக்கு வீடு வாசப்படி, கிச்சாமி. உமக்குத்தான் துக்கம்னு சுயபச்சாதாபத்தோட உக்காராம எழுந்து வேலைக்கு வாரும். மனுஷனுக்கு வாக்குச் சுத்தம் வேணும்... கை நீட்டி அட்வான்ஸ் வாங்கியிருக்கறத மறந்துட்டா எப்படி?'னு கொஞ்சம் கோவமாவே பேசிட்டுப் போனார் நாணா!"

"அவர் நிலை எனக்குப் புரியறது, அலமேலும்மா.... அப்பா மட்டும் சம்பந்தப்பட்ட விஷயமா இருந்தா எப்படியும் போகட்டும் போன்னு விட்டுடலாம். ஆனா, அப்பா இருக்கறது அந்த குருப்பையென்னா பாதிக்கறது! பேர் கெட்டுப் போயிட்டா, நாளைக்கு வருமானம் குறைஞ்சிடுமே! ஏகப்பட்ட போட்டா போட்டி இருக்கறப்போ அவர் கவலைப்படறது நியாயம்தானே?"

"நியாயம்தான். யார் இல்லேன்னா? உங்கப்பானா அதப் புரிஞ்சிக்கணும்?"

இதற்கு என்ன பதில் சொல்வது என்று புரியாமல் நாணா மௌனிக்க, அலமேலும்மா தொடர்ந்தாள்.

"உங்கப்பா பெரிய சம்சாரி, நாணா! ஆச்சுனு கையத்தட்டிண்டு அவரால் இருக்கமுடியும்னா சரி... ஆனா முடியாதே! அடுக்கடுக்கா இன்னும் மூணு பேரன், பேத்திகள் இருக்கே கரையேத்த! அதுகள் தலை எடுக்கற வரைக்கும் இவர் உழைச்சுத்தானே ஆகணும்! மாட்டேன் போ'னு கையக் கட்டிண்டு உக்காந்துட்டா, அந்தக் குழந்தைகள் கதி? அத நினைச்சுப் பாக்கணும் இல்லியா? இதெல்லாம் அவரண்ட யாராவது பக்குவமா எடுத்துச்சொல்லி, உசுப்பிவிட்டாத் தேவலை... ஆனா அப்படிச் சொல்ல நமக்கு யார் இருக்கா? இந்தச் சின்னப் பிள்ளையார்தான் கருணை காட்டணும்... ம்ம்! சரி, ஆபீஸ்லேந்து ஆஞ்சு ஒஞ்சு வந்த பிள்ளையை உக்கார வச்சுண்டு நா பேசினது போதும்... நீ கிளம்பு... போய் ஒரு வாய் சாப்புட்டு பொழுதோட படுத்துக்கோ! ராப்பகல் பாக்காம அலயறியே, அப்பப்ப ஒரு கை எண்ணெய் தேச்சுக்கறியோ, இல்லையோ? உங்கம்மா இருந்தா சனிக்கிழமை தப்பாம வெத்தல போட்டு எண்ணெய் காச்சி வச்சிண்டு, அழுந்தத் தேய்ச்சுக்கச் சொல்லுவா... கலகலனு ரசஞ்சாதமா சாப்பிடக் கட்டாயப்படுத்துவா... ஹூம்.. அவ ஒருத்தி இல்லாம குடும்பமே லோலோனு அல்லாடறது போ..." பேசிக்கொண்டே அலமேலும்மா எழுந்தாள். கசங்கிச் சுருட்டிக்கொண்டிருந்த புடவைத் தலைப்பை அவிழ்த்து ஒருதரம் உதறிச் செருகினாள். படி வழியாக இறங்கி நாணாவின் அருகில் வந்து நின்று, "போலாமா?" என்றாள்.

அவள் எழுந்துவிட்டதோ, கிட்டத்தில் வந்து கூப்பிடுவதோ காதில் விழாத மாதிரி நாணா யோசனையில் ஆழ்ந்திருந்தான்.

"நாணா...!"

"ஆ...?"

"கூப்பிடறது காதுல விழலியா? நாழியாச்சு, எழுந்திரு..."

நாணா பார்வையை உயர்த்தி, மங்கலான தெரு விளக்கு வெளிச்சத்தில் அலமேலும்மாவை அழுந்தப் பார்த்தான்.

புருவங்கள் முடிச்சுப்போட, கவனமாய்ப் பேசினான்.

"நடராஜன் வந்து கோச்சுண்டு போனதைப் பத்தியும், இன்னும் பேரன் பேத்திகளைக் கரையேத்த வேண்டிய பொறுப்பு அப்பாக்கு இருக்குனு நீங்க சொன்னதைப் பத்தியும் யோசனைப் பண்ணிப் பாத்தேன், அலமேலும்மா... அப்பா எதுக்காக வயசான காலத்துலேயும் உழைக்கணும், சொல்லுங்கோ? உழைச்சுக் களைச்சுப் போனவரை இன்னும் ஓடஓட விரட்டறது நியாயமா எனக்குப் படலை... நா ஒருத்தன் எதுக்கு இருக்கேன்? 'புத்ங்கற நரகத்துல விழாம பெத்தவாளைக் காப்பாத்தறது மட்டும் புத்ரனோட கடமை இல்ல... தன்னை உருவாக்கி, ஆளாக்கின பெத்தவாளைக் கடைசிக் காலத்துல உக்காரவச்சுப் பாத்துக்கறதும் அவன் கடமைதான். இன்னிக்கு நா ஒரளவு சம்பாதிக்கறேன்னா அதுக்குக் காரணம் அப்பாவோட உழைப்பு.... நா தலை எடுத்தப்புறமும் பொறுப்பை அவர் மேலேயே சுமத்தறது தப்பில்லியா? வேண்டாம். இனிமே அப்பாக்கு நடராஜனோட வேலை பாக்கச் சம்மதம் இல்லேன்னா, அவர் ஆத்தோட நிம்மதியா இருக்கட்டும்... குடும்பப்பொறுப்பை நா ஏத்துக்கறேன்... எனக்குக் கல்யாணம் கார்த்தி இதுலல்லாம் சுத்தமா ஆசை இல்ல... சீதாலஷ்மி, ராஜாமணி குழந்தைகளை என்னோட குழந்தைகளா மனசார ஏத்துண்டு, அவாளை நல்லவிதமா ஆளாக்கணும்னே நா விரும்பறேன். அம்மா போனப்பவும், தாங்கமாட்டாம மத்த கஷ்டங்கள் பண ரூபத்துலேயும் வந்தப்போல்லாம் எங்கப்பா என்ன சொல்லுவார் தெரியுமா, அலமேலும்மா? 'துன்பம் வர்றப்போ அதத் துணிச்சலோட எதிர்நோக்கி வாழ்ந்து காட்டறவன்தான் மனுஷன்... எல்லாம் பகவான் செயல்னு ஏத்துண்டு, நம்ம கடமையைத் தொடர்ந்து செய்யறதுலேயும் துளி கசப்பில்லாம வாழ்க்கையை எதிர் நோக்கறதுலேயும்தான் மிருகங்கள்லேந்து

நாம் வித்தியாசப்பட்டு நிக்கறோம்... நாம என்னிக்கும் மனுஷாளா இருக்கணும்... ராட்சசராகவோ, மிருகங்களாகவோ ஆயிடக்கூடாது. விழிப்போட இருக்கணும்'னு அழுத்தம் திருத்தமா சொல்லுவார், அலமேலும்மா! நா அவர் பிள்ளை. அப்போ அவர் நடந்துகாட்டினபடி இப்போ நானும் செஞ்சு காட்டினாத்தானே அவருக்கும் பெருமை... எனக்கும் பெருமை? இந்தச் சின்னப் பிள்ளையார் சாட்சியா சொல்றேன், அலமேலும்மா... எங்கப்பா உழைச்சது போதும்... இனிமே இந்தக் குடும்பம், குழந்தைகள் எல்லாம் சத்தியமா என் பொறுப்புதான்! நாளைக்கே நடராஜனைப் பாத்து 'இப்போதைக்கு எங்கப்பாவ எதிர்பாக்காதேங்கோ'னு சொல்லிடப் போறேன்... ஆபீஸ்ல 'ஏரியா மானேஜரா' ப்ரமோஷன் தர ரெடியா இருக்கா... மாசத்துல இருபத்தி அஞ்சு நாள் டூர்ல சோறு தண்ணி இல்லாம போக வேண்டிவருமேங்கற பயத்துல, வேண்டாம்னு மறுத்துண்டிருந்தேன். அந்த வேலைய ஒத்துண்டுட்டேன்னா, இருநூத்தும்பது ரூபா கூட வரும்... சேது ஆத்தப் பாத்துக்கட்டும்... நா மத்ததக் கவனிச்சுக்கறேன். அடுப்படிலேயும் நெருப்புச் சூட்டுலேயும் எங்கப்பா வெந்து அல்லாடினது போதும்... இனிமேலாவது... நா... நா..."

சட்டென்று நாணா லேசாக விசும்ப முற்பட, அலமேலும்மா அவனை நெருங்கி முதுகை இதமாகத் தடவிவிட்டாள்.

நாணாவின் பேச்சு, உண்மையில் புரட்டி எடுக்கப்பட்டு வந்ததைப் புரிந்துக்கொள்ள முடிய, அவள் கண்களிலும் நீர் கட்டிக்கொண்டது.

இரண்டு நிமிஷம் அப்படியே அமர்ந்திருந்து விட்டு, "விசாலம் புண்ணியவதி... அருமையான பிள்ளையத்தான் பெத்திருக்கா! நீ இருக்கற வரைக்கும் உங்கப்பாவுக்கு ஒரு குறையும் இல்ல! ம்... ம்... நாழியாச்சு நாணா... நீ கிளம்பு... நா பின்னாலயே வேரேன்" என்று அலமேலும்மா கூற, நாணா பையுடன் புறப்பட்டான்.

சொன்னபடி நாணா மறுநாளே நடராஜனைப் போய்ப் பார்த்தான்... அப்பாவுக்கு மனசும் உடம்பும் சரியாகும் வரை

அவரை எதிர்பார்க்க வேண்டாம் என்று பவ்யமாகக் கேட்டுக் கொண்டான். அப்பாவை நம்பி வாங்கிய அட்வான்ஸ் தொகை எவ்வளவு என்று சொன்னால், தான் வேணுமானால் அதைத் திருப்பித்தர முயல்லுவதாக அவன் சொன்னபோது மட்டும் நடராஜன் கண்கலங்கிப் போனார்.

"நீ அவருக்குப் பிள்ளையாவும், நான் வேத்தாளாவும் இருக்கலாம். ஆனா, ரத்த சம்பந்தம் இல்லேங்கறதுக்காக என்னை அந்நியப்படுத்திடாதே, நானா! ஒத்துண்ட வேலைகளைக் கச்சிதமா செய்ய முடியலைங்கற ஆதங்கத்தவிட, உங்கப்பா இப்படி மண்மேடா உக்காந்திருக்கறதப் பாக்கச் சகிக்காமதான் அன்னிக்கு ரெண்டு வார்த்தை காட்டமா பேசிட்டு வந்தேன்... அத உன்னால கூடவா புரிஞ்சுக்க முடியல? இப்போதைக்கு எதுவும் பேசாத... ஒரு மாசம் போகட்டும்... கிச்சாமி எப்படி இருக்கார்னு பாத்துண்டு மேற்கொண்டு பேசிக்கலாம்..."

அன்று இரவு அலமேலும்மாவிடமும் சேதுவிடமும், அப்பாவை வைத்துக் கொண்டேதான், மிகுந்த சந்தோஷத்துடன் நடந்த பேச்சு வார்த்தைகளை நானா விவரித்தான்.

மற்ற இருவரும் எதுவும் பதில் பேசாமல் அமர்ந்திருக்க கிச்சாமி மட்டும், "பின்னே? இத்தனை வருஷமா அண்ணன் தம்பி மாதிரி பழகின பழக்கம் சட்டுனு விட்டுடுமா என்ன!" என்று முனகிவிட்டு எதிர்ப்பக்கம் திரும்பிப் படுத்துக் கொண்டார்.

அடுத்து வந்த இரண்டு நாள்களில் ஆபீஸில் நானாதான் ஏரியா மானேஜர் வேலைக்குத் தயார் என்று சொன்னான்.

சேதுவுடன் உட்கார்ந்து வீட்டுக்கு ஆகும் செலவு என்ன என்பதை விவரமாகக் கேட்டுக் கொண்டான்.

குமாரை அழைத்து, "புது ஸ்கூல் நன்னா படிச்சுப் பேர் வாங்கணும்... அப்பதான் காலேஜ்ல ஸீட் சுலபமாக் கிடைக்கும். நாமெல்லாம் ஃபார்வர்ட் கம்யூனிடி... ஞாபகம் வச்சுக்கோ... நிறைய மார்க் வாங்கறது ஒண்ணுதான் நமக்கெல்லாம் வழி.

பாடத்துல சந்தேகம் இருந்தா குறிச்சு வச்சுக்கோ... நா ஊர்ல இருக்கிற நாள்ல சொல்லிக் குடுத்துடறேன்..." என்றான்.

மங்களம், சுந்தரியிடம், "எதுவானாலும் தாத்தாவைத் தொந்தரவு பண்ணாதீங்கோ... நா ஊர்ல இருந்தா என்னைக் கேளுங்கோ... இல்லாட்டா சேதுகிட்ட சொல்லுங்கோ... என்ன?" என்று பரிவுடன் கூறினான்.

நோட்டு ஒன்றை வைத்துக்கொண்டு தன் வருவாய்க்குள் கண்ணியமாய் குடும்பத்தை நடத்த முடியுமா? என்று திரும்பத் திரும்ப கணக்குப் போட்டுப் பார்த்தான்.

வரும் சம்பளம் போதுமா, போதாதா? அப்பா பழையபடி நிதானத்துக்கு வருவாரா? குழந்தைகளை நல்லவிதமாய் ஆளாக்குவதற்கு என்னென்ன செய்ய வேண்டும், எப்படியெப்படி திட்டமிட வேண்டும் என்றெல்லாம் சதாசர்வகாலம் யோசனை செய்வதிலேயே மூழ்கித்தான் போனான்.

இந்தப் பாழும் யோசனைதான் அவனைக் குழப்பியிருக்க வேண்டும். கவனக்குறைச்சலாய் செயல்பட வைத்திருக்க வேண்டும்.

இல்லாவிட்டால், பஸ்ஸிலிருந்து இறங்கினவன், எதிர்சாரியில் வாகனம் ஏதும் வருகிறதா இல்லையா என்றுகூட நிதானிக்காமலா சாலையைக் கடக்க முயற்சி செய்திருப்பான்?

முன்னால் நின்ற பஸ் கண் பார்வையை மறைப்பதை லட்சியம் செய்யாமல் அவசரம் அவசரமாய் வேகமாய் சாலையைக் கடக்க...

இரும்புக் கம்பிகளை ஏற்றிக்கொண்டு யாரைப் பற்றியும் கவலைப்படாமல் லாரி ஒன்று பிசாசாய் வர...

ஆமாம்... ஈவு இரக்கமில்லாத பிசாசுதான்.

இல்லையென்றால் அந்த மோதல் மோதி இருக்குமா, கண்மண் தெரியாமல்?

அட மோதினால்தான் என்ன? கைகால் போகக் கூடாதா? உயிரா போக வேண்டும்?

அத்தியாயம் 14

எல்லாம் முடிந்துவிட்டது.

கதை?

கனவு?

இல்லை, நீர்க்குமிழி?

இல்லை... இல்லை, அதுகூட இல்லை. கண்மூடித் திறக்கும் நொடியில் தோன்றி மறையும் வேறு ஏதாவதைத்தான் சொல்ல வேண்டுமோ?

யோசித்து யோசித்து மூளை குழம்பிப் போனமாதிரி சேதுவுக்குத் தோன்றியது.

பின்னே!

நாலாம் நாள் வரைக்கும் ஐந்தடி ஆறங்குல உயரத்தில், நூற்று முப்பது பவுண்டு எடையில், ஒரு சின்ன தலைவலி, கால்வலி என்று புகார் படிக்காமல், கண்ணெல்லாம் சிரிப்பாக மனசெல்லாம் அன்பாக வளைய வந்த நாணாவைக் கூடத்தில் கிடத்திகொண்டு வைத்து, எரித்து, பிடி சாம்பலாக்கி, சமுத்திரத்தில் கூடக் கரைத்தாகிவிட்டது என்றால் அதற்கு அர்த்தம்தான் என்ன?

இனி நாணாவை நாணாவை என்ன அவன் பதினைந்து நாள்களுக்கு ஒருமுறை வெட்டிப் போடும் நகத்துண்டைக்கூடக் கண்ணால் காண முடியாது என்றால், அதை நம்புவது யாருக்குத்தான் சாத்தியமாக இருக்கும்?

சட்டென்று சேதுவுக்குள் கோபம் குடுகுடுத்துக் கொண்டு பிரவாகமெடுத்தது.

என்ன சாமி, என்ன பூதம் வேண்டிக் கிடக்கிறது... இல்லை, என்ன மறுபிறவிதான் வேண்டிக் கிடக்கிறது?

'அரிது, அரிது, மானிடராய்ப் பிறப்பது அரிது' என்று பாடிவிட்டால் மட்டும் ஆயிற்றா?

பிறந்து, வளர்ந்ததற்கு அத்தாட்சியாக எதையாவது சாதிக்க வேண்டாமா?

அப்போதுதானே மனுஷனாய்ப் பிறந்ததற்கு அர்த்தம் உண்டாகும்?

நினைவு தெரிந்த நாளிலிருந்து கஷ்டங்களுக்கு மேல் கஷ்டமாய் அனுபவித்துவிட்டு, அப்பாடி இனிமேலாவது கொஞ்சம் மேல் மூச்சு வாங்கிக் கொள்வோம் என்று சன்னமாய் ஆஸ்வாசப்படுத்திக் கொள்ள முனைவதற்குள் மண்டைமேல் ஒரே போடாய்ப் போட்டு, மண்ணோடு மண்ணாய் புதைந்து போ என்று அழுத்தினால் எப்படி?

யாரால்தான் தாங்கமுடியும் இந்தக் கொடுமையை?

நல்லவனாய் இருந்தால் அமோகமாக வாழலாம். கெட்டவனாய் நடந்தால் நரகத்துக்குப் போய் வேதனை அனுபவிக்கலாம் என்பதெல்லாம் காதில் பூச்சுற்றும் சமாச்சாரம்தான்... நிச்சயமாய்.

நாணா யாருக்கு என்ன கெடுதல் செய்தான்? மனதால்கூட யாருக்கும் எந்தக் கஷ்டமும் கொடுக்காத அவனை, என்னத்திற்காக பாழும் தெய்வம் சாகடிக்க வேண்டும்?

பாழும் தெய்வம்தான்...!

கண், காது, இருதயம் என்ற எதுவும் இல்லாத, ஈவு இரக்கம் துளிகூட இல்லாத தெய்வம்தான்...

கேட்டால், எல்லாம் பூர்வஜன்மத்தில் செய்த பாவம்டா என்பார்கள்...

நாலு நாளாய் தூக்கம் கேட்க வருகிறவர்களெல்லாம் ஒரே தினுசாய் "தேத்திக்கோ கிச்சாமி, நாம் கொடுத்து வச்சது

அவ்வளவுதான்... ஆத்மாவுக்கு அழிவு கிடையாது. நானா என்னிக்கும் உன்கூடவேதான் தெய்வமா இருப்பான்..." என்று சமாதானம் கூறுகிறேன் பேர்வழி என்று ஏதேதோ சப்பைக்கட்டு கட்டிவிட்டுப் போகவில்லையா?

அ... அ... பேசுபவர்களுக்கென்ன... வாய்க்கு நூறுவிதமான வியாக்கியானங்கள் சொல்லமாட்டார்களா என்ன? அதது அவனவனுக்கு வந்தால் இல்லை புரியும்!

தேத்திக்கோ கிச்சாமியாம்... தேத்திக்கோ...

உயிர்போய் நடைப்பிணம் மாதிரி ஜடமாய் இருப்பவர், எங்கேயிருந்து, எப்படித் தேற்றிக் கொள்ளப் போகிறார்?

பிள்ளைக்குக் கொள்ளிப் போடக்கூட எழுந்துவர கிச்சாமி மறுத்து மூலையோடு மூலையாய் அடங்கிப் படுத்துவிட்டது நினைவுக்கு வர, சேதுவின் கோபம் மகா துக்கமாக மாறி அழுகையாக வெளிப்பட்டது.

யாருடைய கெஞ்சலுக்கும் மசியாது போக, என்ன செய்வது என்று புரியாத நிலையில், உள்ளூரில் வசிக்கும் காரணத்தால் வேண்டாவெறுப்பாக எட்டிப் பார்த்த வெங்கிட்டுவின் தலையில் நாணாவுக்குக் கொள்ளி போடும் பொறுப்பு விழுந்தது.

என்னமோ செய்யக்கூடாத பாவத்தைச் செய்யவேண்டி வந்துவிட்ட மாதிரி அன்று முகத்தைச் சுளித்தபடி வெங்கிட்டு ஆயிற்று ஆயிற்று என்று காரியங்களைச் செய்தபோது, அவன் பிடறியைப் பிடித்து உலுக்கி ஓங்கி நாலு அறை விடலாமா என்கிற ஆத்திரம் சேதுவை விரட்டியெடுத்தது நிஜம்தான்.

பாவி... பாவி...

கூடப்பிறந்த தம்பி, வாழ்க்கை மலர வேண்டிய பருவத்தில் அகாலமாய் விபத்தில் மாண்டுவிட்டது மனசை ரம்பமாய் அறுக்கவேண்டாமோ?

இல்லையே!

பாரத்தைச் சுமக்க வேண்டியவன் நினைத்த நினைப்பில்லாமல் போய்ச் சேர்ந்துவிட்டதில் அத்தனைப் பொறுப்பும் தன் தலையில் ஏறி உட்கார்ந்து விடுமோ என்கிற பயம்தானே தூக்கத்தைவிட அன்று வெங்கிட்டுவின் முகத்தில் அப்பட்டமாய் வெளிச்சம் போட்டது?

மறுநாள் அஸ்தி கரைக்க வந்து, ஏனோதானோ என்று வேலையை முடித்துக்கொண்டு, "வேளை கெட்ட வேளைல பச்சத் தண்ணில குளிச்சிட்டு ஈரத்தோட காரியம் பண்ணதுல ராத்திரியெல்லாம் ஜுரம்…" என்று முனகலாகப் பேசிவிட்டுப் போனவன்தான். மேற்கொண்டு இரண்டு நாள்கள் ஓடிவிட்டன, இன்னும் ஒரு தரம்கூட எட்டிப் பார்க்கவில்லை….

இவனெல்லாம் ஒரு பிள்ளை, ஓர் அண்ணன்… தூத்தேறி… இவனுக்கும் பிள்ளை இருக்கிறான்… இன்று இவன் செய்யும் அக்கிரமங்களை நாளைக்கு இவன் பிள்ளை செய்து காட்டினால்தான் இப்பேர்ப்பட்ட ஜன்மங்களுக்கெல்லாம் உறைக்கும்…. அப்போதுதான் மனுஷத்தனம் இல்லாமல் நடந்து கொள்வது என்றால் என்ன என்கிற வலி புரியும்…

கண்களிலிருந்து தாரைதாரையாய்ப் பெருகின நீரைக் குனிந்து வேட்டியைத் தூக்கித் துடைத்துக் கொண்டபோது, வெங்கிட்டு சட்டி மாதிரியாவது முகத்தை வைத்துக்கொண்டு காரியங்களைச் செய்தான், ஆனால் இந்த ராஜாமணி அதைக்கூடச் செய்யவில்லை என்ற உண்மை அடிவயிற்றில் தீ ஒன்றை ஜ்வாலையுடன் கொழுந்து விட வைத்தது.

நாணாவை வீட்டில் கொண்டு போட்ட கையோடு சங்கரன் ஓடி ஓடி ராஜாமணிக்கும், பெரியபாப்பாவுக்கும் தந்தி அடிக்கவே செய்தான்…

விடிகாலையில் பெரியபாப்பாவும் அவள் புருஷனும் வந்து சேர்ந்தார்கள். ஆனால் ராஜாமணியிடமிருந்து எந்தத் தகவலும் இல்லை. கிணற்றில் போட்ட கல்லாய் ஒரு பதிலும் இல்லை… ஊரில் இல்லையா? ஜாகை மாறிவிட்டாளா? நான்தான்

உங்களையெல்லாம் தலைமுழுகிவிட்டேனே என்று விவஸ்தை கெட்டு விட்டேத்தியான குணத்துடன் இருக்கிறானா?

புரியவில்லை...

தான் ஆடாவிட்டாலும் சதை ஆடும் என்பதெல்லாம் சுத்தப் பேத்தல்!

சதையாவது ஆடுவதாவது... பணம்... அது ஒன்றுதான் மனுஷனுக்குப் பிரதானம். அதைத் தவிர பாக்கியெல்லாம் துச்சம்தான்....

அழுகை நின்று, மீண்டும் வெறுப்பும் கோபமும் தலையெடுக்கத் தொடங்கியதும் வேட்டியால் முகத்தைத் துடைத்துக்கொண்ட சேது, மெதுவாக எழுந்து நின்றான்.

அறையின் கோடியில் கிச்சாமி சுருண்டு படுத்திருப்பது தெரிந்தது, கண்கள் மூடியிருந்தன. தூங்குகிறாரா?

நான்கு நாளாய் அவ்வப்போது நடராஜனும், அலமேலும்மாவும் அவரை எழுப்பி உட்காரவைத்து வலுக்கட்டாயமாகக் குடிக்கவைக்கும் அரை லோட்டா காபியோடு சரி... மற்றபடி கவளம் சோறு வாயில் போடவில்லை.

இப்படியே துளித்துளியாக மருகி, இவரும் போய்ச் சேர்ந்துவிடுவாரா? இல்லை, தேறி பழையபடி ஆவாரா?

ஏனோ, அத்திம்பேர் இனி தேறுவார், தெளிவார் என்பதெல்லாம் நடக்கும் விஷயமாக உணர முடியாமல் போக, திடுமென சேதுவுக்கு ரொம்ப அலுப்பாக இருந்தது. உடம்பும் மனசும் ஒட்டு மொத்தமாய் ஓய்ந்து போய்விட்ட மாதிரி ஒருவிதச் சோர்வு முழுமையாய் ஆக்ரமித்தது.

சாதாரண நாளில் கிச்சாமி இப்படி நிலை குலைந்து போய் படுத்துக்கிடந்தால் பதறிப்போகும் சேது, இன்று எதுவும் தன்னைப் பாதிக்காத மாதிரி வெற்றுப் பார்வையுடன் ஒரு நிமிஷம் நின்றான். பின்னர் மெதுவாக புழக்கடையைப் பார்க்க நடந்தான்.

குமார், சுந்தரி, மங்களம் பின் வராந்தாவில் அரைகுறைத் தூக்கக் கலக்கத்தோடும் பசியோடும் உட்கார்ந்திருந்தவர்கள், இவன் தலையைக் கண்டதும், "சேது மாமா..." என்றபடி எழுந்து வர, சேது வள்ளென்று விழுந்தான்.

"இப்ப சேது மாமாவுக்கு என்னடா கேடு வந்துடுத்து? என்னத்துக்காக இந்தக் கத்தல் கத்திண்டு வரேள்?"

காரணமேயில்லாமல் அவன் கோபித்ததும் குழந்தைகள் அடுத்த அடியை எடுத்து வைக்காமல் தள்ளியே நின்றனர்.

தாத்தா சிடு மூஞ்சியாக இருந்து அவர்கள் பார்த்திருக்கிறார்கள். ஆனால் இந்த சேது அவர்களுக்குப் புதுசு. கோபிக்கும் எரிந்து விழும், அக்கறையில்லாமல் பேசும் சேது ரொம்பப் புதுசு.

அவர்கள் அப்படி நிற்பதையோ, அடிபட்டுப் போய்விட்டதையோ லட்சியம் பண்ணாமல் சேது கிணற்றடிக்குப் போனான்.

வாளியில் நீர் இறைத்து, பளிச் பளிச்சென்று முகத்தில் குளிர்ந்த நீரை அறைந்து கொண்டான்.

சிவந்த கண்களில் நீர் பட்டதும் முதலில் எரிந்தது. பின்னர் அப்பாடி என்றிருந்தது.

குனிந்து வேட்டியைத் தூக்கி முகத்தைத் துடைத்துக் கொண்டான்.

பயம் நீங்காமல் குழந்தைகள் அப்படியே நிற்பதை உணர முடியாத மாதிரி அவர்களைக் கடந்து சென்றான்.

சமையலறையைத் தாண்டியபோது, "சேது..." என்று சன்னக்குரலில் அலமேலும்மா அழைப்பது காதில் விழ, நின்றான்.

இரவுச் சாப்பாட்டுக்காக அலமேலும்மா சமைத்துக் கொண்டிருந்தாள்.

நாணா போய்விட்டான் என்பதற்காகப் பசிக்காமல் இருக்கிறதா, இல்லை தூக்கம்தான் ஆளை அழுத்தாமல் இருக்கிறதா? அதுவும் குழந்தைகள் இருக்கும் வீட்டில் வயிற்றுப்பாடு பெரும்பாடுதானே?

ஆனால், முதல்முறையாக, எது எக்கேடு கெட்டால் எனக்கென்ன, எவர் பசியால் வாடினால் எனக்கென்ன என்று மரத்துப்போய் சேது உட்கார்ந்துவிட்ட தருணத்தில், நான்கு நாளாய் அடுப்பு ஜோலியைப் பார்த்து, குழந்தைகளையும் கவனிப்பது அலமேலும்மாதான்.

நாணாவைக் கொண்டு கிடத்தின கையோடு இந்த வீட்டுக்குள் நுழைந்தவள், இன்னும் தன் வீட்டுக்குத் திரும்பப் போகவில்லை.

ஆறுதல் சொல்லுகிறபோது சொல்லி, மிரண்டிருந்த குழந்தைகளைச் சமாதானப்படுத்தி, துக்கம் கேட்க வருகிறவர்களைச் சமாளித்து, வெங்கிட்டுவைத் தாஜா செய்து காரியங்களைப் பண்ணவைத்து, சமைத்து, கிச்சாமி, சேது எல்லோரையும் கவனித்து...

மொத்தத்தில் அத்தனை பொறுப்புகளும் அலமேலும்மாவின் மெலிந்த தோள்கள் மேல்தான்....

குழம்புக்குத் தாளித்துவிட்டு புளியைக் கரைத்துக் கொண்டிருந்தவளைப் பார்க்கையில், பெரியபாப்பாவின் நினைவு சேதுவுக்குள் எழுந்து, நமநம வென்று எரிச்சலைக் கிளப்பியது.

வந்ததுதான் வந்தாளே, பிறந்தகத்தில் பதினைந்து நாள்கள் தங்கி இதமாக, ஒத்தாசையாக இருந்துவிட்டுப் போகக் கூடாதா?"

சம்பந்தி வீட்டார் மாதிரி பட்டுக்கொள்ளாமல் இருந்துவிட்டு, இரண்டாம் நாள் மதியம், "எங்க மாமியாருக்கு உடம்பு சரியில்லே... நீ இல்லாட்டா சரிப்படாது வந்துடு'னு எங்காத்துக்காரர் சொல்றார்.... போயிட்டு ஒன்பதாம் நாள் வந்துடறேன்..." என்று கூறிவிட்டுப் புருஷன் பின்னோடு நடந்துவிட்டாள்.

"இவ மாமியாருக்கு ஒரு கேடும் இல்ல... கல்லுமாதிரி நன்னாதான் இருக்கா... எல்லாம் வெறும் மாய்மாலம்! இங்க இருந்தா வேலை பண்ணணும்ம்னு பயந்துண்டாக்கும் அவ ஓடறா..." எதிர் வீட்டம்மாள் வெளிப்படையாகவே அடுத்த

வீட்டு மரகதத்திடம் கூறி நமுட்டாகச் சிரித்தது காதில் விழுந்த போது, சேது கூசித்தான் போனான்.

இந்த பெரியப்பாப்பாவாவது கொஞ்சம் பொறுப்புடன் நடந்து கொள்ளக்கூடாதா?

ஆபரேஷன் செய்துக்கொள்ளப் பணம் கொடுக்க நாணா வேண்டும்... டாக்டரிடம் பேசி மருந்துகள் தர நாணா வேண்டும். அவ்வளவுதானா? எல்லாம் காரியார்த்தம்தானா?

பொறுப்பு ஒட்டிக்கொண்டுவிடும் என்கிற பயத்துக்கு, பந்தம் பாசம் போன்ற உணர்வுகளை விழுங்கி கபளீகரம் செய்யும் சக்தி இருக்கையில், உறவாவது கத்தரிக்காயாவது...

ம்ஹூம்... ஒரு மண்ணாங்கட்டியும் இல்லை... ஆனால், இதில் வேடிக்கையென்னவென்றால் இப்படி கையைத் தட்டிக்கொண்டு போகிறவர்களைப்பற்றி யாரும் நாக்கில் பல்பட எதுவும் பேசமாட்டார்கள். சுமைதாங்கியாக, கூடவே நின்று அத்தனையும் சுமப்பவனை மட்டும், "திருடன்... உன்னால்தாண்டா என் குடும்பமே நாசமாயிடுத்து!" என்று பழிப்பார்கள்.

மேலே யோசிக்க விடாமல் சின்னக்குரலில் அலமேலும்மா மீண்டும் சேதுவை அழைக்க, என்ன என்கிற விதமாய் அவரை ஏறிட்டான்.

"உக்காருடா..."

"நா வாசலுக்குப் போறேன்..."

"அப்பறமா போலாம்... முதல்ல உக்காரு. சூடா காபி கலந்து தரேன், குடிக்கறயா? தெம்பா இருக்கும்..."

"வேண்டாம்..."

"உக்காருடா..."

அவன் மறுப்பதைக் காதில் வாங்காமல் அலமேலும்மா அடுப்பில் கொஞ்சமாய்ப் பாலை வைத்துச் சூடாக்கினாள்.

டிகாக்ஷன், சர்க்கரை கலந்து லோட்டாவை அவன் முன் வைத்தாள்.

"உக்காந்துண்டு குடி... சொன்ன பேச்சக் கேளு..."

அதற்குமேல் வாதாடத் தெரியாத சேது, அமர்ந்தான்.

டம்ளரை எடுத்து ஒவ்வொரு வாயாக ஊற்றிக் கொண்டான். இதே குடித்து முடித்ததும், அலமேலும்மா சொன்ன மாதிரி லேசாக தெம்பாகத்தான் இருந்தது.

இது நாழிகை வயிற்றில் குறுக்கும் நெடுக்கும் கோலம் போட்ட கோபம், ஆத்திரம், வெறுப்பு கொஞ்சம் அடங்கின மாதிரிதான் தோன்றியது.

அவன் டம்ளரைக் கீழே வைக்கும் வரையில் காத்திருந்துவிட்டு அலமேலும்மா கேட்டாள்.

"குழந்தைகள்கிட்ட என்னத்துக்காக அப்படி எரிஞ்சு விழுந்தே, சேது? அதுகளுக்கும் உன்னை விட்டா வேற யாரு? சொல்லு! ஏற்கெனவே மிரண்டு போயிருக்கிறதுகளை நீயும் ஒதுக்கினா, அதுகள் எங்க போகும்? யாரண்ட அண்டிக்கும்? ம்?"

"....."

"உன் வேதனை எனக்குப் புரியறது சேது! ஆனா... நீயும் இடிஞ்சு போயிட்டா இந்தக் குடும்பமே அதோ கதியாயிடும்... அதை நினைப்புல வச்சுக்கோ! பூர்வ ஜன்மத்துல என்ன பஞ்ச மாபாதகம் பண்ணோமோ, இப்படி அடுக்கடுக்கா அனுபவிக்கிறோம்... கிச்சாமிய நினைச்சா உடம்பு உதறி உதறிப் போடறது... நீயாவது தெம்பா இருந்தாத் தேவலை. இல்லாட்டா... இல்லாட்டா..." சொல்ல வருவதைத் தெளிவாகக் கூற இயலாமல் துக்கம் வார்த்தைகளை அபகரித்துக் கொள்ள, அலமேலும்மா தலையைக் குனிந்துக்கொண்டாள். கண்களில் ஊறிவிட்ட நீரைப் புடவைத் தலைப்பால் துடைத்துக்கொண்டாள்.

"அழாதீங்கோ அலமேலும்மா..." என்று இரண்டு வார்த்தை இதமாகச் சொல்லி அவளைத் தேற்ற எண்ணம் எழுந்ததை

வெளிக்காட்ட மாட்டேன் என்று அடிபட்ட மனசு அடம்பிடிக்க, எதுவும் பேசாமல் சேது எழுந்து நின்றான்.

டம்ளரை அலம்பி முற்றத்து மேடையில் வைத்தான்.

"நா ஏதாவது ஒத்தாசை செய்யட்டுமா?" என்று ஒப்புக்குக் கேட்டுவிட்டு, பதிலுக்காகக் காத்திராமல் முன்னறைக்குப் போனான்...

கிச்சாமி இன்னும் பழைய மரவட்டை நிலையிலேயேதான் சுருண்டிருந்தார்.

பார்வையைத் திருப்பிக்கொண்டு வாசலுக்குப் போக முனைந்த சேது, பொட்டில் அடிபட்டுவிட்ட மாதிரி சட்டென்று நின்றான்.

வலப்பக்கச்சுவர் அலமாரியை ஒட்டி சின்னதாய் மர ஸ்டாண்ட்... தொங்கின துணிகள்... நாணாவின் சட்டை, பாண்ட்கள்..

அந்த நீலக்கோடு போட்ட சட்டையை பம்பாயிலிருந்து நாணாவின் நண்பன் போன மாதம்தான் கொண்டுவந்து கொடுத்தான்.

புதுசு...

நாணாவுக்குப் பிடித்தமான ஷர்ட்...

அதோடு, சென்ற தீபாவளிக்கு வாங்கின கருநீல டெரிகாட் பாண்ட்டை அணிந்து எதிரில் வந்து நின்றான் என்றால், ஷொக்காக இருப்பான்.

கச்சாமுச்சா என்று தலைமுடியை வளர்த்துக் கொள்வது நாணாவுக்கு என்றைக்குமே பிடிக்காது.

"கரடி மாதிரி வேஷம் போட்டுக்கறதுல ஆம்பளைத்தனமே போயிடறதுடா!" என்பான்...

நாலாம் நாள் காலை நாணா அவிழ்த்துப் போட்ட கட்டம் போட்ட லுங்கி... பனியன்...

சேது அருகில் சென்று அவற்றை மெல்ல தொட்டுப் பார்த்தான். முகத்தை அந்தத் துணிகளில் பதித்தபோது நாணாவின் வாசனை அவற்றில் இருக்கிற மாதிரி தோன்றியது.

இன்னும் எத்தனை நாள்களுக்கு இந்த மணம் இருக்கும்?

கொஞ்சம் கொஞ்சமாய் மறைந்து, அப்புறம் வாசனையே இல்லாமல் போய்...

சேது மர அலமாரியைத் திறந்து பார்த்தான்...

வேலைக்குப் போகும்போது நாணா அணிந்த வெள்ளை பாண்ட், ஷர்ட்கள் சலவை செய்து அடுக்கப்பட்டிருந்தன.

பக்கத்தில் ஷேவிங் சமாச்சாரங்கள்...

டூர் போகும்போது கூடவே எடுத்துப்போகும் சின்னப் பிள்ளையார் படம்...

தடக்கென்று ஆத்திரம் கொப்பளித்துக் கொண்டு பீறிட, சத்தத்துடன் சேது அலமாரிக் கதவைச் சாற்றினான்.

காலடியில் நாணாவின் மருந்துப் பை பரிதாபமாய் விழித்தது.

ஜடப்பொருள்கள் எல்லாம் அப்படியே இருக்கின்றன. இவற்றுக்கு இந்த உலகத்தில் இடம் இருக்கிறது. ஆனால், ரத்தமும் சதையுமாய் வளைய வந்த நாணா இல்லை. அவன் ஒருத்தனுக்கு இடம் தருவது மட்டும் இந்தக் கடவுளுக்கு மனசாகாமல் போய்விட்டது... அப்படித்தானே?

அடங்கியிருந்த அழுகை கையாலாகாத்தனத்துடன் கிளம்ப, கன்னத்தில் வழிந்த நீரைத் துடைக்காமல் சேது தலையைக் குனிந்து திருப்பி கிச்சாமியைப் பார்த்தான்.

'உன் வேதனை எனக்குப் புரியறதுடா, சேது...' என்று இதமாய் ஒரு வார்த்தை அவர் சொல்ல மாட்டாரா என்று மனசு பரிதவித்தது.

அவருக்கு மட்டும்தானா துக்கம்?

எனக்கு இல்லையா?

தன்னைப் பற்றியே நினைத்து மருகாமல், மற்றவர்களையும் எண்ணிப்பார்த்து எழுந்து உட்கார்ந்து, பெரியவராய் லட்சணமாய் தைரியம் சொன்னால் என்ன, தேய்ந்தா போய்விடுவார்?

சின்னப்பாப்பா ஓடிப்போனது ரொம்ப சாதாரண விஷயம். அதற்கே பத்து, பதினைந்து நாள்கள்போல சோறு, தண்ணீர் இல்லாமல் இடிந்து போனவரிடமிருந்து எதையும் எதிர்பார்ப்பது மகா அசட்டுத்தனம் என்பது நன்றாகப் புரிய, சேதுவின் அழுகை அதிகமானது.

வேட்டியைத் திருகி வாயிலடைத்துக்கொண்டு வாசப்பக்கம் சென்று வராந்தாவின் மூலையில் சரிந்து உட்கார்ந்தான். எதிர்காலம் கண்முன் தோன்றி 'ஹா...ஹா...' என்று பயமுறுத்தியது.

இந்த மனிதரை வைத்துக்கொண்டு என்ன செய்யப்போகிறேன்?

இவர் ஒரு பக்கம் என்றால், பிஞ்சு பிஞ்சாக மூன்று குழந்தைகள் இன்னொரு பக்கம்...

இனி ஆயுசுபரியந்தம் இவர் இப்படியே ஜடமாகத்தான் இருக்கப் போகிறார் என்றால், இந்தக் குடும்பத்தைச் சம்ரட்சிக்கப் போவது யார்? எப்படி?

தினமும் சமையல் வேலைக்கு வெளியே போக நான் தயார்தான்... ஆனால் மாதம் முப்பது நாள்களும் யார் வேலை தரத் தயாராக இருக்கிறார்கள்?

எனக்கு வரும் சம்பளத்தை வைத்துக்கொண்டு ஐந்து ஜீவன்களுக்குச் சாப்பாடு போட்டு, குழந்தைகளின் படிப்பு, இதரச் செலவுகளை ஒப்பேற்ற முடியுமா?

உதவி என்று கையை நீட்டிக்கொண்டு ராஜாமணி, வெங்கிட்டு யாரிடம் போனாலும் எட்டி உதைக்கத்தான் செய்வார்கள்.

ஒருவேளை மூன்று குழந்தைகளின் பாரம் இல்லாவிட்டால், அப்பா என்கிற கடமைக்காக ஒருத்தனாவது மனசு இரங்கி, அத்திம்பேரை வைத்துச் சோறு போடுவானோ?

இல்லை. கொஞ்சம் தெளிந்துவிட்டால் ஒருநாள் உழைத்து, மூன்று நாள் உட்கார்ந்து தன் பாட்டை எப்படியாவது அத்திம்பேர் பார்த்துக்கொள்ள மாட்டாரா?

ஆக, குழந்தைகளும் நானும்தான் உபரி, பாரம், சுமை, வேண்டாதவர்கள்... இந்தப் பிரச்சினைக்கு ஒரு வழி கண்டுபிடித்துவிட்டால் எல்லோருமே நிம்மதியாய் இருக்கலாமோ?

இருட்டில் உட்கார்ந்து துக்கமும், கசப்பும், ஏமாற்றமும், வேதனையும் ஆளைக் கூறுபோட, தன்னிச்சையாய் திருட்டு யோசனை பண்ணியபோது, திரும்பத் திரும்ப சேதுவுக்கு ஒரே ஒரு வழிதான் இருப்பது புலப்பட்டது.

மேற்கொண்டு அரைமணி போவதற்குள் செய்ய வேண்டியது என்ன என்பது புரிந்துப்போக, ஒருவித வெறித்தனத்தோடு, இரவு எல்லோரும் படுப்பதற்காகக் காத்திருந்தான்.

பதினோரு மணி அளவில் இதர போர்ஷன்களிலும் சந்தடி சுத்தமாய் அடங்கினபின், சத்தம் போடாமல் எழுந்து கொல்லைக் கதவைத் திறந்து, சாக்கடையைக் குத்தென வைத்திருந்த இரும்புக் கம்பியை எடுத்துக்கொண்டு கிணற்றடிக்குப் போனான்.

பூனை போல சேது நடந்து போனாலும், உறக்கம் வராமல் கண்களை வெறுமனே மூடிக்கொண்டு படுத்திருந்த அலமேலும்மாவுக்கு அவன் கதவைத் திறந்துக்கொண்டு புழக்கடைப்பக்கம் போனது காதில் விழவே செய்தது.

வந்துவிடுவான் என்று பத்து நிமிஷங்கள் காத்துப் பார்த்துவிட்டு, அவன் வராமல் போக, மெதுவாக எழுந்து கொல்லைக் கதவு வழியாக எட்டிப் பார்த்தாள்.

இருட்டில் எதுவும் புரியாமல் பார்வை மசமசத்தது.

ஆனால், ஒரு நிமிஷம் அப்படியே நின்று வெறித்தபோது, கிணற்றடியை ஒட்டியிருந்த செடிகளின் கீழ் உட்கார்ந்துக்கொண்டு சேது ஏதோ செய்வது புரிந்தது.

என்ன செய்கிறான்?

கொத்துகிற மாதிரி...

தோண்டுகிற மாதிரி...

மேற்கொண்டு சில நிமிஷங்கள் போவதற்குள் அவன் செய்கைக்கு அர்த்தம் புரியத் தொடங்க, அலமேலும்மாவுக்கு உடம்பு நடுக்கம் காண ஆரம்பித்தது.

அசட்டு முண்டம் என்ன செய்ய நினைக்கிறான்?

மெல்ல வெளியில் வந்து, பத்தடி நடந்து, நித்திய மல்லிகைப் பந்தலின் கீழ் மறைவாக நின்று, சேதுவின் நடவடிக்கைகளை நன்றாகக் கவனித்தாள்.

அவள் பயந்த மாதிரியே கை நிறைய அரளிவேர்களைப் பறித்த பின்னர், வாளி ஜலத்தில் மண்போக அலம்பி, கிணற்றடி மேடையில் அவற்றை வைத்து, உள்ளே வந்து அம்மிக் குழவியை எடுத்துப் போய், அதிக ஓசை எழுப்பாமல் அந்த வேர்களை சேது அரைக்க ஆரம்பிக்க...

இனியும் தாமதிப்பதில் அர்த்தமில்லை என்று புரிந்ததும், பிரயத்தனப்பட்டுத் தன்னை உசுப்பிக்கொண்ட அலமேலும்மா நாலே எட்டில் சேதுவின் முன் வந்து நின்றார்.

அந்த நேரத்தில் அவரை அங்கு எதிர்பார்க்காத சேது கொஞ்சம் விழித்துவிட்டு, சட்டென்று வேட்டியால் அம்மிக் குழவியை மூடினான்.

"என்ன காரியம் செய்யத் துணிஞ்சுட்டேடா... கடங்காரா! உன் உடம்புல ரத்தம்தான் ஓடறதா... இல்ல... இல்ல..."

பற்களைக் கடித்துக் கொண்டு அலமேலும்மா அதட்ட, சேது பரபரவென்று இப்படியும் அப்படியும் பார்த்தான்.

"என்னத்துக்காக இங்க வந்து நின்னுண்டு இந்தக் கத்தல் கத்தறேள்? நாலு போர்ஷனுக்கும் நீங்க பேசறது கேக்கணுமா? அ...?" என்று அசாத்திய கோபத்துடன் பதிலுக்கு அடிக்குரலில் வினவினான்.

"ஆஹா... நா பேசித்தான் மத்தவாளுக்குப் புரியணுமா? ஏண்டா, மூளைகெட்ட முண்டம்? பத்துப்பேர் குடியிருக்கிற வீட்டுல யாராவது எழுந்து வந்தா, இப்படிக் கிணத்தடி மேடல உக்காந்துண்டு அர்த்த ராத்திரில அரளி வேரை நீ அரைக்கிறதைப் பாத்து மட்டும் எதையும் புரிஞ்சுக்கமாட்டாளோ? ஏண்டா இப்படிப் புத்தி கெட்டு என்னத்தையோ செய்ய முனைஞ்சுட்டே? இப்போ அரளி வேரை அரைச்சுக் குடிச்சுட்டு செத்துப்போற அளவுக்கு, உனக்கு என்னடா அப்படி துக்கம் பாழாப்போறது? பொண்டாட்டியா, புருஷனா, பிள்ளையா, குட்டியா? யாரோட சாவுடா உன்ன அந்த அளவுக்குப் பாதிச்சுடுத்து? தான் மட்டும் அத்தனேலேந்தும் விடுபட்டுப் போயிடணும்னு சுயநலமா எண்ண வைக்கறது?"

அவளை முடிக்க விடாமல் சேது கத்தலாய்க் குறுக்கிட்டான்....

"போதும், நிறுத்துங்கோ... அத்திம்பேர் மாதிரி நீங்களும் வார்த்தைய வாரி விட்டுடாதிங்கோ! எனக்காக மட்டும் இந்த முடிவுக்கு வரலை... குழந்தைகளோட எதிர்காலத்த நினைச்சுத்தான், வேற வழியே தோணாம இந்தத் தீர்மானத்துக்கு வந்தேன். அத்திம்பேர் தன் இழப்புதான் பெரிசுனு மூலையில உக்காந்துட்டார்... பாத்யதை உள்ள ராஜாமணி, வெங்கிட்டு, பெரியாப்பா எல்லாரும், கிட்ட வந்தாலே பொறுப்பு பிடிச்சுக்கும்னு தள்ளி ஓடறா... அப்பறம்? இந்த மூணு குழந்தைகளோட கதி? வேளா வேளைக்குச் சோறு போட்டு, படிக்க வச்சு ஆளாக்கறது யாரு? நா ரெடி... ஆனா எனக்கு மாசம் முன்னூறு ரூபாய்க்கு மேல சுட்டுப்போட்டாலும் சம்பாதிக்கத் துப்பு கிடையாது... அப்பறம்? அதான்... யோசனை பண்ணிப் பாத்தேன். சரி, பிச்சைக்காரா மாதிரி சீச்சீனு இந்தக் குழந்தைகள் சீரழிஞ்சு, கஷ்டப்படறதைவிட, முடிவுக்கு வந்துட்டேன்! நீங்க என்னடான்னா... சுயநலத்தோட... நா... மட்டும்... ச்சே... ஆனாலும் இந்த மனுஷா அத்தனை பேருமே மோசம்தான்.... தங்களுக்குத்தான் பேசத் தெரியும்னு தணல்தணலா வார்த்தைகளைக் கொட்டி... கொட்டி..."

இதற்குமேல் பேசத் தெரியாமல் அப்படியே குந்தி குரலெடுத்து சேது அழ, அலமேலும்மா அதிர்ந்தாள். பக்கத்துப் போர்ஷன்

மாமி, என்ன விஷயம் என்று எட்டிப் பார்ப்பதை லட்சியம் பண்ணாமல், அழும் சேதுவின் கையைப் பற்றி எழுப்பினாள். அரைகுறையாய் அரைத்திருந்த விழுதை இன்னொரு கையில் வழித்து எடுத்துக்கொண்டு அவனைத் தரதரவென்று இழுத்தபடி வீட்டுக்குள் நுழைந்தாள்.

கூடத்து விளக்கைப் போட்டுவிட்டு, கிச்சாமியின் முன் சென்று, "மாமா... படுத்துத் தூங்கினது போதும்... எழுந்திருங்கோ!" என்று உரக்க அழைத்தபோது, அந்தக் குரலில் கோபம் நிறையவே மண்டிக்கிடந்தது.

கிச்சாமி கண்களைத் திறந்தார்.

வெளிச்சம் கண்களைக் கூசவைக்க, மீண்டும் மூடிக்கொண்டார்.

"கூப்பிடறது காதுல விழலை? எழுந்திருக்கப் போறேளா, இல்லையா? துக்கம் கொண்டாடினது போதும்... ம்...ம்... எழுந்து உட்காருங்கோ..."

வழக்கமாய் மாமா, மாமா என்று கரிசனம், கெஞ்சலோடு ஒலிக்கும் குரல், இப்போது கடுமையாய் தொனிக்க, ஷாக் அடித்த மாதிரி கிச்சாமி எழுந்து உட்கார்ந்துக் கொண்டார்.

"என்னத்துக்காக வேள கெட்ட வேளைல இப்படி அமர்க்களம் பண்றேள், அலமேலும்மா?"

அலமேலும்மா குரலைத் தணிக்காமலேயே பேசினாள்.

"என்னப்பத்திப் பேசறது இருக்கட்டும்.... முதல்ல இந்த அசட்டு முண்டம் என்ன காரியம் பண்ண இருந்தான்னு விசாரியுங்கோ..."

'ப்ச்... இவ்வளவுதானா' என்கிற சூள்கொட்டலுடன் மீண்டும் படுக்க அவர் சாய, அலமேலும்மா ஆத்திரத்துடன் நெற்றியில் ஓங்கி அறைந்துக் கொண்டாள்.

"அடச்சீ நீங்களும் ஆம்பிளைதானா? இல்ல, ஆம்பிளைதானானு கேக்கறேன்! இந்தக் குடும்பத்தையும்,

குழந்தைகளையும் சம்ரட்சிக்க தன்னால் முடியாதுங்கற பயத்துல, அரளிவேர அரைச்சு குழந்தைகளுக்கு குடுத்து தானும் குடிச்சு செத்துப் போயிடற தீர்மானத்துக்கு சேது வந்துட்டான்! நீங்க என்னடான்னா, "என் துக்கம்தான் பெரிசுனு மோட்டு வளையப் பாத்துண்டு உக்காந்துண்டிருக்கேள்! நிஜமாத்தான் கேக்கறேன், மாமா... உங்களுக்கு மனசுனு ஒண்ணு இல்லவே இல்லியா? அடுத்தவா வேதனைய உணராத மனசு இருந்தென்ன, இல்லாமப் போனாதான் என்ன? இதக் கேட்டும் அசைய மாட்டேள்ளா இந்தாங்கோ, உங்க மச்சினன் அரைச்ச அரளி வேர் விழுது... உங்க கையாலேயே அவாளுக்கு இதைக் கரைச்சுக் குடுத்து, அவா அத்தனைபேரும் கூண்டோட கைலாசம் போறதை ஆனந்தமா பாத்துண்டிருங்கோ... என்ன? காதுல வாங்கிண்டேளா?"

குழந்தைகள் எழுந்து விட்டார்களா, அண்டை அசலார் வேடிக்கை பார்க்கிறார்களா என்கிற எந்தப் பிரக்ஞையும் இல்லாமல், காளி மாதிரி கத்தி, அரளிவேர் விழுதை அலமேலும்மா தரையில் பொத்தென்று போட, முதன் முதலாய் உடம்பு அதிர்ந்து போனவராய் கிச்சாமி விழித்தார்.

"எ... என்ன சொல்றேள், அலமேலும்மா... இவன்... இவன் அ... அரளி வேரை அரைச்சு, குழந்தைகளுக்குக் குடுத்து தானும்..."

சேது செய்ய இருந்த காரியத்தின் பயங்கரம் மின்னலாய் புத்தியைத் தாக்க, கிச்சாமி பாய்ந்து எழுந்தார்.

"அடேய்.... கடங்காரா... நாசமாப் போறவனே! இருக்கற வேதனை போறாதாடா... செஞ்ச பாவம் போறாதாடா... நீயும் சேர்ந்துக்கணுமாடா?" என்று அலறியபடி அவன் முதுகில் ஓங்கி அறைந்தார்.

அடுத்த அறை குறுக்கேயிருந்த அலமேலும்மா மேல் விழுந்தது. சேதுவை மறைத்தபடி நின்றவள் கத்தினாள்.

"பின்னே? எதுக்கும் கலங்காம ஆலமரமா நிக்கவேண்டிய நீங்க ஜடமா ஆயிட்டா, அவன்தான் என்ன பண்ணுவான்? அவனுக்குத் தெரிஞ்ச வழிய தேர்ந்தெடுத்திருக்கான்!"

"அதுக்காக? அதுக்காக? ஆத்மஹத்தி பண்ணிக்கணுமா? விவரம் புரியாத குழந்தைகளையும் பழி வாங்கத் தீர்மானிக்கணுமா? ஆத்மஹத்தி பண்ணிண்டவனுக்கு ஈரேழு ஜன்மத்துலேயும் மன்னிப்பு கிடையாதுனு சாஸ்திரம் சொல்றதும் இந்த ராஸ்கலுக்குத் தெரி..."

"அட நிறுத்துங்கோ மாமா... பெரிசா இவனைச் சொல்ல வந்துட்டேள். நீங்க செஞ்சுண்டிருக்கறத மறந்துட்டு! நா கேக்கறேன்... பொழுது விடிஞ்சு பொழுதுபோனா கீதைல மூழ்கி எழுந்துப்பேளே, அந்த கீதை என்ன சொல்றது, ஞாபகம் இருக்கா? மனுஷனாப் பிறந்தவன் ஸ்திதப்பிரக்ஞுனா இருக்கணும்னு சொல்லலை? சாகறதுக்கு இரண்டு நாள் முந்தி நாணா என்னண்ட என்ன சொன்னான் தெரியுமா மாமா? 'துன்பம் வர்றப்ப அதைத் துணிச்சலோட எதிர்நோக்கி வாழ்ந்து காட்டக் கூடியவன்தான் மனுஷன். எல்லாம் பகவான் செயல்னு ஏத்துண்டு, கடமையைத் தொடர்ந்து செய்யறதுலேயும், துளி கசப்பு இல்லாம வாழ்ந்து காட்டறதுலேயும்தான் நாம் மிருகங்கள்லேந்து வித்தியாசப்பட்டு நிக்கறோம். என்னிக்கும் மனுஷாளா இருக்கணும். ராட்சஸனாவோ, மிருகமாவோ ஆயிடக்கூடாதுங்கறதுல விழிப்போட இருக்கணும்னு எங்கப்பா அடிக்கடி சொல்லுவார். நா அவர் பிள்ளை. அந்த ரீதில வாழ்ந்து காட்டினாதான் அவருக்கும் பெருமை, எனக்கும் பெருமை'னு எத்தனை நம்பிக்கையோட சொன்னான் தெரியுமா? கடைசியிலே ஊருக்கு உபதேசம் பண்ணிட்டு, தனக்குனு வர்றப்போ மாறிப் போறவா மாதிரி நீங்களும் ஆயிட்டேளே மாமா! அகாலமா போயிட்ட அந்த சத்புத்ரன் உங்க பேர்ல வச்சிருந்த நம்பிக்கை வீண் போகாம 'தைரியம் புருஷ லட்சணம்'னு தேறியிருந்தேள்னா, பழையபடி நிமிர்ந்து நின்னுண்டு இந்தக் குடும்பத்துக்கு நா இருக்கேன்னு சொல்லியிருந்தேள்னர், இந்த சேது இப்படி ஒரு முடிவுக்கு வந்திருப்பானா, மாமா?"

அலமேலும்மாவின் பேச்சும் கிச்சாமியின் மெளனமும், ஒருவிதத் துணிவைத் தர, சேது அழுகையினூடே பேசினான்.

"நீங்க சொல்றபடி இத்தன வக்கணயா அத்திம்பேர் பேச வேண்டாம். இனியும் இந்தக் குடும்பத்துக்காக உழைக்கக்கூட வேண்டாம்! பைத்தியம் பிடிச்ச மாதிரி மூலையோட மூலையா உக்காராம தன்பாட்டுக்கு இதப் பண்ணுடா, அதப் பண்ணுடானு கம்பீரமா சொல்லிக் குடுத்துண்டு இருக்கட்டும்... போதும். சத்தியமா சொல்றேன். என் உடம்புல மூச்சு ஓடற வரைக்கும் என்னால முடிஞ்ச வரைக்கும் உழைச்சு இவா எல்லாரையும் காப்பாத்த நா ரெடி... நாய் மாதிரி இவர் பின்னாலியே நன்றியோட..."

அவனை முடிக்கவிடாமல் கிச்சாமி, "டே... போறும்டா.. நிறுத்து, நிறுத்து..." என்றார்.

"முண்டம் நீ இல்லடா... நாந்தான்னு புரிஞ்சு போச்சுடா.... நன்னா புரிஞ்சு போச்சு... மேற்கொண்டு ஒரு வார்த்தை பேசிடாத... என்னால தாங்கிக்க முடியாது! நா தெளிஞ்சுட்டேன்.... என் துக்கத்த விழுங்கிண்டுட்டேன்.... இதுக்கு மேலயும் எதையாவது பேசி, என்னைக் கூனிக்குறுக வச்சுடாத! அலமேலும்மா, உங்களையும் கேட்டுக்கறேன்... புத்தி கெட்டத்தனமாக நடந்துண்டுட்டேன்... மன்னிச்சுடுங்கோ! வாஸ்தவம்... வாழ்கைங்கறது ரயில் பயணம் மாதிரிதான். அதை மறந்து கன்னாபின்னானு நடந்துண்டுட்டேன். முதல் ஊருக்கு டிக்கெட் வாங்கினவன் முதல்ல இறங்கிடறான்... ரொம்ப தூரத்துக்கு டிக்கெட் எடுத்தவன் நீளக்கப் போறான்! மத்தபடி எல்லாம் ரயில் பயணம்தான்! பொறந்த உடனேயே தீர்மானமான விஷயம் சாவு என்னுதான்னு தெரிஞ்சிருந்தும், எனக்குனு வந்தப்போ ஆடிப் போயிட்டேன் தப்பு... தப்பு... மனுஷனா வாழறதுக்கு அர்த்தம் சொன்னா மட்டும் போறாது. விவேகத்தோட சொன்னபடி வாழ்ந்தும் காட்டணும்! நாணா சொன்னது நிஜம்தான்.... சின்ன வயசுல என்னண்டல் வந்து 'அப்பா, ஸ்திதப்பிரக்ஞுன்னா யாரு?'னு கேக்கறப்பல்லாம், எந்தச் சந்தர்ப்பத்துலேயும் நிலைகுலைஞ்சு போகாம, மனுஷ்யத்தனத்த இழக்காம, கடமையச் செய்றவன்தான் ஸ்திதம் பிரக்ஞுன்டா'னு சொன்ன நானே, அப்படி வாழ்ந்து காட்டாட்டா எப்படி? இல்லே... இல்லே... என் பிள்ளை மேல சத்தியமா... தெளிஞ்சுட்டேன்...

விவேகம் வந்துடுத்து...! இனிமே எதுக்கும் கலங்க மாட்டேன்... சத்தியம்... சத்தியம். சமுத்திரத்துல விழுந்துட்டவன் கண்ணுல, காப்பாத்த வர்ற கப்பலோட நூலேணி விழுந்து, புது நம்பிக்கையைத் தர்ற மாதிரி, என் நாணாவோட பேச்சு எனக்குத் தனி தைரியத்தத் தந்துடுத்து... நாணா போயிட்டா என்ன? எனக்கு சேது இருக்கான்... குமார் இருக்கான்... நீங்கள்ளாம் இருக்கேள்! குறைகளை விட்டுட்டு, நிறைகளைப் பார்க்கக் கத்துக்கணும். அதுதான் விவேகம்! நாளைலேந்து பாருங்கோ... சொன்னபடி செஞ்சுக் காட்றேனா இல்லையானு பாருங்கோ..."

தன்னுடைய தீர்மானம் தனக்கே அலாதி திருப்தியைத் தர, நிமிர்ந்து நின்று முகத்தைத் துண்டால் அழுந்தத் துடைத்து, "நாளைக்கு நடராஜன் வந்தார்னா, கிரேக்கியம் ஆன கையோட வேலைகளைக் கவனிக்க நா ரெடினு சொல்லணும்... கிரேக்கியம் என்னிக்கு வர்றது, அலமேலும்மா? அடுத்த புதன்கிழமையா?" என்று வினவினபோது, ரொம்ப நாளைக்குப் பிறகு பழைய கிச்சாமியைப் பார்க்கிற, அவர் குரலைக் கேட்கிற சந்தோஷம் அந்த அறையில் இருந்தவர்களினூடே மெதுமெதுவாய்ப் பரவ ஆரம்பித்தது!

— முற்றும் —